மகா. தமிழ்ப் பிரபாகரன்

மகா. தமிழ்ப் பிரபாகரன், ஊடகவியலாளர் மற்றும் ஆவணப் பட இயக்குநர். சமூக மற்றும் போர் முரண்பாடுகளில் ஊடக செயல்பாட்டினைக் கொண்டுள்ளவர். தற்போது சர்வதேச அகதிகள் சார்ந்த திட்டமொன்றில் ஊடக அதிகாரியாகப் பணியாற்றி வருகிறார்.

நியூஸ் 7 தமிழ் தொலைக்காட்சியில் செய்தியாளராக இருந்தவர். விகடன் மாணவ நிருபர் திட்டத்தில் சிறந்த மாணவ நிருபர் மற்றும் புகைப்படவியலாளருக்கான விருதைப் பெற்றுள்ளார். இவருடைய 'இந்த நிலம் ராணுவத்துக்குச் சொந்தமானது' (This Land Belongs to their Army) என்ற ஆவணப்படம் சர்வதேச கேரள ஆவணப்பட விழாவில் தேர்வானது. பாவை பொறியியல் கல்லூரியில் பி.டெக். தகவல் தொழில்நுட்பம் பயின்றவர்.

செல்வி - மணி காளியண்ணன் இவருடைய தாய்- தந்தை. நாமக்கல் மாவட்டம் அத்தனூர் ஆயிபாளையம் சொந்த நிலம். தருமபுரி மாவட்டம் கோபிநாதம்பட்டி கூட்ரோடு என்ற கிராமத்திலும் சேலத்திலும் வளர்ந்தவர். தற்போது சென்னையில் வசிக்கிறார். இவரின் முழுமையான செயல் பாட்டினை அறிய: beyondslavery.org

புலித்தடம் தேடி...

மகா. தமிழ்ப் பிரபாகரன்

கிழக்கு

புலித்தடம் தேடி
Pulithadam Thedi
Maga. Tamizh Prabhagaran ©

Kizhakku First Edition: December 2016
216 Pages
Printed in India.

ISBN 978-81-8493-506-6
Kizhakku - 944

Kizhakku Pathippagam
177/103, First Floor,
Ambal's Building, Lloyds Road,
Royapettah, Chennai - 600 014.
Ph: +91-44-4200-9603

Email : support@nhm.in
Website : www.nhm.in

kizhakkupathippagam
kizhakku_nhm

Author's Email: magatamizh@gmail.com

Author's Website: www.beyondslavery.org

Cover Image: Shutterstock ©

Kizhakku Pathippagam is an imprint of New Horizon Media Private Limited.

இந்த நூல்...
‘வசவோ வாழ்த்தோ சமமாய் கொண்டு
தோள் கொடு, தோள் கொடு..!
துணிந்து முடிவெடு ஏமார்ந்த தந்தைக்கு,
ஏமாற்றுக்காரர்களால்
என்றோ இறந்துவிட்ட தந்தைக்கு
எழுதி எழுதி உயிர் கொடு’
என எழுதிய என் தந்தை
மணி காளியண்ணன் அவர்களுக்கும்,
எனது பத்திரிகைத் துறையின் முன்னோடியான
ப.திருமாவேலன் அவர்களுக்கும்.

உள்ளடக்கம்

SRI LANKA DISTRICTS

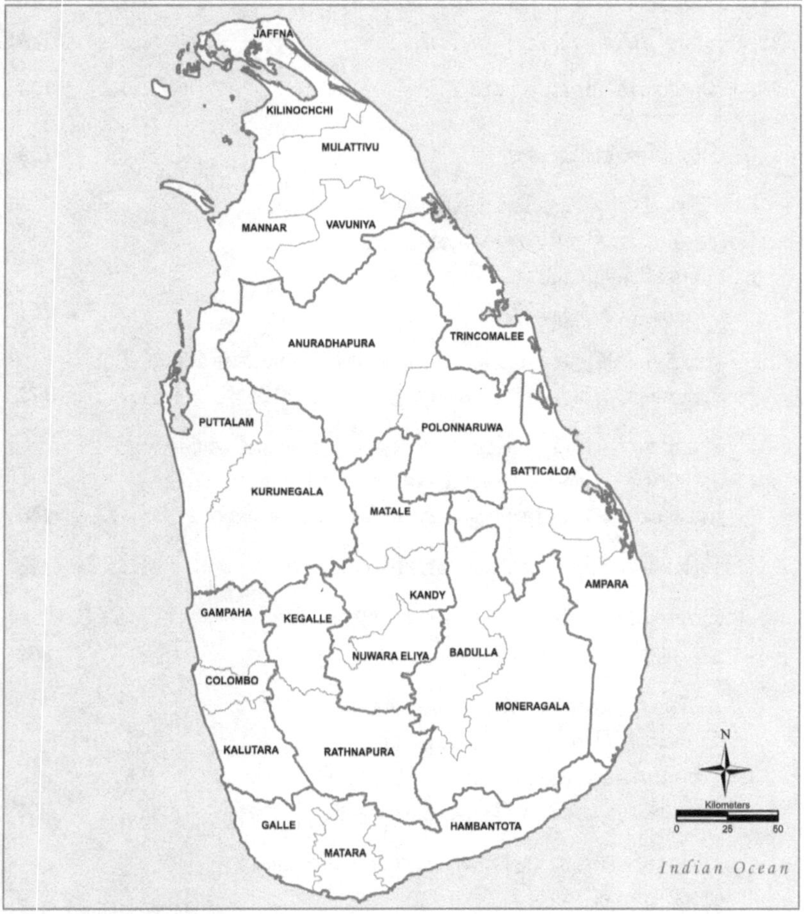

நல்லாட்சி மாயை

சிங்களவர்களின் மத்தியில் போரின் நாயகனாகப் பார்க்கப்படும் மகிந்த ராஜபக்சேவை விட மைத்திரிபால சிறீசேனா என்ற முகத்திற்கு பரவலாக நல்லாட்சி பட்டம் சூட்டப்பட்டிருக்கிறது. இவர்கள் அடிப்படையில் எந்த வேறுபாடற்றவர்களாக இருந்தாலும் நல்லாட்சியின் பெயரால் தமிழர்களின் வாக்குகளை வெல்லப் போகிறவராக சிறீசேனா அடையாளப்படுத்தப்பட்டார். அதுபோலவே தமிழர்கள், முஸ்லிம்கள் அளித்த வாக்குகளால் வெற்றியும் பெற்று இலங்கையின் ஜனாதிபதியாகி உள்ளார். உச்சக்கட்ட படுகொலைகள் நிகழ்ந்ததாகச் சொல்லப்படும் போரின் இறுதி நாட்களில் இலங்கையின் தற்காலிக பாதுகாப்புத் துறை அமைச்சராகப் பணியாற்றியவர் என்ற முகமும் இவருக்கு இருக்கிறது.

போர் முடிந்து நான்கு ஆண்டுகள் முடிவடைய இருந்த நிலையில் 'புலித்தடம் தேடி...' என்ற தொகுப்பினை ஜுனியர் விகடன் இதழில் தொடராக எழுதினேன். இப்போது இது எழுதப்பட்டு நான்காண்டுகள் முடிவடைய இருக்கிறது. அன்று ராஜபக்சே ஆட்சி, இன்று சிறீசேனா ஆட்சி. ஆனாலும் ராணுவ ஆக்கிரமிப்பு, நில அபகரிப்பு, சிங்கள குடியேற்றங்கள், புத்தமயமாக்கல், தீவிரவாத விசாரணை என அதே தன்மையினைக் கொண்டிருக்கிறது இலங்கையின் வடக்கும் கிழக்கும். தேர்தல் நடத்தப்பட்ட பின்னரும் கூட வட மாகாண சபைக்கு நிலம் அதிகாரமும் காவற்துறை அதிகாரமும் வழங்கப்படவில்லை.

'ராணுவப் பலத்தினை குறைக்கப் போவதில்லை'- ராஜபக்சே, 'வடக்கிலிருந்து படைகள் திரும்பப் பெறப்படாது'- சிறீசேனா. இந்த வார்த்தை பதம் மட்டுமே தமிழர்கள் சார்ந்த கொள்கையில் இவர்களுக் கிடையே உள்ள வித்தியாசம்.

நமது நிலப் பிரதேசத்திற்கு மிக நெருங்கிய ஒரு தேசிய இனப்பிரச்னை என்ற ரீதியில் இதன் நிகழ்காலத்தை அறிந்துகொள்வது

அவசியமாவதால் இதனை வாசகர்களாகிய உங்கள்முன் சமர்ப்பிக்கிறேன். ஏனெனில் மக்களே வரலாற்றினை நகர்த்தும் சக்கரம்.

இதனை முதலில் தொடராக வெளிக்கொண்டுவந்த ஜூனியர் விகடன் இதழுக்கு எனது வணக்கம். தகவல்களைக் கொடுத்து உதவிய பல பெயர் குறிப்பிட முடியாத நண்பர்களுக்கும் எனது சிரம் தாழ்ந்த வணக்கங்கள். இரண்டாம் பதிப்பாக இந்நூலினை அச்சிடும் கிழக்கு பதிப்பகத்திற்கு எனது மனமார்ந்த நன்றிகள்.

தோழமையுடன்,
மகா.தமிழ்ப் பிரபாகரன்
magatamizh@gmail.com
www.beyondslavery.org

கருத்துரை

தமிழ் இனஅழிப்பை இலக்காகக் கொண்டு நீண்டகாலத் திட்டமிடலில் செயற்பட்டு வருகிறது சிறீலங்கா அரசு. அரசாங்கங்கள் மாறியபோதும் தமிழர்கள் தொடர்பான சிறீலங்கா அரசின் கொள்கை என்பது தமிழர்களுக்கு எதிரானதாகவே தொடர்கிறது.

சிறீலங்காவின் சனாதிபதிகளாக பதவி வகித்த ஜே.ஆர். ஜெயவர்த்தன மற்றும் ரணசிங்க பிறேமதாச போன்றோர் பயங்கரவாதத்துக்கு எதிரான போர் என்ற போர்வையில், போர் வெறியோடு தமிழ் இனஅழிப்பை மேற்கொண்டார்கள். சந்திரிக்கா பண்டாரநாயக்க குமாரதுங்காவோ சமாதானத்துக்கான போர் என்ற முகமூடியோடு தமிழ் இனஅழிப்பை தொடர்ந்தார். இவர்தான் இன்று தேசிய ஒருமைப்பாட்டுக்கும் இனநல்லிணக்கத்துக்குமான பணியகத்துக்கு பொறுப்பாக நியமிக்கப் பட்டுள்ளார். ரணில் விக்கிரமசிங்காவோ சமாதான வேடம் தரித்து தமிழ் இனஅழிப்பை முன்னகர்த்தினார். மகிந்த ராஜபக்சவோ பயங்கர வாதிகளின் பிடியிலிருந்து நாட்டை விடுவிப்பதற்கான மனிதாபிமானப் போர் என்ற போர்வையில் இருபத்தோராம் நூற்றாண்டின் முதலாவது பெரும் இனஅழிப்பை செய்தார். இன்று இனநல்லிணக்கம் என்ற பெயரில் ரணில் - மைத்திரி அரசாங்கம் கட்டமைப்பு சார் இனஅழிப்பை தமிழர்களுக்கு எதிராகத் தொடர்கிறது.

கடந்த காலத்தில், எதிரி யார், எதிரியின் இலக்கு என்ன, எதிரியின் அணுகுமுறைகள் போன்றவை தொடர்பாக தமிழர்களுக்கு ஒப்பீட்டு ரீதியில் விழிப்பிருந்தது. ஆனால், இன்று, எதிரி யார், என்ன வடிவத்தில் நாம் அழிந்து கொண்டிருக்கிறோம், எவ்வாறு அடையாளத்தை தொலைத்துக் கொண்டிருக்கிறோம் எனத் தெரியாமல் தமிழினம் அழிந்துகொண்டிருக்கிறது.

தமிழின அழிப்பு தொடர்பான தகவல்கள் வெளியுலகத்துக்குச் செல்வதைத் தடுக்கும் முகமாக இறுதிப் போரின் இறுதி நான்கரை

ஆண்டுகளில் 37 ஈழத்தமிழ் ஊடகப் பணியாளர்கள் படுகொலை செய்யப் பட்டனர். தமிழ் ஊடகத் துறை சுயதணிக்கைக்குத் தள்ளப் பட்டது. பல ஊடகவியலாளர்கள் பாதுகாப்பு காரணங்களுக்காக நாட்டை விட்டு வெளியேற நிர்ப்பந்திக்கப்பட்டார்கள். மறுபுறம், இன அழிப்புப் போரின் ஒரு அங்கமாக, தகவல் போரையும் மேற்கொண்டது சிறீலங்கா ஆட்சிபீடம்.

அதற்கு அமைவாக, இந்தியா உள்ளிட்ட வெளிநாடுகளிலிருந்து கணிசமான ஊடகவியலாளர்களை போர் இடம்பெற்ற காலப் பகுதியிலும், போருக்குப் பின்னரும் அழைத்து வந்தது. சிறீலங்கா அரசின் அழைப்பிதழில் வந்தவர்கள் அரசிற்கு அனுசரணையாகவே செயற்பட்டார்கள். ஆதலால், தமிழ் இனம் மட்டும் அழிக்கப்பட வில்லை. மாறாக, தமிழினம் அழிக்கப்படுகிறது என்ற உண்மையும் அழிக்கப்பட்டது. அத்துடன், சிறீலங்கா அரசு தமிழ் மக்களிற்கு நன்மையே செய்கிறது போன்ற புகழாரங்கள் சூட்டப்பட்டது. போரின் முதலாவது சேதம் உண்மை என்பது ஈழப்போர் நான்கில் மீண்டும் நிரூபணமானது.

இத்தகைய பின்னணியிலேயே, ஊடக நண்பர் மகா. தமிழ்ப் பிரபாகரன் போருக்குப் பின்னரான ஈழத்தமிழர்களின் மனநிலையினை அறியும் முகமாக, தமிழர் தாயகத்துக்கு மேற்கொண்ட பயணத்தின் அடிப்படையில் அவரது நேரடி அனுபவம் தொடர் கட்டுரையாக வெளிவந்து பின்னர் நூல் உருப் பெற்றுள்ள 'புலித்தடம் தேடி...' முக்கியத்துவம் பெறுகிறது.

புலித்தடம் தேடிச் சென்ற மகா. தமிழ்ப் பிரபாகரனுக்கு தமிழினம் தடமே இல்லாமல் அழிக்கப் பட்டுக்கொண்டிருப்பதை நேரடியாக பார்த்த அதிர்ச்சி அவரது எழுத்துக்களில் எதிரொலிக்கிறது. தான் கண்ட, தன்னை பாதித்த ஈழத் தமிழர்களின் அவலத்தை, அழிவை, நீதிக்கான ஏக்கத்தை, அரசியல் அபிலாசைகளை, போராட்ட ஓர்மத்தை, தளராத உறுதியை எழுத்துக்களின் ஊடாக தமிழக உறவுகளின் கண்முன் நிறுத்தியிருக்கிறார் மகா. தமிழ்ப் பிரபாகரன். 'இங்கு நான் கண்டதும் அறிந்ததும் ஈழத்தின் கொடுமைகளில் கடுகளவே. சிறீலங்கா இனவாதத்தின் சிறு அளவே' என்று விளித்திருக்கிறார் தமிழ்ப் பிரபாகரன். அவ்வாறாயின், ஆழவேரூன்றி பரிணமித்திருக்கும் சிங்கள பௌத்த பேரினவாதத்தையும் அதன் தாக்கங்களையும் எண்ணிப் பாருங்கள்.

தொல்பொருள் ஆராய்ச்சி என்ற பெயரிலே தொன்மையாய் இருந்த தமிழர் வரலாறு, மொழி, பண்பாடு போன்றவற்றை புறந்தள்ளி, சிங்கள

பௌத்த அடையாளங்களையும் வரலாற்றையும் நிலைநிறுத்தும் சிறீலங்கா ஆட்சிபீடத்தின் தீவிர நடவடிக்கைகளை எதிர்கொள்ள முடியாமல் ஏங்கி நிற்கிறார்கள் ஈழத்தமிழர்கள்...

வீதிகள், நெடுஞ்சாலைகள், முக்கியத்துவம் மிக்க இடங்கள், பௌத்தம் அல்லாத மதங்களுக்கு உரித்தான நிலங்கள், ஏன் போருக்கு முன்னர் சைவக் கடவுள்கள் இருந்த இடத்தில் எல்லாம் போருக்குப் பின்னர் பௌத்த மதத்தை நிலை நிறுத்துவதற்காக பரவலாக முளைக்கும் புத்தர் சிலைகளும் விகாரைகளுமாக தமிழர் தாயகம்... மகா. தமிழ்ப் பிரபாகரனின் வரிகளில் கூறுவதானால், 'தமிழர்கள் சாமியை சொல்லித் திரண்டாலும் புலிகளாகவே நினைக்கிறது ராணுவம். 'எம் முன்னோர்கள் சொன்னார்கள் கோவில் இல்லா ஊரில் குடியிருக்க வேண்டாம் என்று. இன்று ராணுவ ஆக்கிரமிப்பில்லாத தமிழ் ஊர்கள் எதுவும் இல்லையென்று மாறிவிட்டது.

ராணுவ முகாம்கள், ராணுவ உணவகங்கள், ராணுவச் சுற்றுலாக்கள், ராணுவப் பொருளாதாரம், ராணுவக் கண்காணிப்பு, ராணுவ வெற்றியை பறைசாற்றும் நினைவுச் சின்னங்கள் என ராணுவமயப்படுத்தப் பட்டதாக தமிழர் தேசம்...

குடிப்பரம்பலினை மாற்றும் நோக்கோடு, மீள்குடியேற்றம் என்ற பெயரில் தமிழர் தாயகத்தில் சிங்களவர்கள் குடியேற்றப்படுகிறார்கள். போரினால் பாதிக்கப்பட்ட கணிசமான தமிழர்களோ காடுகளுக் குள்ளும் வாழ நிர்ப்பந்திக்கப்பட்டுள்ளனர். சிங்கள மயமாக்கலின் இலக்கு என்பது தமிழர்கள் எங்குமே பெரும்பான்மையாக இருக்கக் கூடாது என்பதாகும். இது தமிழர்களின் அரசியல் அபிலாசைகள் நீர்த்துப் போகச் செய்யப்பட்டு, தமிழர்களின் இருப்பையும் அவர்களின் எதிர்காலத்தையும் கேள்விக் குட்படுத்தும் திட்டமிடலைக் கொண்டது.

தமிழ் மொழி, தமிழர்களின் வரலாறு, பண்பாடு போன்றவற்றை வெளிப்படுத்தும் அடையாளங்கள் சிறீலங்கா அரசால் திட்டமிட்டு அழிக்கப்படுகிறது. தமிழர்களின் இருப்பை, எதிர்காலத்தை கடந்த கால மரபை பலவீனப்படுத்தும் நோக்கோடு தமிழர்களின் அடிப்படைச் சித்தாந்தம் சிதைக்கப்படுகிறது.

தமிழன் வாழ்ந்த இடமெல்லாம் தமிழீழ விடுதலைப் புலிகள் வளர்ந்த நிலமென்ற போர்வையில் அழிக்கப்பட்டுக்கொண்டும் ஆக்கிரமிக்கப் பட்டுக்கொண்டும் இருக்கிறது.

அழிக்கப்பட்ட மாவீரர் துயிலும் இல்லங்களுக்கு மேலே சிங்கள ஆக்கிரமிப்பு ராணுவத்தின் முகாம்கள். தகனக் கிரியைகளே செய்யப்

படாமல் ஆங்காங்கே புதையுண்டு போயுள்ள பல்லாயிரக்கணக்கான தமிழர் களின் உடலங்களுக்கு மேலே சிங்களவர்களின் சுற்றுலா மையங்கள். இதனூடாக, சிங்கள ராணுவத்தை கதாநாயகர்களாகவும் தமிழ் இனம் தோற்கடிக்கப்பட்ட இனம் என்றும் சித்தரிக்கப் படுகிறார்கள். மறுபுறம் இனஅழிப்பை மூடிமறைக்க சிறீலங்காவை வெளிநாட்டவர்களின் சுற்றுலாவிற்கு சிறந்த ஒரு நாடாக அறிமுகப் படுத்தும் நகர்வுகள் தொடர்கிறது.

வன்னி மண் குருதியில் குளித்தது. நந்திக்கடல் வாவி பிணங்களால் நிரம்பி வழிந்தது. அதனைக் கடந்து வந்தவர்கள் புனர்வாழ்வு என்ற பெயரில் உளவியல் ரீதியாக சித்திரவதைக்குட்படுத்தப்பட்டார்கள். தடுத்து வைக்கப்பட்ட தமிழர்களின் உளவுரணை தகர்த்து தோல்வி மனப்பான்மையைத் தோற்றுவிக்கும் பணியை தாம் நடாத்திய தடுப்பு முகாம்களில் சிங்கள ராணுவம் மேற்கொண்டது. தமிழ் சகோதரிகள் மீதான பாலியல் பலாத்காரங்கள் மிலேச்சத்தனமாக தொடர்ந்தன. போருக்குப் பின்னர் உளவியல் போர் தீவிரப்படுத்தப்பட்டது.

இனநல்லிணக்கம் என்ற பெயரில் அடையாள அழிப்பும் வீரியம் பெற்றது. திட்டமிட்ட கலப்புத் திருமணம் தொடங்கி தமிழர்களின் தனித்துவமான பண்பாட்டையும் பாரம்பரியத்தையும் பலவீனப் படுத்தும் செயற்பாடுகள் கூர்மைப்படுத்தப்பட்டுள்ளமையை தமிழர் தாயகத்தில் வழமைக்குத் திரும்பாத இயல்பு நிலையூடாக அறிய முடிகிறது.

இவற்றில் பல முக்கிய விடயங்களை 216 பக்கங்களுக்குள் தனது எழுத்து வல்லமையூடாகப் படம்பிடித்துக் காட்டியுள்ளார் மகா. தமிழ்ப் பிரபாகரன். இந்த நூல் தமிழகம் எங்கும் தாக்கத்தை செலுத்துமானால், ஈழத்தமிழர்களின் இலட்சிய வேட்கையும் அரசியல் போராட்டமும் வலுவடைய துணைநிற்கும்.

நிர்மானுசன் பாலசுந்தரம்
அரசறிவியலாளர் - சுதந்திர ஊடகவியலாளர்
ஆஸ்திரியா

ஜூனியர் விகடன் இதழ்

புலித்தடம் தேடி, இலங்கை பயணம் குறித்து மகா. தமிழ்ப் பிரபாகரன் எழுதிய புத்தகம்.

மூன்று ஆண்டுகளுக்கு முன், மரண ஓலத்தில் இருந்த ஈழத்தில் இன்று, மயான அமைதி. பயங்கரவாதிகளை ஒழிக்கிறோம் என்ற பெயரில் தமிழ் மக்களைக் கொன்று குவித்த கொடூரப் போர் அது.

கொத்துக் குண்டுகளுக்கு பலியானோர் போக மிச்சம் இருப்பவர்களை, பட்டினி போட்டும் பணிய வைத்தும் கொஞ்சம் கொஞ்சமாக இறக்க வைக்கும் இனவெறித் தந்திரம் மட்டுமே அங்கு செய்யப் படுகிறது.

ஐக்கிய நாடுகள் சபையோ உலக நாடுகளோ இதைப் பற்றிப் பேச ஆரம்பித்தால் உடனே அரசியல் தீர்வு, 13-வது சட்டத் திருத்தம், வளர்ச்சித் திட்டங்கள் என்று வாய்மாலம் காட்டுகிறார்களே தவிர தமிழர்களுக்கான வாழ்க்கைத் தீர்வைக் காணமுடியவில்லை.

இதுபற்றிப் பேசினாலே, 'அங்கே இருந்து அதைப் பேசக்கூடாது, எங்கள் நாட்டுக்கு வந்து பாருங்கள்' என்று ராஜபக்சாக்கள் சொல்வார்கள். அரசாங்கத்தின் அழைப்பின் பேரில் சொகுசுப் பயணிகளாகச் சென்றவர்கள் அரசாங்கம் நினைத்ததைத்தான் சொல்வார்கள். மனசாட்சிப்படி, பார்த்ததைச் சொல்லக் கூடியவர்களை இலங்கைக்குள் அனுமதிப்பது இல்லை.'

இந்த நிலையில் சுற்றுலாப் பயணியாக சென்று முடிந்தவரை அனைத்து இடங்களையும் பார்த்து, தமிழ் மக்களின் மனவோட்டங்களை, வாழ்க்கை முறையை நேரில் கண்டுவந்தவர் மகா. தமிழ்ப் பிரபாகரன் என்ற இளைஞர்.

அதைத் தொடர் கட்டுரையாக ஜூனியர் விகடன் இதழில் எழுதினார். அந்தக் கட்டுரைகளின் முழுமையான தொகுப்புத்தான் இந்தப் புத்தகம்.

இலங்கை அரசியல், அங்கு தமிழ் மக்கள் நடத்திய அகிம்சைப் போராட்டம், ஆயுதம் தாங்கிய யுத்தம், சிங்கள ராணுவம் நடத்திய இனப்படுகொலைகள், இறுதி யுத்தம் ஆகியவை பற்றி ஏராளமான புத்தகங்கள் உண்டு. ஆனால் போருக்குப் பிந்தைய ஈழம், அந்த இடங்கள், மக்கள் நிலைமை பற்றிய புத்தகங்கள் இல்லை. அதுவும் நேரடி சாட்சி எழுதிய பதிவுகள் இல்லை. அந்த வரலாற்றுக் கடமையை மகா.தமிழ்ப் பிரபாகரன் துணிச்சலாகச் செய்துள்ளார்.

அவர் மீது சந்தேகப்பட்டு சிங்கள ராணுவ வீரர்கள் விசாரணை செய்த காட்சியில் தொடங்கும் இந்தப் புத்தகம், ஒட்டுச்சுட்டான், முல்லைத்தீவு, கிளிநொச்சி, பரந்தன், சின்ன உப்பளம், ஆனையிறவு, பூநகரி என அனைத்து தமிழ்ப் பகுதிக்கும் அழைத்துச் செல்கிறது. வடக்கு மாகாணம் மட்டுமல்ல கிழக்கையும் மலையக மக்களையும் அவர் சந்தித்துள்ளார். கொழும்புத் தமிழர்களுடனும் கலந்துரையாடல் செய்துள்ளார். அன்றாட வாழ்க்கை, அரசியல் சுதந்திரம் ஆகிய இரண்டு கோரிக்கைகள் அந்த மக்களின் எண்ணங்களாக உள்ளன.

இந்த இரண்டுக்குமான எந்த உத்தரவாதமும் இல்லாத அரசியல் சூழ்நிலையே அங்கு உலவுகிறது என்பதைச் சொல்கிறார். தமிழர்கள் மீதான தாக்குதல்கள் இப்போது இஸ்லாமியர்கள் மீது திரும்பியுள்ள காட்சியுடன் புத்தகம் முடிகிறது.

என்னை ஒரு நடைப்பிணமாக்கிய பயணம் இது. அவ்வளவு காயங்களோடும் வலிகளோடும் வறுமையோடும் இருந்தும் என்னை உபசரிப்பதில் அங்கு வாழும் மக்கள் துளியும் குறை வைக்கவில்லை. அதுதான் தமிழரின் குணம் என்கிறார் தமிழ்ப் பிரபாகரன். அந்தக் குணத்துக்காகவாவது நல்ல வாழ்க்கை கிடைக்காதா?

புதிய தரிசனம் இதழ்

ஜூனியர் விகடனில் தொடராக வந்த, 'புலித்தடம் தேடி...' நூலாசிரியர் மகா. தமிழ்ப் பிரபாகரன் அவர்கள் இலங்கைக்கு நேரடியாகச் சென்று தன் பயண அனுபவங்களைத் தொகுத்து அளித்திருக்கிறார். புத்தகத் தலைப்பின் கீழ் 'ரத்த ஈழத்தில் 25 நாட்கள்' என்று அச்சிடப்பட்டிருக்கும் வாசகமே நம்மை அச்சத்தில் ஆழ்த்துகிறது.

அடுத்தடுத்த பக்கங்களில் வரும் ஒவ்வொரு வரியும் ஈழத்தமிழர்களின் வலியை உரக்கச் சொல்கின்றன. தமிழ்ப் பிரபாகரன் என்ற பெயரோடு இலங்கைக்குச் செல்லும் துணிச்சல் வந்ததற்காகவே ஆசிரியரை எவ்வளவு பாராட்டினாலும் தகும். போரால் ஏற்பட்ட வடுக்களும், காயங்களும் ஒருபுறமிருக்க போருக்குப் பின்னும் தொடரும், உளவியல் போரைப் பற்றியும், கலாச்சாரத் தாக்குதல்களைப் பற்றியும் தெளிவாகப் படம்பிடித்துக் காட்டுகிறது இந்தப் புத்தகம்.

நான்காம் மாடி விசாரணை, தலையாட்டிகள் போன்ற செய்திகளைப் படிக்கும்போதே படபடப்பு அதிகமாகி விடுகிறது. திரும்பும் திசையெல்லாம் நலத்திட்டங்கள் நடப்பதற்கான விளம்பரப் பதாகைகள் நிரம்பியிருப்பதாகவும் ஆனால் அந்த விளம்பரங்களில் சொல்லப்பட்டது போல் எந்த நலத்திட்ட உதவிகளும் அங்கு நடைபெறவில்லை என்பதையும் ஆசிரியர் சொல்லும்போது இந்தியா நலத்திட்ட உதவிகள் என்ற பெயரில் அனுப்பியதாகச் சொல்லும் கோடிக்கணக்கான பணம் எங்கே என்ற கேள்வி எழாமல் இல்லை?

உலக நாடுகள் அனைத்தும் கள்ள மௌனம் காத்தபோது கொத்துக் குண்டுகளுக்கு இரையான லட்சக்கணக்கான ஈழத்தமிழர்களின் கண்ணீர் கதையைச் சொல்லும் இந்த நூல் இலங்கையில் காமன்வெல்த் மாநாடு நடைபெறக்கூடாது என்ற கோரிக்கைக்கு மேலும் வலுசேர்க்கும் என்பதில் ஐயமில்லை.

தினமணி நாளிதழ்

இலங்கையில் ஈழத் தமிழர்களுக்கு எதிராக எந்த அளவுக்கு இனவெறித் தாண்டவமாடுகிறது என்பதை நூலாசிரியர் தோலுரித்துக் காட்டியுள்ளார். இலங்கையின் பூர்வீகக் குடிமக்களாகிய ஈழத் தமிழர்கள் தங்களது தாய் மண்ணிலேயே ராஜபட்சவின் இனவெறி அரசால், உறவுகளையும், உடைமைகளையும் இழந்து, இன்று உணவுக்கே வழியில்லாமலும், உயிருக்கு உத்தரவாதமில்லாமலும் வாழ்வதை உலகுக்கு உரக்கத் தெரிவித்துள்ளார் நூலாசிரியர்.

விடுதலைப் புலிகளுக்கு எதிரான போர் என்ற பெயரில் ஈழத் தமிழர்கள் எப்படியெல்லாம் கொன்று குவிக்கப்பட்டனர்; இன்றும் கொல்லப் படுகின்றனர் என்பதை அங்கு போர்க் களத்தில் இருந்தவர்களிடம் தகவலைப் பெற்று நூலாசிரியர் பகிரங்கப்படுத்தியுள்ளார்.

இலங்கை மண்ணில் ஈழத் தமிழர்களுக்கு எதிராக இழைக்கப்பட்ட அநீதியில் இதுவரையில் சிறிதளவே வெளியுலகுக்குத் தெரிய வந்துள்ளது. பெரும் பகுதி குழி தோண்டிப் புதைப்பட்டுள்ளது என்பதை இந்த நூலின் மூலம் தெரிந்து கொள்ளும்போது மனித நேயம் படைத்த யாராலும் பதறாமல் இருக்க முடியாது. ராஜபட்ச அரசின் இனவெறிப் போரினால் ஈழ மண் தனது அடையாளத்தைத் தொலைத்து சின்னாபின்னமாகச் சிதறிக் கிடக்கிறது. ஈழ மண்ணில் எவ்வளவு விரவாக சிங்கள ஆக்கிரமிப்பு நடைபெறுகிறது என்பதையும் நூலாசிரியர் நேரடியாகக் கண்டுணர்ந்து விவரித்துள்ளதைப் படித்து அறியும் போது மனம் கனக்கிறது.

இலங்கை ராணுவத்தின் கண்களில் சாமர்த்தியமாக மண்ணை அள்ளித் தூவிவிட்டு 25 நாள்கள் ஈழ மண்ணின் மூலை முடுக்கெல்லாம் பயணித்து, அங்குள்ள கள நிலைமைகளை அறிந்து படைப்பாக அளித்துள்ள நூலாசிரியரின் அசாத்திய துணிச்சலைப் பாராட்டியே ஆகவேண்டும்.

முதற்பதிப்பிற்கான அணிந்துரை

வழித்தடம் தேடி...

ஜூனியர் விகடனின் தொடர் வாசகனாக இருந்தாலும், தம்பி மகா. தமிழ்ப் பிரபாகரன் எழுதிய 'புலித்தடம் தேடி...' தொடர் வெளிவந்த போது மேலோட்டமாகப் பார்த்தேனே தவிர, படிக்கவில்லை. உண்மையைச் சொல்கிறேன்; படிக்க முடியவில்லை. 2009-ம் ஆண்டு ஏற்பட்ட மனப்புண்களை ஆற்ற வழி தேடிக்கொண்டு இருக்கும் நிலையில், பச்சைப் புண்ணில் உப்பைத் தேய்க்க நான் விரும்பவில்லை.

2008-2009 காலகட்டத்தில் எனது மனைவியும் குழந்தைகளும் தூங்கச் சென்ற பிறகு, இணையதளங்களைப் படித்து அன்றையப் போரின் நிலையைப் பார்க்கும் வழக்கத்தைக் கொண்டிருந்தேன். நான் அப்போது படித்துக் கொண்டு இருந்த 'தேசிய' ஆங்கிலநாளிதழ் ஒன்று, 'இலங்கையில் பொதுமக்களே சாகவில்லை' (Zero Civilian Casualty) என்று பச்சையாகப் புளுகிக்கொண்டு இருந்ததால், வேறு தளங்களில் இருந்து தகவல்கள் வேண்டி நின்றேன்.

பல இரவுகளில் தன்னந்தனியாக அமர்ந்து கண்ணீர்விட்டு அழுதேன். 'எதுவும் செய்ய முடியவில்லையே...!' என்ற ஆதங்கம் என்னை முழுவதுமாக ஆட்கொண்டு இருந்தது. எனது கையாலாகாத்தனத்தால் என் மீதே கடுங்கோபம் கொண்டேன். ஏதாவது செய்தாக வேண்டும் எனும் உணர்வு மேலிட, நண்பர்கள் சிலருடன் குளச்சலில் இருந்து நாகர்கோவில் நோக்கி பேரணி நடத்தினோம். குமரி மாவட்ட ஆட்சித் தலைவர் அலுவலகம் முன்னால் பத்து நாட்களுக்கும் மேலாக தொடர் உண்ணாவிரதம் இருந்தோம். 'குமரி முனையிலிருந்து சென்னை நோக்கி நடைபயணம் செல்வோம்; நாம் தலைநகர் சென்றடையும் போது போருக்கு எதிராக லட்சக்கணக்கான இளைஞர்கள் வந்து குவிந்திருப்பார்கள்' என்று சில தலைவர்களிடம் பேசிப் பார்த்தோம்.

'தமிழினத் தலைவர்' நடத்திய அரசு. (எதுவுமே நடக்காதது போல் பார்த்துக்கொண்டு இருந்தது) எதுவுமே நடக்காமல் பார்த்துக்

கொண்டது. கோபமும் விரக்தியுமே மிஞ்சின. காந்தி, ஜே.பி., அகிம்சை, மென்முறை என்றெல்லாம் நம்புகிற, பேசுகிற நான், 'வன்முறைதான் இந்த உலகின் வழியோ...!' என்றுகூட ஆதங்கப் பட்டேன்.

தம்பி முத்துக்குமாரை பொறாமையோடு பார்த்தேன். அந்தக் காலகட்டத்திலும், அதன் பிறகும் எழுந்த குற்ற உணர்வில் இருந்து, கோபத்தில் இருந்து, கையாலாகத்தனத்தில் இருந்து இன்னும் முழுமை யாக மீளவில்லை. உண்மையைச் சொல்வதென்றால், இந்த உணர்வு களால் இன்னும் துரத்தப்படுகிறேன். நான், புலித் தலைமுறையைச் சார்ந்தவன். என்னைப் போன்ற இளைஞர்கள் அரசியலில் பருவ மடைந்தபோது, புலிகள் போராடத் துவங்கி இருந்தார்கள். எங்களின் இளமைப் பருவம், புலிகளின் வீரம், தீரம், உண்மை, அர்ப்பணிப்பு, அரசியல், போராட்டத்தால்தான் புனையப்பட்டது.

நாகர்கோவிலில் எங்கள் 'எறும்புகள்' (அரும்புகள் விரும்பி நடத்தும் கரும்பு மொழித் தமிழின் இயக்கம்) இயக்கத் தோழர்கள் தமிழீழ விடுதலைக்காக உழைப்பதாக இலங்கை 'சுதந்திரன்' இதழில் வெளியானபோது, இங்கே காவல் துறை கதவைத் தட்டியது. ஈழப் போரின் உக்கிரமான காலகட்டத்தில் 20 ஆண்டுகள் நான் எங்கெங்கோ வாழ்ந்தாலும், ஈழப் பிரச்னை பற்றி, போராட்டம் பற்றி, புலம்பெயர் தமிழர் நிலை பற்றி ஆய்வுகள் தமிழிலும் ஆங்கிலத்திலும் தொடர்ந்து எழுதினேன். 1987-ம் ஆண்டு, இந்திய அமைதிப்படை ஈழம் சென்று, அதிபர் ஜெயவர்தனே, பிரதமர் பிரேமதாச ஆகியோரின் நரித்தனத்துக்குப் பலியாகி தமிழர்களை கொன்றழிக்கத் துவங்கிய போது, 'நான் தமிழனா அல்லது இந்தியனா..?' என்ற கேள்வி குழப்பம், தேடல் என்னுள் எழுந்தது.

2012-ம் ஆண்டு செப்டம்பர் மாதம் 9-ம் நாள், 'கூடங்குளம் அணு உலை முற்றுகை!' என்று அறிவித்திருந்த எங்களுக்காகக் காவல் துறையினர் நெடுஞ்சாலைகளில் காத்துக்கொண்டு இருக்க, நாங்கள் கடற்கரை வழியாக அணு உலை அருகே சென்று முற்றுகையிட்டோம். செய்தி கிடைத்த காவல் துறை, அங்கே ஓடோடி வந்தது. சுட்டெரிக்கும் வெயிலிலும், நடுங்க வைக்கும் குளிரிலும் பகல்-இரவு எனப் பாராது பல்லாயிரக்கணக்கான குழந்தைகள், பெண்கள், ஆண்கள் அங்கேயே தவம் கிடந்தோம்.

நள்ளிரவுப் பொழுதில் நண்பர்களுடன் சுற்றித்திரிந்து மக்களின் பாதுகாப்பு, பொது அமைதி எல்லாவற்றையும் உறுதி செய்துவிட்டுக் கடற்கரையிலேயே அயர்ந்து தூங்கிக்கொண்டு இருந்தோம். அதிகாலை இரண்டு மணியளவில் நண்பர் மில்டன் என்னைத் தூக்கத்திலிருந்து

எழுப்பினார். 'அண்ணே, போலீஸ் வருகிறது' என்றார். எழுந்து நின்று பார்த்தேன், வலது பக்கம் பல டார்ச் விளக்குகள் இருளைக் கிழித்துக் கொண்டு முன்னேறி வந்தன. இடது பக்கம் திரும்பிப் பார்த்தேன். அங்கிருந்தும் இதேபோல பல டார்ச் விளக்குகள் விரைவாக வந்தன.

எங்களுக்கு முன்னால் பரந்து விரிந்த தமிழ்க் கடல். ஏதுமறியாத எண்ணற்ற மக்கள் அயர்ந்து தூங்கிக்கொண்டு இருந்தார்கள். ஒரு கணம், நிலை குலைந்துபோனேன். 'தூங்கிக்கொண்டு இருக்கும் மக்கள் மீது காவல் துறை தாக்குதல் நடத்தினால் என்ன நடக்கும்!? மக்கள் சிதறி ஓடுவார்களே, கடலுக்குள் குதிப்பார்களே, குழந்தைகள் இருக்கிறார்களே, பெண்கள் இருக்கிறார்களே, என்ன செய்யப் போகிறோம்...?' என்று திகைத்து, திக்குமுக்காடிப் போனேன். என் மனது 'முள்ளிவாய்க்கால், முள்ளிவாய்க்கால்...!' என்று அலறிக்கொண்டு இருந்தது.

சற்று நேரத்தில், இடது பக்கம் வருகிறவர்கள் 'நம்மவர்கள்' என்ற தகவல் ஓரளவு நிம்மதியைத் தந்தது. 'கொடூர விமானத் தாக்குதல் இல்லாது, கொத்துக் குண்டுகள் போடாது, பதுங்கு குழிகள் அமைக்காது நடக்கும் அறவழிப் போராட்டமே இப்படி ஒரு திகிலை, திகைப்பை, திணறலை ஏற்படுத்தினால், நம் ஈழ உறவுகள் என்னென்ன துன்பங் களை, துயரங்களை, கொடுமைகளை, வேதனைகளை, வக்கிரங்களை, வன்முறைகளை, வன்கொடுமைகளை அனுபவித்திருக்கிறார்கள்!' என்று நினைத்து விக்கித்து நின்றேன்.

ஈழப் போரின் அவலம் எங்கள் எல்லோர் நெஞ்சிலும் நிறைந்து நின்றது. இப்படி தமிழீழத்திலும் நடத்தப்பட்ட வன்முறை, வன்கொடுமை, இனப்படுகொலை என்னைப்போலவே ஒவ்வொரு தமிழனையும் தமிழச்சியையும் பல வழிகளில், பல விதங்களில் பாதித்திருக்கிறது. இவற்றையெல்லாம் பதிவு செய்வது, பகிர்ந்துகொள்வது அடுத்து வரும் நம் தலைமுறைகளுக்கு நாம் செய்தாக வேண்டிய கடமை.

இந்த வரலாற்றுக் கடமையைச் செய்யும் மகா. தமிழ்ப் பிரபாகரன், ஒரு மகா தமிழன். ஈழத்து அவலங்களை, அவஸ்தைகளை அவதானித்து அட்டவணைப்படுத்த ஒரு 'மகா' நெஞ்சுரமும் நேர்மைத் திறமும் வேண்டும். தமிழீழப் பிரபாகரன் தலைமை தாங்கிய, வழிநடத்திய, மக்களோடு மக்களாக நின்று போர் புரிந்த வரலாற்றை எடுத்து வைக்கும் எழுத்தாளரின் பெயரும் 'தமிழ்ப் பிரபாகரன்' என்றிருப்பது பொருத்தமானது. அவர் அண்மையில் இடிந்தகரைக்கு வந்தபோதுதான் முதன்முறையாகச் சந்தித்தேன். 'இவ்வளவு இளமையில் இப்படி ஒரு துணிச்சலா...!' என்று வியப்பாக இருந்தது. புலித்தடம் தேடிப்போன தைரியம், தேடல், முதிர்ச்சி என்னை வியக்க வைக்கிறது.

ஜூனியர் விகடனுக்கு ஒரு ராசி இருக்கிறது. அவர்கள் ஒரு பிரச்னைப் பற்றி தொடர் கட்டுரை வெளியிட்டால், அந்தத் தொடர் முடியும்போது பிரச்னைப் பெரிதாகிறது; போராட்டம் வெடிக்கிறது. எனது 2011-ம் ஆண்டின் 'அணு ஆட்டம்' தொடர் முடியும் முன்னரே கட்டுரை எழுத வந்த நான், களத்தில் நின்றுகொண்டு இருந்தேன். 'மயக்கம் என்ன?' கட்டுரைத் தொடர் முடிவடையும் தறுவாயில் தமிழகமெங்கும் உண்ணாவிரதம் என பற்பல நிகழ்வுகள் மக்கள் கவனத்தை ஈர்த்தன. மகா. தமிழ்ப் பிரபாகரனின் தொடர் முடிவடைந்தபோது தமிழக மெங்கும் 'தமிழ் வசந்தம்' ('தமிழ் ஆழி' பத்திரிகை சூட்டிய பெயர்) எனும் மாணவர் புரட்சி, மடை திறந்த வெள்ளமாகப் பொங்கி எழுந்தது.

இந்த நிலையில் தமிழ்ப் பிரபாகரன் புத்தகம் வெளிவருவது மிகுந்த முக்கியத்துவம் பெறுகிறது. அவரது புத்தகத்துக்கு முன்னுரை எழுதுவதை ஒரு பெரும்பேறாகவே நான் கருதுகிறேன்.

தோழர் இரா.சா. முகிலன் உதவியோடு கட்டுரைகளைத் தேடிப் படித்தேன். 2009-ன் பயங்கரங்களை, பயங்களை, வேதனைகளை, வலிகளை, வடுக்களை மீண்டும் சந்திக்கும் நிலை ஏற்பட்டது. நம்மின வரலாற்றை எதிர்கொள்ளாமல் வருங்காலத்தை வடிவமைக்க முடியாதே என்பதால், என்னையே கட்டாயப்படுத்திப் படித்தேன்.

தமிழ்ப் பிரபாகரன் ஈழத்தின் நிகழ்காலத்தையும் தெளிவாக படம் பிடித்துக் காட்டுகிறார்; கடந்தகாலத்தின் அவலங்கள் வேறு வடிவங்களில் வெடித்துக் கிளம்புவதையும் கோடிட்டுக் காட்டுகிறார். நில அபகரிப்பு, சிங்களவர் குடியேற்றம், ராணுவமயமாக்கல், இனவெறிச் சுற்றுலா... என தமிழரின் துன்பங்களும் துயரங்களும் தொடர்கதையாக நீள்கின்றன. தமிழ்ப் பிரபாகரனின் எழுத்துத் திறன், தெளிவான நடை, வரலாற்று ஆசிரியருக்கான முதிர்ச்சி போன்ற வற்றைக் கண்ணுற்றாலும், கனத்த இதயம் இவற்றை முழுமையாக ரசிக்கவிடவில்லை.

தமிழ் மாணவர் போராட்டம், தமிழ் மீனவர் போராட்டம், தமிழ் விவசாயிகள் போராட்டம், சில தமிழக அரசியல் கட்சிகளின் நடிப்பு, நயவஞ்சகங்களின் அம்பலம் என தமிழக அரசியல் களம் தலைகீழாக மாறிக் கிடக்கும் நிலையில், 'இனி நாம் என்ன செய்யலாம்?' என்ற கேள்வி எழுகிறது. புலித்தடம் திடீரென கண்ணுக்குப் புலப்படாமல் போயிருப்பது ஏன்? புலி அழிந்துவிட்டதா? அல்லது பதுங்கி இருக்கிறதா? புலி மீண்டும் வருமா? வேறு ஏதாவது உருவில் எழுமா? இன்னும் பாயுமா?

புலிகள் பற்றி வில்லியம் பிளேக் எனும் ஆங்கிலக் கவிஞர் பாடிய கவிதை இப்படித் துவங்குகிறது:

Tyger! Tyger! Burning bright
In the forests of the night,
What immortal hand or eye
Could frame thy fearful symmetry?

புலியே, புலியே
இரவின் காடுகளில் ஒளிரும் புலியே!
எந்த அழிவற்றக் கையோ, கண்ணோ
உன் பயங்கர சமச்சீரை வடித்திடப்போம்?

புலிகளின் உண்மையுடன், அர்ப்பணிப்புடன், வீரத்துடன் வாழ்வின் வழித்தடம் தேடி நிற்கும் தமிழினம், சில முக்கிய முடிவுகள் எடுத்தாக வேண்டும்:

1) தமிழ்நாடு மற்றும் தமிழீழம் உள்ளிட்ட தமிழர் வாழும் மண்ணை, வளங்களைக் காத்திட, ஈழத் தமிழரையும் இங்குள்ளத் தமிழரையும் ஒன்றிணைக்க, தமிழ் இலக்கியம், கலாசாரம், அரசியல் அனைத்தையும் வளப்படுத்த, இயன்ற வழிகளிலெல்லாம் உழைப்போம்.

2) பாக். நீரிணைப்பு, மன்னார் வளைகுடா உள்ளடக்கிய கடல் பகுதிகளை 'தமிழ்க்கடல்' என்று அழைப்போம். தமிழர் நலன் காக்க தமிழ்க் கடலின் இருமருங்கிலும் இயன்ற நடவடிக்கைகளில் இப்போதே இங்கேயே இறங்கிடுவோம்.

3) இலங்கையில் நடத்தப்பட்டது வெறும் மனித உரிமை மீறலோ, போர்க்குற்றமோ அல்ல; அது சிங்களப் பேரினவாத அரசால், ராணுவத்தால், மதவெறியர்களால் திட்டமிட்டு, முறைப்படுத்தப் பட்டு நடத்தப்பட்ட இனப்படுகொலை. இந்த மனித குலத்துக்கு எதிரான குற்றம் உரிய முறையில் அங்கீகரிக்கப்பட்டு, சுதந்திரமான முறையில் சர்வதேச நீதிமன்றத்தில் விசாரிக்கப்பட வேண்டும். இந்த இனப்படுகொலையில் நேரடியாகவோ, மறைமுகமாகவோ பங்கெடுத்தோர் அனைவரும் விசாரிக்கப்பட்டு தண்டிக்கப்பட வேண்டும். ஈழத்தமிழ் மக்களுக்கு நியாயம் கிடைக்க வேண்டும். அதற்காக அயராது உழைப்போம்.

4) ஈழத்தமிழர்கள் தெளிவான ஒரு தேசிய இனம் என்பதால் தொன்று தொட்டே அவர்கள் இலங்கை அரசால் பாரபட்சமாக நடத்தப்பட்டு தற்போது கொன்றொழிக்கப்படுவதால், அவர்கள் தங்கள் தாயகமாம் தமிழீழம் அமைத்துக்கொள்ள வழிவகுக்க வேண்டும். தமிழீழ அரசின் நோக்கு, போக்கு, செயல்பாடுகளை அந்த மக்களே

ஜனநாயக முறையில் தீர்மானித்துக் கொள்வார்கள். அதற்காக நாம் அனைவரும் பாடுபடுவோம்.

5) சிங்களப் படைக்கு இந்தியாவின் எந்தப் பகுதியிலும் எந்தவித மானப் பயிற்சியும் எப்போதும், யாரும் அளிக்கக்கூடாது. இலங்கையுடனானத் தூதரக உறவை இந்தியா தவிர்த்துக்கொள்ள அல்லது தரம் இறக்கிக்கொள்ள வேண்டும். இலங்கை அரசின் மீது இந்தியா பொருளாதாரத் தடை விதிக்க வேண்டும். இலங்கையிடம் இருந்து கச்சத்தீவைத் திரும்பப் பெற வேண்டும். இவற்றுக்காக நாம் அனைவரும் இந்திய அரசுக்கு தொடர்ந்து அழுத்தம் கொடுப்போம்.

6) சிங்களப் பேரினவாத அரசு, தமிழக மீனவர்களைச் சுட்டுக்கொல்வதும் சிறைப்பிடிப்பதும் தொடர்ந்து நடந்து வருவதால், தமிழக மீனவர்கள் தங்களுக்கென 'தமிழக மீனவர் பாதுகாப்பு படை' ஒன்றை அரசு ஆயுதங்களுடன் அமைத்துக்கொள்ள அனுமதி பெறுவோம்.

7) தமிழ்க் கடலின் ஒரு மருங்கிலும் அணுமின் நிலையங்களோ, அனல்மின் நிலையங்களோ, பன்னாட்டு நிறுவனங்களின் உண்டுறை விடுதிகளோ, உணவு ஊட்டச்சத்துப் பாதுகாப்பை நசுக்கும் திட்டங்களையோ கொண்டுவரக்கூடாது. கூடங்குளம், கல்பாக்கம் அணுமின் நிலையங்களை உடனடியாக மூடுவோம்.

8) இந்தியா மற்றும் தமிழகத்தில் உள்ள தேசிய, மாநில அரசியல் கட்சிகளின், தலைவர்களின் தகிடுதத்தங்களை முழுமையாக அறிந்து, புரிந்து, தெளிந்து அவரவருக்கான இடங்களில் அவர்களை அமர்த்துவோம். எதிர்வரும் பாராளுமன்றத் தேர்தலில் இருந்தே தமிழ் அரசியலைத் தூர்வாரும் பணியைத் தொடங்குவோம். இனம் காக்கும், இயற்கையைக் காக்கும், எதிர்காலத் தலைமுறைகளைக் காக்கும் புதியதோர் வழித்தடம் தேடுவோம்... புறப்படுங்கள்!

ஏப்ரல் 11, 2013

சுப. உதயகுமாரன்
அணுசக்திக்கு எதிரான மக்கள் இயக்கம்,
இடிந்தகரை

ரத்த ஈழத்தில் 25 நாட்கள்

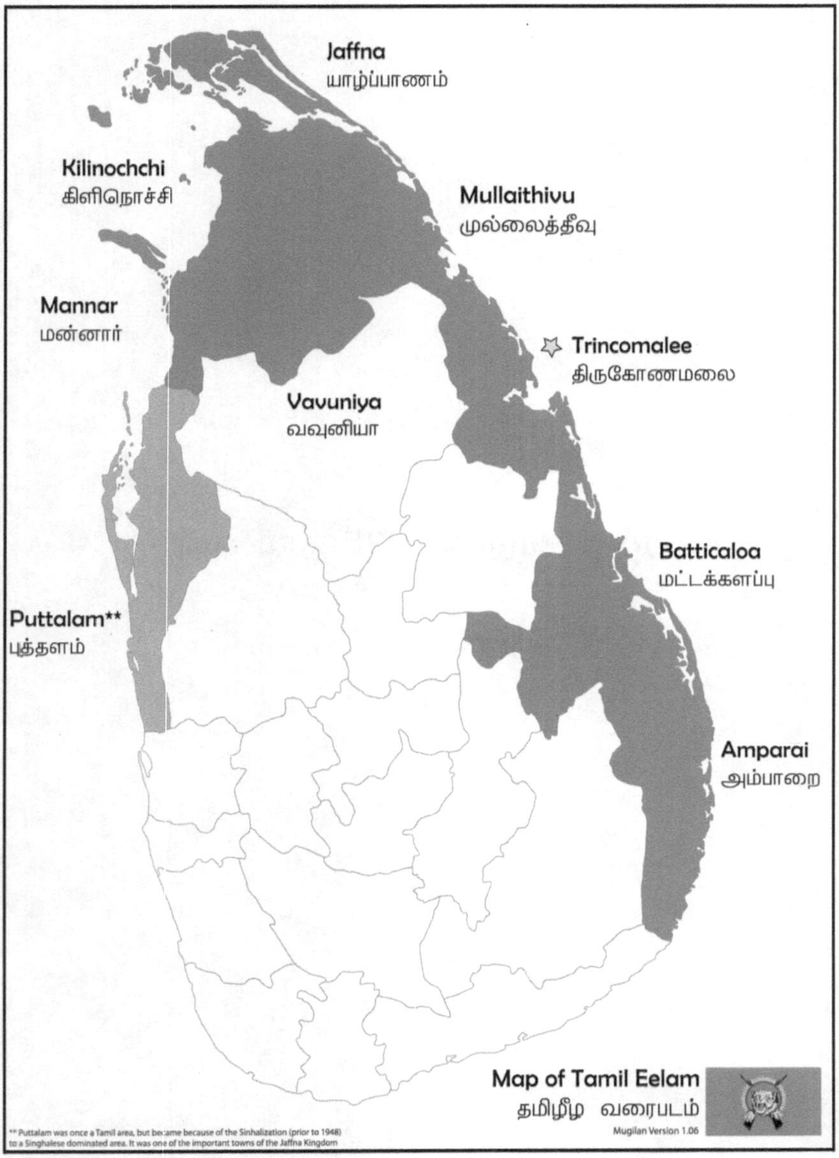
Jaffna
யாழ்ப்பாணம்
Kilinochchi
கிளிநொச்சி
Mullaithivu
முல்லைத்தீவு
Mannar
மன்னார்
Trincomalee
திருகோணமலை
Vavuniya
வவுனியா
Batticaloa
மட்டக்களப்பு
Puttalam**
புத்தளம்
Amparai
அம்பாறை
Map of Tamil Eelam
தமிழீழ வரைபடம்
Mugilan Version 1.06
** Puttalam was once a Tamil area, but became because of the Sinhalization (prior to 1948)
to a Singhalese dominated area. It was one of the important towns of the Jaffna Kingdom

1

ஆனையிறவு

'இதுதான் நீங்கள் கேட்ட கண்ணி வெடிகள் அகற்றும் பகுதி!' என்று இயல்பாகச் சொன்னார் ஓட்டுனர். எனக்கோ கண்ணில் வெடித்தது போல் இருந்தது. எத்தனை உயிர்களைக் காவுவாங்கிய இடம்!

கிளிநொச்சியில் இருந்து புறப்பட்டு பரந்தன் சந்தியைக் கடக்கையில், மனதில் பெரும் வெறுமை. அந்தச் சாலையின் வலதுபுறமாகச் சென்றால் முல்லைத் தீவை அடையலாம். சின்ன உப்பளத்தில் நின்றது பேருந்து.

நான் இறங்கிய இடத்தில் ஓர் உணவகம். ராணுவத்துக்குச் சொந்த மானது என்ற மிலிட்டரி மிடுக்கு அந்த உணவகத்துக்கு இருந்தது.

ஆயுதம் ஏந்திய புலிகள் நிர்வகித்த தடங்களில் இலங்கை ராணுவமும், ஆக்கிரமிப்பாய் ராணுவம் முன்னேறும் பாதைகளில் புலிகளும் கண்ணிவெடிகள் பதித்திருக்கின்றனர்.

உயிர்களையும் அங்கங்களையும் பலியெடுக்கும் கண்ணிவெடிகள் இன்றும் ஆங்காங்கே வெடித்துக் கொண்டிருக்கின்றன. 2010ஆம் ஆண்டு கணக்குப்படி 1,25,035 ஏக்கர்கள் கண்ணிவெடிகள் மற்றும் வெடிப் பொருட்கள் ஆபத்து கொண்டதாக தெரிவிக்கப் பட்டுள்ளது. 2012 ஆம் ஆண்டு 29,158 ஏக்கர்கள் வெடிப் பொருட்கள் ஆபத்து கொண்டது என இலங்கையின்

நேஷனல் மைன் ஆக்ஷன் செண்டர் (National Mine Action Center) உறுதி செய்துள்ளது.

மரணங்களைச் சுமந்த 'ஏ9' நெடுஞ்சாலையில் நடக்கிறேன். கண்ணி வெடிகளை அகற்றும் பணி நடக்கிறது. அதைப் படம் பிடித்தவாறு நகர்ந்தேன். எல்லா பணியிடங்களிலும் சிங்களர்களுக்கு முன்னுரிமை அளிக்கும் இலங்கை அரசாங்கம், உயிருக்கு ஆபத்தான கண்ணி வெடிகள் அகற்றும் பணியில் பெருவாரியாக தமிழர்களை மட்டுமே பயன்படுத்துகிறது. நொடி கவனம் சிதறினாலும் உயிர் போகும் வேலை அது. இப்பகுதியில் டாஷ் (DASH - Delvon Assistance for Social Harmony) என்ற நிறுவனம் கண்ணிவெடிகள் அகற்றும் பணியில் ஈடுபட்டுள்ளது. அவர்களின் ஆவணங்கள்படி 90 சதவிகிதத் தமிழர்கள், 10 சதவிகித சிங்களர்கள் மற்றும் முஸ்லிம்கள் இப்பணிகளில் ஈடுப்படுத்தப்பட்டுள்ளனர்.

தூரமாய் ஒரு கூடாரம். இன்னும் கொஞ்சம் உன்னிப்பாகப் பார்த்த போது அங்கேயும் ராணுவம்.

நான் நின்றுகொண்டு இருந்த இடம், மணலும் உப்பும் நிறைந்த பிரதேசம். கண்ணுக்கெட்டும் தூரத்தில் கடல் நீரேரியும் ராணுவத்தின் யுத்த வெற்றிச் சின்னமும் தென்பட்டது.

தண்ணீரை ஊடறுத்துச் செல்லும் பாதையில், கொஞ்ச தூரம் நடந்திருப்பேன். அதன் வழியே வந்த பேருந்தில் ஏறினேன்.

சில நிமிடங்களில் வந்தது, சிங்களர்களுக்கான வெற்றிச் சின்னம். அப்போது மணி காலை 9:30. ராணுவ டெம்போவில் இருந்து ஆயுதங்கள் இறக்கப்படும் நேரத்தில் நான் தனி ஆளாக அந்த இடத்தில் நின்றேன். என் மீது ராணுவப் பார்வைகள்.

'யார் நீ?' என்றது ஒரு குரல்.

'இலங்கைக்குச் சுற்றுலா வந்துள்ளேன்' என்றேன் சாதாரணமாக...

'போ' எனக் கை அசைத்தனர். நான் நுழைவதற்குள் சிங்களச் சுற்றுலா வாசிகள் சுமார் 30 பேர் ஒரு வேனில் வந்து இறங்கினர். அவர்களோடு நானும் நுழைந்தேன். ராணுவத்தைச் சேர்ந்த மூன்று பேர் செல்போன் பேசியவாறே எங்களுடன் வந்தனர். சிங்களர்களோடு நானும் அந்த வெற்றிச் சின்னத்தைப் படம் எடுத்தேன். ராணுவத்தினர் சிங்களச் சுற்றுலாவாசிகளுக்கு எதையோ சொல்லிக்கொண்டு இருந்தனர்.

'அவர்களுக்குச் சிங்களத்தில் சொன்னதை ஆங்கிலத்திலோ அல்லது தமிழிலோ எனக்குச் சொல்ல முடியுமா?' என ராணுவச் சிப்பாயிடம் கேட்டேன்.

‘சிங்களம் தவிர எதுவும் தெரியாது’ என்றார்.

சிங்களப் பயணி ஒருவர் என்னிடம், ‘இது நம் மண்ணை ஆக்கிரமித்த புலித் தீவிரவாதிகளிடமிருந்து மீட்ட இடம். இங்கு நம் போர் வீரர்கள் பெரும் தியாகத்தைச் செய்து நாட்டைக் காப்பாற்றி உள்ளனர். நமது மண்ணை நாம் மீட்டெடுத்து உள்ளோம். நீங்கள் எல்லாம் தென் இலங்கையில் இருந்து வந்துள்ளீர்கள். இது ஆபத்து நிறைந்த இடம். சாலையைவிட்டு உள்பகுதிக்குள் செல்லாதீர்கள். வெடிக்காத குண்டு கள் நிறையப் புதைந்து உள்ளன’ என அந்த ராணுவச் சிப்பாய் சொன்ன தாக ஆங்கிலத்தில் சொன்னார்.

‘மனித நாமத்தினால் தேசத்தின் புண்ணியத்துக்குத் தோன்றிய ஆயுதம் தாங்கிய படைத் தலைவர் அதிமேதகு மகிந்த ராஜபக்ஷே அவர்களின் தலைமையிலும், பாதுகாப்புச் செயலர் கோத்தபய ராஜபக்ஷே அவர் களின் வழிகாட்டலிலும் ஒருங்கிணைப்பிலும், ஏனைய ராணுவப் பிரிவுகளின் பங்களிப்புடன் முன்னெடுக்கப்பட்ட ராணுவ நடவடிக்கை யால் வடக்கையும் தெற்கையும் இணைத்ததன் நினைவாக சமாதான நினைவுத் தூபி இங்கு எழுப்பப்பட்டுள்ளது’ என அங்கே பொறிக்கப் பட்டிருந்ததை என் கண்கள் வாசித்தன.

என்னை நெருங்கிய ராணுவத்தினர் மூவர், என்னைப் பற்றி விசாரிக்கத் தொடங்கினர். நான் சொன்ன அனைத்தையும் குறித்துக்கொண்டனர்.

‘ஓகே மச்சான்!’ என இரண்டு பேர் விலகிச் செல்ல, ஒருவர் மட்டும் அந்த இடத்திலேயே நின்றார்.

சில நிமிடங்களில் விலகிச் சென்றவர்கள் மீண்டும் வந்தனர். ‘வாங்க பேசலாம்’ என்று அழைத்தனர்.

கொஞ்சம் கொஞ்சமாக அவர்கள் பேசும்விதம் விசாரணையை நோக்கிச் செல்வதை உணர முடிந்தது. பேசிக்கொண்டே என்னை தேநீர் கடைக்கு அழைத்துச் சென்றனர். அது ராணுவத்தினரால் நடத்தப்படும் கடை.

‘கொஞ்ச நேரம் உட்காருங்கள். எங்கள் ஆர்மி மேஜர் வருவார்’ என்றார்கள்.

‘நான் ஏன் அவரைப் பார்க்க வேண்டும்?’ என்றேன்.

‘அவர்தான் உங்களைப் பார்க்க வேண்டுமாம்’ கிண்டலாய் சினந்தனர். அப்போது, என்னைச் சுற்றி ராணுவத்தைச் சேர்ந்த ஏழு பேர் இருந்தனர். அடுத்து போலீஸைச் சேர்ந்த இருவர் வந்து, என்னைப் பற்றிய தரவுகளை எடுத்தனர். ஒரு மணி நேரத்திற்கும் மேலானது. காத்துக் கொண்டிருந் தேன். ராணுவ முகாமிலிருந்த கழிவறைக்குச் சென்றபோது அதன் கதவருகே நின்று காவல் காத்தனர்.

‘முள்ளி போனீங்களா? பிரபாகரன் செத்த இடம் நந்திக் கடல் போய்ப் பார்த்தாச்சா...?’ என ராணுவத்தில் ஒருவர் கேள்விகளை தொடுத்து விட்டுச் சென்றார்.

அடுத்த ஒன்றரை மணி நேரத்தில் கிளிநொச்சிப் பக்கம் இருந்து வந்த ராணுவ ஜீப்பிலிருந்து ஐந்து மெய்க்காப்பாளர்களோடு இறங்கினார் ஓர் அதிகாரி. அவர்களுக்குப் பின்னே மொபட்டில் இருவர் வந்தனர்.

விசாரணை தொடங்கியது. முழுக்கவும் ஆங்கிலத்தில் பேசினார்.

‘எங்கு இருந்து வருகிறீர்கள்...? எதற்காக வந்துள்ளீர்கள்?’

‘இந்தியாவின் தமிழ்நாட்டில் இருந்து சுற்றிப்பார்க்க வந்துள்ளேன்.’

‘நீங்கள் இலங்கையைத் தேர்வு செய்யக் காரணம் என்ன?’

‘என்ன சொல்ல? லோன்லி பிளானட் இணையதளம் 2013-க்கான சிறந்த 10 சுற்றுலா நாடுகளில் இலங்கையைத் தேர்வுசெய்துள்ளது. அதன் காரணமாகவும் பயணச்செலவு குறைவு என்பதாலும் இலங்கையைத் தேர்வுசெய்தேன்’ என்றேன்.

‘எப்போது வந்தீர்கள்...என்ன பணியில் உள்ளீர்கள்?’

‘நவம்பர் 13 அன்று வந்தேன். ஆய்வுப் பணியில் உள்ளேன்.’

‘இங்கே வேறு எங்கு போனீர்கள்?’

‘யாழ்ப்பாணத்தில் உள்ள டச் கோட்டை, முருகன் கோயில்’ என சொல்லிக்கொண்டு இருக்கும்போது அந்த அதிகாரி, ‘நைஸ் போன். தாங்க பார்ப்போம்’ என எனது கையிலிருந்து பறித்துக்கொண்டார்.

‘நீங்கள் எங்கள் நாட்டில் எங்கு வேண்டுமானாலும் செல்லலாம். நீங்கள் யார் என்று தெரிந்துகொள்ளத்தான் இப்படிக் கேட்டோம். ஏன் தனியாக வந்தீர்கள்? என்ன செய்து கொண்டிருக்கிறீர்கள்?’ என்று மறுபடியும் கேட்டனர்.

‘அதான் ஏற்கெனவே சொன்னேனே!’ என்றேன்.

அவர் என்னைவிட்டு விலகி, தன் மேல் அதிகாரிக்கு சிங்களத்தில் என்னைப்பற்றிய விவரங்களைச் சொன்னார். 40 நிமிடங்கள் போனது. அவர்கள் என்னைப் படம் எடுத்துக்கொண்டனர். மொபட்டில் வந்த இருவரும் மறுபடியும் என்னைப் பற்றிய விவரங்களைக் கேட்டனர். என் கடவுச்சீட்டைப் பரிசோதித்தனர். கடவுச்சீட்டில் என் பெயர், தமிழ்ப் பிரபாகரன் என்று இருந்தது.

ஆனையிறவு போர் வெற்றிச் சின்னம்

கண்ணி வெடிகள் அகற்றும் பணியில் தமிழ் பெண்

கோயில் திருவிழாவில் ராணுவத்தினர்

'தமிழ்ப் பிரபாகரன் என்று பெயர். அதுவும் தனியாக வந்திருக்கிறாய்?' என முறைத்தனர்.

'என்னைப்பற்றி பேசும்போது ஏன் உங்களுக்குள் சிங்களத்தில் பேசுகிறீர்கள். இருவருக்கும் பொதுவான மொழியில் பேசுங்கள். நான் உங்கள் நாட்டுக்கு சுற்றுலாவுக்காக வந்துள்ளேன். சுற்றுலாவாசியை ஒரு தீவிரவாதிபோல் விசாரிக்கிறீர்கள்!', நான் இந்தக் கேள்வியை வீசிய நேரம், போலீஸிடம் ராணுவ அதிகாரி கடும் கோபத்துடன் பேசிக்கொண்டு இருந்தார்.

அவர் சிங்களத்தில் போலீஸிடம், 'எங்களுக்குச் சந்தேகம் இருக்கும் பட்சத்தில், யாரையும் கைதுசெய்யலாம். உன்னிடம் அதைச் சொல்ல வேண்டிய அவசியம் இல்லை' என்றார்.

அதாவது என் மீது நடவடிக்கை எடுப்பதில் ராணுவம், போலீஸ் இருவருக்கும் கருத்து வேறுபாடு இருப்பதை என்னால் உணர முடிந்தது. ராணுவ அதிகாரி தன் உயர் அதிகாரியிடம் பேசிக்கொண்டு இருக்கும் போது என்னிடம் தங்கள் நிலையைப் பேசிய போலீஸ், 'உங்கள் பக்கம் தப்பு இல்லை என்றாலும், ராணுவத்தை மீறி எங்களால் எதுவும் செய்ய முடியாது. அவர்கள் எங்களை மிரட்டுகிறார்கள். வெளிநாட்டைச் சேர்ந்தவர்கள் இந்த இடத்தைப் படம் எடுக்கக்கூடாது. நீங்கள் தனியாக வந்ததைத்தான் ராணுவம் பெரிய பிரச்னையாகப் பார்க்கிறது. உங்களை ராணுவப் பெரியவர் கைதுசெய்யச் சொல்லி இருக்கிறார். உங்களிடம் ஆங்கிலத்தில் நன்றாகத்தான் பேசுகிறார். ஆனால் எங்களிடம் சிங்களத்தில் கைது செய்யச் சொல்கிறார்' என்றார்.

'ஓ குடிச்சிட்டே கதைப்போம் வாங்க' என்றார் இடையில் வந்த சி.ஐ.டி அதிகாரி. 'அனுமதிபெற்று நுழைந்த பிறகும் மணிக்கணக்காய் விசாரணை செய்யும் உங்களை எப்படி நம்புவது?' என்றேன்.

பதில் பேசாமலே அவர்களுக்குள் சிங்களத்தில் பேசினர். யாருக்கோ என்னைப் பற்றிய தகவலைப் பகிர்ந்தனர். இலங்கையில் தங்கியிருக்கும் முகவரியை மீண்டும் வாங்கிக்கொண்டு 'போலாம்' என்றார் சி.ஐ.டி. அதிகாரி திடீரென.

எழுந்து நடக்க ஆரம்பித்தேன். என்னை விசாரித்த ராணுவ மேஜர் நான் பேருந்து ஏறும்வரை என்னைப் பார்த்துக்கொண்டு இருந்தார். புலிகள் என்றாலும் கேமரா என்றாலும் இலங்கை ராணுவத்துக்கு இன்றும் அவ்வளவு பயம்.

நான்கரை லட்சம் சிங்களர்களை உள்ளடக்கியுள்ளது இலங்கை பாதுகாப்பு படை. இதில் மூன்று லட்சம் பேர் ராணுவத்தினர். ஒரு

லட்சமாக இருந்த ராணுவத்தின் எண்ணிக்கையை மூன்றே ஆண்டு களில் மும்மடங்கு அதிகரித்துள்ளதாக 2010 ஆம் ஆண்டு இந்தியன் டிபன்ஸ் ரிவ்வியூக்கு (Indian Defence Review) அளித்துள்ள பேட்டியில் பாதுகாப்பு செயலாளர் கோத்தபய ராஜபக்ஷே தெரிவித்தமை இங்கு குறிப்பிடத்தக்கது. இதில் 80 சதவிகிதப் படையினரை தமிழர் நிலத்தில் புலி அச்சுறுத்தலைக் காட்டி காவல் வைத்துள்ளது இலங்கை அரசாங்கம். அதாவது ஐந்து தமிழருக்கு ஒரு ராணுவச் சிப்பாய்.

2009 வன்னியில் நிகழ்த்திய போரினை இலங்கை அரசு சாட்சியமற்ற போராக செய்ய நினைத்திருந்தது. 2008 செப்டம்பர் 05 தேதியிட்ட இலங்கையின் பாதுகாப்பு செயலாளர் கோத்தபயவின் கடிதம் அந்த எண்ணத்தினை வெளிப்படுத்தியது. வன்னியில் செயல்படும் ஐ.நா. உள்ளிட்ட அனைத்துத் தொண்டு நிறுவனங்களுக்கும் இக்கடிதம் அனுப்பப்பட்டது. அதில் 29 செப்டம்பர்க்கு முன்னதாக தொண்டு நிறுவனங்கள் தங்களுடைய ஊழியர்கள், வாகனங்கள், உடைமைகள் உள்ளிட்ட அனைத்தையும் வன்னியிலிருந்து வெளியேற்ற வேண்டும். அதன்பின் தொண்டு நிறுவனங்களைச் சேர்ந்த எவருக்கும் ஓமந்தை சோதனைச் சாவடிக்கு அப்பால் அனுமதியில்லை என அறிவுறுத்தப் பட்டிருந்தது. ஆனால் கேமரா ஆதாரங்களும், உயிர் பிழைத்தவர்களின் சம்பவங்களும் சாட்சியமற்ற போரினை சாட்சியங்கள் நிரம்பிய போராக மாற்றியது.

இப்படியான கேமரா பயத்தால் நானும் இலங்கையில் இரண்டு முறை ராணுவ விசாரணைக்காக மூன்று மணி நேரம் வைக்கப்பட்டேன்!

இன்றும் தமிழர்கள் அனைவரும் 24 மணி நேரமும் ராணுவ விசாரணையில் இருப்பதைப் போலவே இருக்கிறார்கள். இலங்கையில் மிகக் கோரமானது பூசா சிறை முகாம். எந்த விசாரணையும் இல்லாமல் 20 ஆண்டுகளைக் கடந்தும் தமிழர்கள் சிறை வைக்கப்பட்டு இருக்கும் இடம். இங்கே என் மகன் இருக்கிறானா? என்று எந்தத் தாயும் உறுதி செய்ய முடியாத அளவுக்கு இருள் சூழ்ந்த இடம்.

இன்னொன்று, நான்காவது மாடி விசாரணை. அழைத்துச் செல்லப் பட்டவர்கள் அனைவரையும் உயிரோடு சித்ரவதை செய்து கொஞ்சம் கொஞ்சமாகக் கொல்லும் இடம். இவை இரண்டும் இன்னும் உலகத் தின் மனச் சாட்சிக்கு முன்னால் வெளிச்சத்துக்கு வராத இடங்கள். உண்மையைச் சொன்னால், ஈழத்தின் மொத்த நிலப்பரப்பும் அப்படியே இருக்கிறது!

நாலைந்து தமிழர்கள் சேர்ந்து நிற்க முடியாது. சந்தேகக் கண்கள் அவர்களை நோட்டமிட்டபடி நிற்கும். சொந்தங்கள் பக்கத்து ஊரில்

இருந்து வந்தால் கூட பதிவுசெய்த பிறகே நுழைய முடியும், வெளிநாட்டில் இருந்து வருவதைப் போல. வெளிநாட்டில் இருந்து உறவுகளைப் பார்க்க வருபவர்களுக்கு நேரடியாகவும் மறைமுகமாகவும் முழுமையான விசாரணை உண்டு.

கிளிநொச்சியில் ஒரு காட்சி...கோயில் திருவிழாவில் பக்திப் பரவசத் துடன் தமிழ் பக்தர்கள் நடந்து செல்கிறார்கள். சுற்றிலும் பாதுகாப்புக்கு ராணுவமோ, போலீஸோ போனால் பரவாயில்லை. ஆனால், பக்தர்கள் தலைகளைவிட ராணுவத்தினர் எண்ணிக்கைதான் அதிகம். தமிழர்கள் சாமியைச் சொல்லித் திரண்டாலும் புலிகளாகவே நினைக் கிறது ராணுவம். சுயமாக நடமாடவும், சுயமாக பொருள் தேடவும், சுயமாகச் செயல்படவும் அனுமதிக்காத அவசர நிலை இன்னமும் அப்படியே இருக்கிறது. தமிழர்களைக் கண்களுக்குத் தெரியாத கயிறால் கட்டிப்போட்டுவிட்டு, அவர்கள் சுதந்திரமாக வாழ்ந்த பூமியை சுற்றுலாத்தலங்களாக மாற்றி விட்டனர். சிங்களவர் பெருமை பேசும் நினைவகங்கள், ராணுவத்தின் இருப்பைச் சொல்லும் முகாம் கள், புத்தரின் புகழ்பாடும் விகாரைகள், கேளிக்கை விடுதிகள் என ஈழப் பிரதேசம், தமிழ் அடையாளங்களைத் தொலைத்து விட்டது.

ஆனையிறவுக்கு முன் ஒரு பகலைக் கொழும்பில் தொடங்கினேன். எனது பயணமும் அங்கு இருந்தே ஆரம்பமானது!

2

கொழும்பு

இலங்கை ஒரு சொர்க்க பூமி. மனித குலம் நிறைந்து வாழவேண்டிய அற்புத பூமி. ஆனால், இன்று அப்படி இல்லை. இனவாதம் அந்த சொர்க்க பூமியை சுடுகாடு ஆக்கிவிட்டது!

'ஒரு மனிதன், மனிதப் பிறப்புக்குரிய அன்போடும், அறிவோடும், பண்போடும் இலங்கையில் வாழ முடியாது' என்று ஒரு பத்திரிகையாளர் எழுதினார். இது, தமிழர்களுக்கு மட்டுமான நியதி அல்ல; சிங்களர் களுக்கும் பொருந்தும் எனலாம்.

அந்தப் பூமியில் தீபாவளி அன்று காலை கால் ஊன்றினேன். அரக்கம் மிகுந்த நரகாசுரனை வதம் செய்ததால் தீபாவளியைக் கொண்டாடு கிறோம் என்பது இதிகாசக் கதை. அதே தீபாவளி தினத்தன்று தமிழர் நிலைமையை அறியச் சென்றது முரண்சுவை!

கட்டுநாயக்க ராணுவ விமானத் தளத்தின் மீது 2001, 2007 என இருவேறு காலக்கட்டங்களில் புலிகளின் ராணுவத் தாக்குதல் நடந்தது. 350 மில்லியன் டாலர் இழப்பு ஏற்பட்டதாகக் கணக்கிடப்பட்ட 2001 தாக்குதல் இலங்கை-புலிகளுக்கு இடையே அமைதி பேச்சு வார்த்தை தொடங்க முக்கிய காரணியாக இருந்தது. தமிழ் மக்கள் மீதான இலங்கை படையின் வான் தாக்குதலைத் தடுக்கவே கட்டுநாயக்கா ராணுவ

விமானத் தளத்தின் மீதான தாக்குதல் எனக் குறிப்பிட்டது புலிகள் இயக்கம். ஆனால் இதை தீவிரவாத தாக்குதல் என்றது இலங்கை அரசாங்கம். அந்த கட்டுநாயக்க ராணுவ விமானத் தளத்தின் அருகே உள்ள பண்டார நாயக விமான நிலையத்தில் இறங்கினேன். சுற்றுலா ஊக்குவிப்பு நடவடிக்கைகளால் 'ரத்தினக் கற்களுக்கு வரி விலக்கு, அதிகப்படியான பணம் கொண்டு வருபவர்களுக்கு வரி விலக்கு' என்றெல்லாம் இப்பொழுது இலங்கையில் பல விலக்குகள் வெளி நாட்டினருக்கு உண்டு. சுற்றுலா என்ற மந்திரச் சொல்லை வைத்து சர்வ தேசத்திடம் இருந்து இலங்கை தன்னைக் காத்துக்கொள்கிறது. உள் நாட்டுக் கடவுச்சீட்டுகளின் உடைமைகளுக்கு கடுமையான சோதனைகள் இருந்தன. இந்திய கடவுச்சீட்டு என்பதாலும் முதல் முறை செல்வதாலும் பெரிய சோதனைகள் இலங்கைக்குள் நுழையும் போது இல்லை.

அங்குள்ள தமிழ் நண்பர் வரவேற்க, வெளியே வந்தேன். புத்தபிரான் வெண்மை நிறத்தில் அமர்ந்தபடிக் காட்சியளித்தார். இலங்கையில் புத்தபிரான் வீதிக்கு வீதி அமர்ந்திருப்பார். போருக்குப் பிறகு, தாய்லாந்து கொடுத்த பெருமளவிலான புத்தர்கள் தமிழர்கள் பகுதி உட்பட இலங்கை முழுதும் உள்ளதாகத் தெரிவித்தார் நண்பர்.

விமான நிலையத்திலிருந்து கொழும்பு 34 கிலோ மீட்டர். கொழும்பு புறக்கோட்டை பகுதியில் உள்ள ஒரு புத்தகக் கடைக்குச் சென்றேன். அங்கு பணியாற்றும் சிங்களப் பெண்ணிடம் 'மகாவம்சம்', 'புத்தர் வரலாறு' போன்ற புத்தகங்கள் உள்ளதா?' என்றேன். தருவதாகக் கூறிய அவர் பேச்சுவாக்கில் 'நீங்கள் ரெட் கிராஸா?' என்று சந்தேகித்தார். 'எந்த நாடு நீங்கள்?' என்றும் விசாரித்தார்.

'இங்கு யார் யாரெல்லாம் புத்தகம் வாங்கினார்கள் என்பதைக்கூட ராணுவ புலனாய்வு வந்து விசாரிக்கும். அதனால்தான் கேட்டார் என நினைக்கிறேன். இங்கே எல்லாமே புலிதான். அரசாங்கத்தை எதிர்ப்பவர் தமிழராக இருந்தால் தமிழ்ப் புலி. சிங்களவராக இருந்தால் சிங்களப் புலி என்றே அரசு குற்றம்சாட்டுகிறது. இப்படி இலங்கை அரசின் பாசிசக் கோட்பாடுகளை எதிர்த்து அதன் பாதிப்பால் கொல்லப்பட்ட லசந்த விக்கிரம்துங்கே, வெளிநாட்டுக்குத் தப்பிச் சென்று வாழும் நிலைக்குத் தள்ளப்பட்ட பத்திரிகையாளர்கள் பாஷ்னா அபிவர்தனே, பிரட்ரிகா ஜான்ஸ் போன்றோர் சிங்களப் புலிகளுக்கான எடுத்துக்காட்டு எனலாம். அந்த வகையிலான சந்தேகப் பார்வை இன்றும் தொடர்கிறது' என்றார் நண்பர்.

'இலங்கையை இந்தியா நட்பு நாடு என்றுதானே அழைக்கிறது. அதனால் இந்தியாவில் இருந்து வருபவர்களுக்கு மரியாதை அதிகம்

இருக்கும் அல்லவா?' என நண்பரைக் கேட்டேன். 'இலங்கையை இந்தியா வேண்டுமானால் நட்பு நாடு என்று சொல்லிக்கொள்ளலாம். ஆனால், நடைமுறை நடவடிக்கைகள் அப்படி இல்லை' என்றார்.

கொழும்பு புறக்கோட்டை வீதியில் நடந்துகொண்டே, சில புகைப் படங்கள் எடுத்தேன். ஒரு பேருந்தைக் கடக்கும்போது பேருந்துக் கண்காணிப்பாளர் ஒருவர் தமிழில், 'நில்லுங்க' என்றார். நான் விழித்தேன்.

'இது நகரப் பகுதி. இப்படி எல்லாம் படம் பிடிக்கக்கூடாது. வெளி நாட்டினரும் பத்திரிகையாளர்களும் மட்டுமே மக்கள் அதிகமுள்ள இடத்தில் படம் எடுக்க அனுமதிக்கப்படுவர்' என்றார்.

மாலையில் கொழும்புக் கடற்கரைக்குச் சென்றேன். வழியில் இலங்கை யின் பழைய நாடாளுமன்றமும் மகிந்த ராஜபக்ஷேவின் அலரி மாளிகையும் இருக்கின்றன. சாலை ஓரங்களில் மணல் மூட்டைகள் மெகா உயரத்துக்கு அடுக்கி வைக்கப்பட்டு இருந்தன. சுனாமி முன்னெச்சரிக்கைக் கட்டமைப்பாக இருக்கும் என்று முதலில் நினைத்திருந்தேன். பின்னரே தெரிந்தது அது கார் பந்தயத்துக்கான ஏற்பாடாம். 'சிறந்த சர்வதேச இளைஞன்' என்று 2012-ம் ஆண்டு இந்திய அரசின் விருதைப் பெற்ற நாமல் ராஜபக்ஷே (மகிந்தாவின் மகன்) இந்த விளையாட்டுகளை இலங்கையில் அறிமுகப்படுத்திப் பங்கேற்கிறார். இந்த இரவு நேர கார் பந்தய ஏற்பாட்டால் கொழும்பு சாலைகள் அனைத்தும் மணல் மூட்டைகளால் நிரம்பிக் கிடந்தன.

உயர் பாதுகாப்புப் பகுதியான காலிச் சாலையில் (Galle Road) பயணிக் கிறேன். பழைய இலங்கை நாடாளுமன்றத்துக்கு மிக அருகிலேயே 'ஷரிங்லா' என்ற ஹாங்காங் நட்சத்திர சொகுசு விடுதியின் கட்டுமானப் பணி நடந்துகொண்டு இருந்தது. 2015-ம் ஆண்டு திறக்கப் போகும் அந்த சொகுசு விடுதி இலங்கைக்கு வந்த கதை அரசியல் முக்கியத்துவம் வாய்ந்தது என்கிறார்கள்.

தொழில் முதலீடுகள் என்ற பெயரால் இந்தியாவின் போட்டி நாடாக பார்க்கப்படும் சீனா, முழுமையாக தனது ஆக்டோபஸ் கரங்களை இலங்கையில் ஊன்றி விட்டது. இந்த விடுதி கட்டப்பட்டுவரும் மொத்த இடம் 10 ஏக்கர். இதை, இலங்கை அரசிடம் இருந்து 2011-ம் ஆண்டு ஜனவரி மாதம் வாங்கினார்கள். இலங்கை அரசின் கணக்குப்படி 408 மில்லியன் டாலர்களை சொகுசு விடுதி கட்டுமானத்துக்கு முதலீடு செய்துள்ளது, ஷரிங் லா என்ற சீன நிறுவனம். அதேபோல் அம்பாந் தோட்டையில் 115 ஏக்கரில் ஒரு விடுதியைத் திறக்க இருக்கிறார்கள். அதற்கு 120 மில்லியன் டாலர்களை ஒதுக்கி உள்ளது. இந்த நன்றிக்கடன்

எல்லாம் போதாது என்று கொழும்புவின் பெரும் கடல் பகுதியையே சீன அரசுக்கு விற்றுவிட்டது ராஜபக்ஷே அரசு.

சீனாவின் நிறுவனப் பணிகளுக்காக 30,000 த்திற்கும் மேற்பட்ட சீனத் தொழிலாளர்கள் அமர்த்தப்பட்டுள்ளதாகத் தெரிவிக்கிறது சண்டே டைம்ஸ் செய்தி.

கொழும்பு நகர சாலை

கொழும்பு கடற்கரையில் என்னைச் சந்தித்த இலங்கைப் பத்திரிகை யாளர் ஒருவர் இதுகுறித்து சில விரிவான தகவல்களைத் தந்தார். 'புலிகளுடனான யுத்தம் 2009-ம் ஆண்டு முடிந்து விட்டது. தமிழர்கள் தங்களது உரிமைகளை இழந்து அனாதை ஆக்கப்பட்டது குறித்து இலங்கை அரசுக்கு எந்தக் கவலையும் இல்லை. ஆனால், இலங்கை யில் அடுத்த சில ஆண்டுகளுக்குள் ஒரு பெரும் யுத்தம் நடக்க இருக்கிறது. அது பொருளாதார யுத்தம். ஆனால், இலங்கை சிங்களவர்கள் கையில் இருந்து கை நழுவப்போவதைத் தவிர்க்கவோ, தடுக்கவோ முடியாது. ஒரு பக்கம் சீனாவும் இன்னொரு பக்கம் அமெரிக்காவும் நின்று இலங்கையைக் கபளீகரம் செய்யப் பார்க்கின்றன. சமீபத்தில் சீனா - இலங்கைக்கு இடையே 16 ஒப்பந்தங்கள் போடப்பட்டன. ஏற்கெனவே, அம்பாந்தோட்டை விமான நிலையம், துறைமுகம், நுரைசோலையில் அனல் மின் நிலையம், கொழும்பு துறைமுகம் விரிவாக்கம், ரயில் பாதை புனரமைப்பு வேலைகளை சீனா செய்து வருகிறது. இதை சீனாவிடம் கொடுக்க வேண்டாம். நாங்கள் செய்து தருகிறோம் என்று இந்தியா முன்வந்தது. அப்போது, இந்தியாவுக்கும் சில திட்டப் பணிகளை ஒதுக்கினர். சம்பூர், காங்கேசன்துறை, பலாலி, வட பகுதிப் புனரமைப்பு ஏற்பாடுகளை இந்தியா செய்து கொடுத்தது. சீனாவைக் காட்டி இந்தியாவிடமும், இந்தியாவைக் காட்டி சீனாவிடமும் அபிவிருத்திப் பணிகளுக்கான பணத்தைச் சுரண்டிவருகிறது இலங்கை. இந்த நிலையில், எப்படியாவது உள்ளே நுழைந்து விட அமெரிக்காவும் துடிக்கிறது.

இலங்கையில் எண்ணெய் வளம் உள்ளதா என்பதை ஆராய்ச்சி செய்ய அமெரிக்கா விரைவில் வர இருக்கிறது. அவர்கள் வந்தால் சீனாவுக்கும்

அமெரிக்காவுக்கும் நேரடி மோதல் நடக்கும். இலங்கைக்கு எதிராக ஐக்கிய நாடுகள் சபையில் அமெரிக்கா சில முயற்சிகளை எடுப்பதே இலங்கையை அச்சுறுத்துவதற்காகத்தான். புலிகள் அமைப்பை அழித்து விட்டதாக இலங்கை அரசு வெற்றிச் சின்னங்களை அமைத்தாலும் அடுத்து எதிர் கொள்ளப் போகும் பேராபத்துகளை இலங்கை அரசாங்கம் உணர்ந்ததுபோல் தெரியவில்லை. இந்தப் பன்னாட்டுத் திட்டங்களுக்காக அரசுக்கு நெருக்கமான முக்கியக் குடும்பத்துக்கு தரப்பட்டுள்ள

மஹிந்த ராஜபக்ஷே ஸ்டேடியம் - கொழும்பு

கையூட்டு மட்டும் பல ஆயிரம் கோடிகளைத் தாண்டும் என்பதால், ஆபத்தை உணராமலேயே தலையாட்டியபடி தாரை வார்க்கிறார்கள்' என்றார். இதைக் கேள்வி கேட்பவர்கள் இலங்கை அரசாங்கத்தின் எதிரிகளாகவும் துரோகிகளாகவும் சித்தரிக்கப்படுகிறார்கள்.

மௌபிம மக்கள் கட்சியின் தலைவர் ஹேமகுமார நாணயக்கார, 'முன்னாள் ஜனாதிபதி பிரேமதாசாவின் ஆட்சிக் காலத்தில் கட்ட விழ்த்து விடப்பட்ட அரச பயங்கரவாதம், ராஜபக்ஷேவின் காலத்திலும் கட்டவிழ்க்கப்பட்டு உள்ளது. தங்களுக்கு அழுத்தத்தைக் கொடுப்பவர் களுக்கு எதிராக அரசு தன் பயங்கரவாதத்தைக் கட்டவிழ்க் கிறது. இதனால் வடக்கில் தமிழ் இளைஞர்கள், நீதித்துறை பிரமுகர்கள் அடக்குமுறைக்கு ஆளாகின்றனர். பிரேமதாசா தன் காலத்தில் நடந்த அரச பயங்கரவாதத்தின் வன்முறைகள் பற்றி ஊடகங்களிடம், 'தனக்கு எதுவும் தெரியாது' என்றே திரும்பத் திரும்பச் சொல்வார். அதேபோல் இப்போதுள்ள அரச பயங்கரவாதம் பற்றியும் ராஜபக்ஷே எதுவும் தெரியாது என்று சொல்லப் போகிறாரா?' என்று ஆதங்கத்துடன் கேள்வி எழுப்பியிருக்கிறார். இன்றைய கொழும்புவின் அரசியல் யதார்த்தம் இது.

அனைத்தும் அரசாங்கத்துக்குக் கட்டுப்பட்டது. அரசாங்கம் ராஜபக்ஷே வுக்குக் கட்டுப்பட்டது என்பதுவே இன்று இலங்கையில் அமலில் இருக்கும் ஒரே அரசியல் கொள்கை. இதற்குக் கட்டுப்படாததாக நீதித் துறை இருப்பதால், அந்த நீதித் துறையையும் வளைக்கும் காரியங்கள் தொடங்கி விட்டன. நீதித் துறையை நாடாளுமன்றத்தின் கீழ் கொண்டு

வர ராஜபக்ஷே அரசு கடுமையான நடவடிக்கைகள் எடுத்து வருகிறது. அப்படி மாறினால் நீதிவான்கள் அரசியல்வாதிகளின் கட்டுப்பாடுகளுக்கு இணங்க வேண்டும் என்ற நிலைமைக்கு இலங்கை நீதித்துறை சென்று விடும்.

நீதித்துறையில் அரசின் தலையீட்டை விமர்சித்துள்ள ஜே.வி.பி. கட்சியின் பொதுச் செயலாளர் ரில்வின் சில்வா, 'நாட்டு மக்கள், மகிந்த அரசாங்கத்துக்கு மூன்றில் இரண்டு பங்கு பெரும்பான்மை பலத்தை வழங்கவில்லை. நாடாளுமன்ற உறுப்பினர்களை விலை கொடுத்து வாங்கித்தான் பெரும்பான்மைப் பலத்தைப் பெற்றுள்ளது மகிந்த அரசு. மக்களால் வழங்கப்படாத பெரும்பான்மை பலத்தை, அரசாங்கம் பயன்படுத்த அனுமதிக்க முடியாது. நீதித் துறையை அரசு தனது அத்து மீறலுக்குப் பயன்படுத்தினால், சர்வதேச சமுதாயம் பார்த்துக்கொண்டு சும்மா இராது' என்று சீறியுள்ளது, சிங்களவர்கள்கூட எத்தகைய சினத்தில் உள்ளனர் என்பதற்கு உதாரணம்.

மறுநாள் காலை, யாழ்ப்பாண பேருந்தில் என் பயணம் தொடங்கியது. நடுநிசி நெருங்கிக் கொண்டிருக்க ரத்தச் சிவப்புத் துண்டுடன் ராஜபக்ஷே யாழ்ப்பாணத்துக்குள் வரவேற்றார்.

3

யாழ்ப்பாணம்

மயான மௌனம் நிலவும் யாழ்ப்பாணத்தில் நிற்கிறேன்.

இன்று இது கட்-அவுட் நகரம். எங்கே திரும்பினாலும் மகிந்த ராஜபக்ஷே சிரித்துக் கொண்டிருக்கிறார். நீடூழி வாழ்க என்று வாழ்த்தப்பட்டுள்ளார். ராஜபக்ஷே மட்டுமே வாழ்ந்தால் போதுமா?

காலையில் தொடங்கிய பயணத்தில் முதலில் கண்டது யாழ்ப்பாண பொது நூலகம். தமிழர்களின் அறிவையும் ஆற்றலையும் ஆளுமையை யும் வரலாற்றையும் படைப்புத் திறனையும் பறை சாற்றிய கருவூலம். உலகத்தரம் வாய்ந்த நூலகம். ஓர் இனத்தை அழிக்க வேண்டுமானால் அந்த இனம் பேசும் மொழியை முதலில் அழியுங்கள்; மொழிக்கு அடித்தளமாக இருக்கும் புத்தகங்களைக் கொளுத்துங்கள் என்பதுதான் இன வாதத்தின் தாரக மந்திரம். நூல் ஒன்று எரிக்கப்பட்டால் அந்த நூலுக்கான மொழியும் எரிக்கப்படுகிறது என்பார்கள். சிங்கள இன வாதமும் அப்படியே நடந்துகொண்டது. அன்றைய இலங்கை அதிபர் ஜெயவர்த்தனா இதனுடைய சூத்ரதாரியாக அன்று இருந்தார். சிங்கள தேசத்தில் தமிழ் நூலகமா? என்று கொக்கரித்தார். 1981-ம் ஆண்டு வைக்கப்பட்ட தீயில் 97 ஆயிரம் புத்தகங்கள் எரிந்து சாம்பலாகின.

ஆவணங்களைத் தாங்கிய தமிழர்களின் அடையாளம் அனைத்தும் அழிக்கப்பட்டதாக அன்று கருதப்பட்டது. தமிழ்த் தாய் கண்ணீர் வடித்த ஆண்டு அது.

அரசியல் மாற்றங்கள், அமைதி பேச்சுவார்த்தைகள் எனக் காலம் மாறியது. பின் 2003-ம் ஆண்டு இலங்கை அரசாங்கமே மராமத்து செய்து தரவேண்டிய கட்டாயத்துக்கு ஆளானது. ஐந்து கோடி ரூபாய் செலவில் நூலகம் சீரமைக்கப்பட்டது. தமிழகம் உட்பட உலக நாடுகள் பலவற்றில் இருந்தும் புத்தகங்கள் அனுப்பி வைக்கப்பட்டன. இவை அனைத்தும் புதிய புத்தகங்கள். ஆனால், யாழ் நூலகத்தில் இருந்தவை அனைத்தும் பழைய பனுவல்கள். உலகத்தில் எங்கு தேடினாலும் கிடைக்காத பொக்கிஷங்கள். இதுவாவது கிடைத்ததே என்று தமிழர்கள் ஓரளவு மகிழத்தக்கதாக இந்த நூலகம் இப்போது அமைந்துள்ளது. அதுவும் இன்று புத்தகங்கள் படிக்கவும் ஆராய்ச்சி செய்யவும் என்றில்லாமல் அரசு விழாக்களுக்குமே அதிகம் பயன்படுத்தப் படுகிறது. மாநாடு நடக்கும் நாளில் நூலகத்துக்கு விடுமுறை. நான் சென்ற நாளிலும் 15-வது ஆளுநர்கள் மாநாடு நடந்தது. அதன் காரணமாக நூலகம் மூடப்பட்டு, ராணுவம் காவலுக்கு நின்றது. தமிழ் ஆர்வலர் ஒருவர் வந்து பார்த்து விட்டு ஏமாற்றத்துடன் ‘ஏதோ ஒப்புக்குத் திறக்கிறாங்கள்... மூடுறாங்கள்’ என வருந்தியவாறு சென்றார்.

அன்றைய தினம் யாழ்ப்பாணத்தில் ஒரு கண்காட்சி. ‘வடமாகாண கண்காட்சி: ஒன்றிணைந்த முன்னேற்றத்தை நோக்கி’ என்று அதற்குத் தலைப்பு கொடுத்திருந்தனர். இதில் 2009-ம் ஆண்டிலிருந்து 2012 வரை வடக்கு மாகாணம் பன்மடங்கு முன்னேறி உள்ளதாக அரசாங்க விளம்பரங்கள் சுட்டிக்காட்டியிருந்தன. கல்வியில், சுகாதாரத்தில், பொருளாதாரத்தில், உட்கட்டமைப்பில் முப்பது ஆண்டுகளில் கண்டிராத வளர்ச்சியை மூன்றாண்டுகளில் வடக்கு மாகாணம் கண்டுள்ளதாக கண்காட்சி தகவல்கள் குறிப்பிடுகின்றன. இது, டக்ளஸ் தேவானந்தா முன்னேற்பாட்டுடன் நடக்கும் கண்காட்சி என்பதால் அவரது ஆதரவாளர்களின் கூட்டம் அதிகம் தென்பட்டது.

அங்கு இருந்து, யாழ்ப்பாணம் ஒல்லாந்தையர் (டச்) கோட்டையை அடைந்தேன். சிதிலம் அடைந்த அந்தக் கோட்டையின் புனர் நிர்மாணப் பணிகள் 2009-ம் ஆண்டு நவம்பர் 15-ம் தேதி தொடங்கியது. இந்தப் பணிகளுக்காக 104.5 மில்லியன் (இலங்கை ரூபாய்) செலவு செய்யப் பட்டுள்ளது. இதில் 62.1 மில்லியன் ரூபாய் நெதர்லாந்து அரசாங்கத்தின் நிதி. ‘அரசின் வாக்குப்படி புனர் நிர்மாணப் பணிகள் இந்த டிசம்பர் 31-ம் தேதியுடன் முடிவடையும். இது சுற்றுலாவாசிகள் பார்ப்பதற்காக அமைக்கப்படுகிறது. அதற்காகத்தான் நெதர்லாந்து அரசாங்கமும் நிதி உதவி செய்துள்ளது’ என்றார் அங்கிருந்த அலுவலர்.

யாழ்ப்பாணம், காங்கேசன் துறை சாலை ஆகிய பகுதிகளில் சாலை அமைப்பதற்கான நிதியை சீனா கொடுத்துள்ளது. இலங்கையின் 90 சதவிகித சாலைப் பணிகளுக்கு சீனா நன்கொடை அளிக்கிறது. சாலைப் பணியில் ஈடுபடுபவர்கள் பெரும்பாலோர் ராணுவத்தினர். குழி தோண்டுவது, பாலம் கட்டுவது, அலங்கார மேடைகள் அமைப்பது என அத்தனைக்கும் ராணுவத்தினர் பயன்படுத்தப்படுகின்றனர்.

'ஆரம்ப காலத்தில் இலங்கை ராணுவத்தினரின் எண்ணிக்கை 30 ஆயிரம். சந்திரிகாவின் ஆட்சியில் ஒரு லட்சத்தைத் தொட்டது. ராஜபக்ஷே வந்த பிறகு இன்னும் உயர்ந்தது. பள்ளிப் பருவத்தை முடித்த இளைஞர்கள் அனைவரையும் ராணுவத்தில் சேர்க்க ஆரம்பித்தனர். இதனால், ராணுவத்தினர் எண்ணிக்கை பல மடங்கு உயர்ந்தது. போரின்போது நேருக்கு நேரான யுத்தத்தில், முழுமையாகப் பயிற்சி பெற்றவர்கள் நிறுத்தப்பட்டனர். மற்ற அனைத்து இடங்களிலும் இத்தகைய இளைஞர்கள் காவலுக்கு நிறுத்தப்பட்டனர். போர் முடிந்த பிறகு, இத்தகைய இளைஞர்களுக்கு எந்த வேலையும் இல்லை. எனவே பொதுப்பணித் துறை, நெடுஞ்சாலைத் துறைப் பணிகளையும் இவர்களே பார்க்கிறார்கள்' என்று சிங்களர்கள் சிலரே வேதனையுடன் சொன்னார்கள்.

இப்படியான இளைஞர்கள் முறையான பயிற்சி இல்லாத இன்னும் சிறுவர்களாகவே இருக்கிறார்கள். அனைவருக்கும் சீருடை வழங்கப் பட்டு இருப்பதும், கண்காணிக்க கட்டளைத் தளபதிகள் நியமிக்கப் பட்டு இருப்பதும்தான் வித்தியாசம்.

கோட்டையைச் சுற்றி வருகிறேன். வீரசிங்க மண்டபத்துக்கு எதிரில், 'உலகத் தமிழாராய்ச்சி மாநாட்டின் நினைவாலயம்' என்ற எழுத்து காட்சி அளித்தது. தமிழர்களின் நினைவுச் சின்னங்களில் ஒன்றாக எஞ்சி இருந்தது. தமிழர் மீதான கோரத் தாக்குதலின் தொடக்கத்தை கண்ணீர் சின்னமாக இன்னும் காட்டிக்கொண்டு இருக்கிறது அந்தச் சின்னம்!

நான்காவது உலகத் தமிழாராய்ச்சி மாநாடு 1974-ம் ஆண்டு யாழ்ப் பாணத்தில் நடந்தது. மாநாட்டின் இறுதி நாளில் இலங்கை போலீஸார் திடீரெனத் தாக்குதல் நடத்தியதில் ஒன்பது தமிழர்கள் கொல்லப் பட்டனர். தமிழ் இளைஞர்களை ஆயுதவழி நோக்கி நகர்த்தியதில் இச்சம்பவமும் முக்கிய பங்கை வகிக்கிறது.

அடுத்ததாக 'சீறி நாக விகாரை' என்ற இடத்துக்குச் சென்றேன். அங்கிருந்த புத்த பிக்குவிடம் ராணுவத் தளபதி ஒருவர் பேசிக்கொண்டு இருந்தார். மூன்றாம் நூற்றாண்டில் நாகர்களால் கட்டப்பட்ட இந்த விகாரையினை தமிழ்ப் பௌத்தர்கள் வணங்கியதாக செவிவழித்

விகாரை பராமரிப்புப் பணியில்
ராணுவத்தினருடன் புத்த பிட்சு

உலகத் தமிழாராய்ச்சி மாநாட்டின் நினைவாலயம்

கட்டடப் பணிகளில் ராணுவத்தினர்

தகவல்கள் உள்ளன. அதுபோல தேவநம்பியதிச (Devanampiya Tissa) என்ற சிங்கள மன்னன் இந்த விகாரை கட்டியதாகவும் செய்தி இருக்கிறது. இந்த விகாரைப் பராமரிக்கும் பணியை ராணுவம் செய்கிறது. அதனால் அடிக்கடி ராணுவம் வந்து மேற்பார்வையிடும் என்று சொன்னார்கள்.

அங்கிருந்து நல்லூர் முருகன் கோயிலுக்கு நகர்ந்தேன். கோயிலினுள் இருந்து ஒரு பெரியவரிடம் பேச்சுக் கொடுத்தேன். 'எப்படி இருந்த நாடு தம்பி! இன்னைக்கு இந்தச் சனம் எல்லா வலியையும் புதைச்சுக்கிட்டு வாழுது. யாழ்ப்பாணம் சிங்களவன் கைக்கு கொஞ்சம் கொஞ்சமாகப் பறிபோகுது. சிங்கள உடுப்புக் கலாசாரம் வேகமாப் பரவுது தம்பி. இயக்கம் இருந்த காலத்தில் காலுக்கு மேல எந்தப் பெண்ணும் பாவாடை கட்டுறது இல்லை. ஆனா இன்றைக்கு முட்டிக்கு மேல பாவாடை போயிட்டுது. முருகன் கோயிலுக்குக் கூட்டம் குறைந்து புத்தர் கோயிலுக்கு அதிகமாகிவிட்டது. எல்லா இடங்களிலும் புத்தர் கோயில் வந்திட்டுது' என்றார்.

அவருடன் பேசிக்கொண்டிருக்கையில் சந்திக்க வந்த பத்திரிகை நண்பர், 'போரின்போது ராணுவத்தின் பாலியல் தேவைகளுக்காகப் பயன்படுத்தப்பட்ட பெண்கள் இப்போது பெருமளவு தமிழ் பகுதி களிலும் விபச்சாரத்தில் ஈடுபடும் நிலை உள்ளது. தமிழ் மக்களின் கலாச்சார நிலமாகப் பார்க்கப்படும் யாழிலும் விபசாரம் அதிகம் பரவி வருகிறது. இவர்களைப் பற்றி நாம் எழுதினாலோ அவர்களிடம் ஏதாவது பேட்டி எடுத்தாலோ, அவர்கள் போலீஸுக்குத் தகவல் கொடுத்து விடுகின்றனர். சுற்றுலா ஊக்குவிப்பின் பெயரில் இந்தக் கலாச்சார சீரழிவினை அரசு திட்டமிட்டுச் செய்து வருகிறது' எனக் குறிப்பிட்டார்.

அடுத்து, கிட்டு பூங்கா. கேணல் கிட்டு புலிகளின் முதல் சர்வதேச பொறுப்பாளர். லண்டனிலிருந்து திரும்பி வரும்போது சர்வதேசக் கடற்பரப்பில் இந்திய கடற்படையால் சுற்றி வளைக்கப்பட்டதை அடுத்து கப்பலை வெடிக்க வைத்து இறந்தார். இப்பூங்கா உள்ள சாலையில் தமிழ் மன்னன் சங்கிலியன் சிலை இருந்தது. இந்தப் பூங்கா ராணுவக் கட்டுப்பாட்டில் இருந்ததால் சீரமைக்கப்படவில்லை.

யாழ்ப்பாணப் பழைய புகைவண்டி நிலையத்துக்குச் சென்றபோது, அங்கு ஒரு சிங்களப் பாம்பாட்டிக் குடும்பம் தங்கி இருந்தது. கட்டடங்கள் பாழடைந்து கிடந்தன.

'இத இந்தியாதான் சீரமைக்குது. ஒவ்வொரு முறை இந்திய பிரதிநிதிகள் இங்கு வரும்போது 15 நாட்களில் பணிகள் ஆரம்பிக்கும் எனக் கூறிச் செல்வார்கள். அப்படிச் சொல்லியே நான்கு வருசங்கள் முடிஞ்சிட்டுது;

ராஜபக்ஷே பேனர்

யாழ்ப்பாண பொது நூலகம்

பணிகள் மட்டும் இன்னும் தொடங்கவே இல்லை.

பளை - காங்கேசன்துறை வரை ஒரு பாதையும், மரவாச்சி - மன்னார் வரை ஒரு பாதையும் போடப்படும் என்று இந்திய அரசு அறிவித்தது. வலிகாமத்தில ராணுவத்தோட உயர் பாதுகாப்பு வளையங்கள் அமைக்க போறதா மக்கள அங்கிருந்து வெளியேத்திட்டாங்கள். அந்த மக்கள் இங்க கூடாரமிட்டுத் தங்கினார்கள். இந்தியா சீரமைப்பு பணிகள ஆரம்பிக்கப் போறதா இங்கிருந்தும் விரட்டினார்கள். ஆனால் இன்று வரை பணி எதுவும் ஆரம்பிக்கல. உண்ண, உறங்கக்கூட உரிமை இல்லாம எங்கட மக்கள் இன்னமும் அலைக்கழிக்கப்படுறாங்கள்' என வெதும்பினார் அங்கிருந்த ஒருவர்.

வல்வெட்டித்துறையை நோக்கி எனது பயணம் தொடங்கியது.

4

வல்வெட்டித்துறை

வல்வெட்டித்துறை... பிரபாகரன் பிறந்த மண்!

பிரபாகரன் தமிழீழ விடுதலைப் புலிகள் இயக்கத்தின் தலைவர். தமிழீழ தேசியத் தலைவர் என்ற போற்றுதலும் இவருக்கு இருக்கிறது. ஈழ விடுதலையில் உறுதியுடன் நின்றவர். வல்லரசுகளின் பார்வையில் தீவிரவாதி. வடக்கு கிழக்கு மாகாண முதலமைச்சராக ஆகிக் கொள்ளுங்கள் என இந்திய பிரதமர் ராஜீவ் காந்தியால் நிர்பந்திக்கப்பட்டவர். புலி களுக்கு எதிராக இந்திய அமைதிப்படை யுத்தம் நிகழ்த்தியபோது கொரில்லா படைத்தலைவராக இந்திய வல்லாதிக்க ராணுவத்தை நடுங்க வைத்தவர். இறுதியாக 2009 மே 18 அன்று நந்திக் கடலின் மாங்குருவ் புதர்களில் அவரது உடலினை கண்டெடுத்ததாக இலங்கை அரசு அறிவித்தது.

மதிய வெயிலில் வெறிச்சோடிக் கிடந்த வீதியின் வழியாக பிரபாகரன் வீட்டை அடைந்தேன். அங்கே ஒரு சுவர் மட்டும் இருந்தது. அதில் ஏதோ எழுதப்பட்டிருந் தவை கறுப்பு மையால் அழிக்கப்பட்டு இருந்தது. அருகில் சென்று சில நொடிகள் கவனித்த போது 'தமிழீழத் தேசியத் தலைவர் வே.பிரபாகரன் இல்லம்' என எழுதப்பட்டிருப்பது புரிந்தது. அதை அழிக்க முயற்சித்து இருக்கின்றனர். நான் கவனித்ததைப் பார்த்த முதியவர் ஒருவர், 'ஒன்றரை வருஷத்துக்கு முன் ஆமி இந்த வீட்டை உடைச்சாங்கள்' என்று ஒற்றை வரியில் பெரும் வரலாற்றைச் சொல்லிச் சென்றார்.

இன்று பாழடைந்து உருக்குலைந்து கிடக்கும் இந்த வீட்டிலேயே பிரபாகரன் பிறந்தார். 16 வயதான பிரபாகரனை அரசுப் பேருந்தினை கொளுத்தினார் என்ற குற்றச்சாட்டில் இலங்கை காவல்துறை தேடியது. 1972 ஆம் ஆண்டு நடந்த இச்சம்பவம் அரசின் இனவெறிக்கு எதிரான தமிழர் தரப்பின் தாக்குதலாகப் பேசப்பட்டது. வீட்டைச் சுற்றி வளைத்த காவல்துறையின் பிடியில் சிக்காமல் தப்பினார் பிரபாகரன். அன்றோடு முடிந்தது, அவரின் வல்வெட்டித்துறை வீட்டு வாழ்க்கை.

பிரபாகரன் தந்தை வேலுப்பிள்ளை மாவட்ட நில வள அதிகாரியாக இருந்தவர். அவரின் பணிக்காலம் இலங்கை ராணுவத்தின் தொடர் அச்சுறுத்தல்களாலும் இடமாற்றங்களினாலும் கழிந்தது. தனது மகனின் மறைவிடத்தை அறிந்துகொண்டு பார்க்கச் சென்ற வேலுப்பிள்ளையிடம் இனி நான் உங்களுக்குப் பயன்பட மாட்டேன் என்று சொல்லிவிட்டார் பிரபாகரன். பின்னர் அந்த வீடு ராணுவக் கண்காணிப்புக்கு இலக்காய் போனது. இதை, இன்று சிதைத்திருப்பதன் மூலமாகவும் தனது ஆத்திரத்தைத் தீர்க்க முயற்சிக்கிறது சிங்கள இனவாதம்!

அங்கிருந்து, நெல்லியடி மகா வித்தியாலயத்திற்கு அழைத்துச் சென்றார் யாழ்ப்பாணவாசி ஒருவர். இங்கு நிலைகொண்டிருந்த சிங்கள ராணுவ முகாம் மீது 1987 ஆம் ஆண்டு மில்லர் தாக்குதல் நடத்தினார். புலிகளின் முதல் கரும்புலித் தாக்குதல் என்று அது பதிவானது.

தமிழ்நாட்டில் இருந்து வந்திருக்கிறேன் என்றதும், அந்தப் பகுதியில் இருந்த ஒருவர் ஆர்வமாக வந்து பேசினார். 'போர்க் காலத்துல நாங்க சந்திச்ச வேதனை, போரைவிடக் கொடியது. அஞ்சு மணிக்கு மேல வெளியே வரக் கூடாதுன்னு இருந்த ராணுவக் கட்டுப்பாட்டால, இப்பக்கூட மக்கள் நடமாட்டம் ஏழு மணிக்குள் அடங்கிப் போகுது. தலையாட்டி விசாரணையை யாழ்ப்பாணத்துல தெரியாதவங்க இருக்க மாட்டாங்க. ஒரு ஆளுக்கு தலையில் கறுப்புத் துணி போட்டு கண் மட்டும் தெரியும் அளவில் மூடி, மக்கள் முன்னாடி ஆமி நிறுத்து வாங்கள். அவன் மக்களில் ஒவ்வொரு ஆளாகப் பார்ப்பான். யாரை யாவது பார்த்து அவன் தலையாட்டினால் அந்த ஆள் புலிக்குத் தொடர் புடையவர் என்றோ அல்லது புலி என்றோ ராணுவம் பிடிச்சிடும். பிறகு அவங்களைக் காணாமல் போனோர் பட்டியல்லதான் பார்க்க முடியும். அந்தத் தலையாட்டி, மக்களோடு மக்களாக உறவாடியவனாகவே இருப்பான். ராணுவத்தின் மிரட்டலுக்கோ, பணத்துக்காகவோ காட்டிக் கொடுப்பவனாக மாறி இருப்பான். இதில் அப்பாவிகளே நிறைய சிக்கு வார்கள். அத்தகைய தலையாட்டிகள் இன்னைக்கும் நிறையப் பேர் இருக்காங்கள். அவங்க யாருன்னு தெரியாம யாரைப் பார்த்தாலும் நாங்க பயந்து நடுங்கிக்கிட்டு இருக்கோம்' என்றார் அச்சத்துடன்.

இப்படியான பயமும் இன்றைய யாழ்ப்பாணத்தின் வாழ்வியலில் உள்ளடங்கிவிட்டது.

முன்பெல்லாம் காலை 9 மணிக்கு பின்பே தமிழர்கள் வீட்டைவிட்டு வெளியே வர முடியும். மாலை 5 மணிக்குள் ஊருக்குள் வந்துவிட வேண்டும். வெளியிடத்தில் வேலை பார்ப்பவர்கள் மாலை 5 மணிக்குள் வீட்டுக்கு வருவது சாத்தியம் இல்லை என்றாலும் வேறுவழி இல்லை. வந்தே ஆக வேண்டும். இந்தக் கட்டுப்பாடுகள் கடந்த 10 ஆண்டுகளாக யாழ்ப்பாண பகுதியில் இருந்திருக்கிறது. 2009க்கு பின் இந்த நிபந்தனை யைத் தளர்த்தி இருக்கிறது ராணுவம். ஆனாலும் தமிழர்கள் இரவு நெருங்கும் முன் வீட்டை அடைந்துவிடுகிறார்கள். விசாரணையே இல்லாவிட்டாலும் இரவு அவர்களைப் பயமுறுத்தும் விஷயமாக மாறி விட்டது.

புராதன கதறுகொட விகாரைக்குச் சென்றேன். வட்ட வடிவில் பழங் காலத்து விகாரைகள் இருந்தன. தங்க முலாம் பூசப்பட்ட புத்தர் சிலை இருந்தது. இது இந்திய அரசு அன்பளிப்பாகக் கொடுத்த சிலை என்றார் விகாரை காவலாளி. அந்தப் புத்தரிடமும் ஆயுதம் தரித்த ராணுவம் நின்றது.

அங்கிருந்து வலிகாமம். வலிகாமம் விவசாயத்திற்கு ஏற்ற செம்மண் நிலம். கடல் தொழில்களுக்கும் உகந்தது. வலிகாம மக்களின் விவசாய நிலங்களையும் வீடுகளையும் 1990 ஆம் ஆண்டில் ராணுவம் பறித்துக் கொண்டது. அப்போது ஒரு லட்சத்துக்கும் மேலான மக்கள் தங்களது வாழிடத்தில் இருந்து விரட்டப்பட்டிருந்தனர். அந்தப் பகுதியில், பார்க்கும் பக்கம் எல்லாம் இடிந்த வீடுகளும் குண்டுகள் துளைத்த சுவர்களுமாக இருந்தன. மின்சாரம் இல்லை. கல்விக்கூடங்கள் இல்லை. மருத்துவமனை இல்லை. ஊரைச் சுற்றிலும் ராணுவ பாதுகாப்பு வளையங்கள் மட்டுமே இருந்தன. சாலைகள் வெறிச்சோடிக் கிடந்தன. ஆங்காங்கே மக்கள் வசிக்கின்றனர்.

1990 அக்டோபர் 30, புலிகள் இயக்கம் முஸ்லிம்களை யாழ்ப்பாணத் திலிருந்து 72 மணிநேர காலக்கெடுக்குள் வெளியேற்றியது. முஸ்லிம் கள் தமிழ் பேசும் மக்களாக இருப்பினும் தமிழர்கள்-முஸ்லிம்கள் என்று நிலவிவந்த சமூக பிளவு ஈழப் போராட்டத்திலும் எதிரொலித்தது. கட்டாய வெளியேற்றத்திற்கு சமாதான காலத்தில் விடுதலைப் புலிகள் முஸ்லிம் தலைமைகளிடம் வருத்தம் தெரிவித்திருந்தனர்.

1994ல் புலிகள் யாழ்ப்பாணத்திலிருந்து பின்வாங்கி வன்னியில் தங்களுடைய இருப்பை நிலைப்படுத்தினர்.

யாழ்ப்பாணத்தின் மேற்கு கடற்கரையை நோக்கி பயணமாகிக் கொண்டிருக்கிறேன்.

கதறுகொட விகாரை செல்லும் பாதை

சம்பில்துறை புத்த விகாரை

பிரபாகரன் இல்லச் சுவர்

மீள்குடியேற்றம் பற்றி விவரித்த தமிழ் அரசியல் பிரமுகர், 'ராணுவம் விடுதலை செய்யும் நிலப்பரப்பு என்பது பத்தில் ஒரு பங்கு. கீரிமலை, மயிலிட்டி, வசாவிளான், குப்பிளான் போன்ற கிராமங்களில் சில பகுதிகளை விடுவித்து உள்ளனர். ஆனால், இன்றும் வலிகாமத்தின் 26 கிராமங்கள் உயர் பாதுகாப்பு வளையங்களில்தான் உள்ளன. இந்தக் கிராமங்களின் எல்லைப் பகுதிகளில் ராணுவம் புதைத்து வைத்த கண்ணி வெடிகள் பெரும் அளவில் இருக்கின்றன. மக்களின் நிலங்களில் ராணுவம் விவசாயம் செய்கிறது. விவசாயத்தில் கிடைப்பதை சந்தையில் கொண்டுவந்து அந்த மக்களுக்கே விற்கிறது. வலிகாமத்தின் கடலோரப் பகுதிகளை சுற்றுலாவுக்காக அரசு மேம்படுத்துகிறது. ஆனால், சுற்றுலாமீது செலுத்தும் கவனத்தை மக்கள்மீது செலுத்த வில்லை' என்றார்.

பலாலி விமானத் தளத்துக்காகவும் காங்கேசன் துறைக் கடற்படைத் தளத்துக்காகவும் பெரும் நிலப்பரப்பை ராணுவமும் கடற்படையும் ஆக்கிரமித்து உள்ளன. இந்தியாவின் பலாலி விமானத் தளச் சீரமைப்புத் திட்டத்தை இலங்கை நிராகரித்துவிட்டு தன்னுடையதாக திட்டமிட்டுக் கொண்டது. காங்கேசன் துறைத் துறைமுகம் இந்தியாவின் 20 மில்லியன் டாலர் உதவியோடு சீரமைக்கப்படுகிறது. அதேபோல் யாழ்ப்பாணத் தில் உள்ள அச்சுவேலித் தொழிற்பேட்டை சீரமைப்புக்கும் இந்தியா 174 மில்லியன் ரூபாயை இலங்கைக்குக் கொடுத்துள்ளது.

காங்கேசன் துறையின் கடலோரப் பகுதியில் ஒரு பெரும் பகுதியை மின் நிலையம் அமைப்பதற்காக கே.எல்.எஸ். என்ற மலேசிய நிறுவனத் திற்கு இலங்கை அரசாங்கம் 22 ஆண்டுகள் குத்தகைக்கு விட்டுள்ளது. அதற்காக அந்த நிறுவனம் 250 மில்லியன் டாலர்களை முதலீடு செய்துள்ளது.

காங்கேசன் துறையில் இலங்கை அரசுக்குச் சொந்தமான சிமென்ட் ஆலைக்கு அருகே பல ஏக்கர்களை கோத்தபய ராஜபக்ஷேவின் நண்பர் ஒருவர் சுண்ணாம்புக் கற்கள் எடுப்பதற்காக ஆக்கிரமித்து வைத்துள்ளார் என்பது இங்கே உலாவரும் தகவல். அவர் ஏற்கெனவே ராணுவப் பாதுகாப்போடு இங்குள்ள வளங்களை சுண்ணாம்புக் கற்களுக்காக அழித்தவர் என்றும் கூறப்படுகிறது.

பல்லாயிரம் கோடி மதிப்பிலான திட்டங்கள் போர் பாதிப்புக்கு உள்ளான மக்களின் மீட்சிக்காக எனப்பட்டாலும் வறுமையோடும் அழிவின் வடுக்களோடும் வாழ்கிறார்கள் தமிழ் மக்கள். வெளிநாட்டு நிதி எதுவும் தமிழர்களின் வளர்ச்சி நோக்கத்திற்காக செலவிடப்பட வில்லை என்பது தெளிவாக உணர முடிந்தது.

யாழ்ப்பாணத்தின் மேற்கு கடலோரப் பகுதி மாதகல். இங்கு சம்பில் துறை என்ற இடத்தில் கடற்படையால் அமைக்கப்பட்ட புத்த விகாரை உள்ளது. 2009 ஆம் ஆண்டு போர் முடிந்த சில தினங்களில் ராஜபக்ஷே வின் மனைவியால் இது திறந்து வைக்கப்பட்டது. இந்த இடத்துக்கு இலங்கை அரசு வைத்துள்ள பெயர், 'ஏம்புகொலபட்டுன'. அங்குள்ள ஆசீர்வாதச் சொற்களில் 'சங்கமித்த மஹா றஹத் தேரணியின் இவ் உருவச்சிலை இலங்கைவாழ் மக்களுக்காக சிறீமத் ஜனாதிபதி பாரியார் கௌரவ சிராந்தி விக்கிரமசிங்க ராஜபக்ஷே அவர்களின் பூரண அனுசரணையுடன் ஜூன் 5, 2009 அன்று சிறீ மஹா போதியின் தென்கிளை சிறீலங்காவுக்கு எடுத்துவரப்பட்டு சங்கமித்த விகாரை பூமியில் பதிக்கப்பட்டு உள்ளது' என்று வரலாறாக எழுதப்பட்டுள்ளது.

1992 முதல் இது முழுக்கமுழுக்க ராணுவக் கட்டுப்பாட்டில் இருந்த பகுதி ஆகும். சம்பில் துறையிலிருந்து பொன்னாலை வரை கடற்படைக் காக நிரந்தர வீடுகள் கட்டப்படுகின்றன. அப்பகுதியில் மீன் பிடிக்க தடை விதிக்கப்பட்டுள்ளது. எனவே, தமிழ் மீனவர்கள் யாரும் மீன் பிடிக்கச் செல்ல முடியாத நிலை. தமிழ் மீனவர்களின் பொருளாதார வளத்தின் முக்கிய ஆதாரமான மயிலிட்டி துறைமுகமும் கடற்படையின் கட்டுப்பாட்டில் உள்ளது.

20 வருடங்களுக்கும் மேலாகப் பாதிக்கப்பட்டுள்ள தமிழ்ப் பகுதிகளுக் கான தேவை கிராமப்புறச் சாலைகள். ஆனால் அரசு அதை அமைப்ப தாக இல்லை. மாறாக போர் பாதிப்புக்குள்ளான பிரதேசத்தில் சுற்றுலா மேம்பாட்டிற்காக நகர்ப்புறச் சாலைகளை விரிவுபடுத்துகிறது, அதீதக் கவனமும் நெடுஞ்சாலைப் பணிகளுக்கே காட்டப்படுகிறது. சிங்கள கிராமங்களில் 100 பாதைகள் அமைக்கப்படுகின்றன என்றால், தமிழ்ப் பகுதிகளில் 10 பாதைகள் அமைக்கவே ஒப்புதல் கொடுக்கிறது சாலை மேம்பாட்டகம். இப்படி நல்ல சாலைகளுக்குக்கூட வழி இல்லாமல் புறக்கணிக்கப்பட்டிருக்கிறது தமிழர் வாழிடம்.

ஐ.நா., உலக நாடுகள் மட்டுமின்றி இலங்கை அரசாங்கமே அமைத்த கற்றுக்கொண்ட பாடங்கள் மற்றும் நல்லிணக்கக் குழுவும் ராணுவத்தின் இருப்பைக் குறைக்க அறிவுறுத்தியுள்ளது. போர் முடிந்து நான்கு ஆண்டுகள் கடந்தாலும் விடுதலைப் புலிகள் இன்னும் உயிர்ப்புடன் உள்ளது என்கிறார் இலங்கை ராணுவத்தின் யாழ்ப்பாண கட்டளைத் தளபதி மேஜர் ஜெனரல் மகிந்த ஹத்துரசிங்க (Mahinda Hathursinghe). புலிகளை கண்காணிப்பதில் ராணுவம் விழிப்புடன் இருப்பதாகக் கூறும் அவர், '1995-ல் யாழ்ப்பாணத்திற்கு நாங்கள் வந்தபோது மக்களின் வீடுகளை ராணுவ முகாம்களாக பயன் படுத்தினோம். இப்போது ராணுவ முகாம்களை அமைக்க அரசு

நிலங்களை பயன்படுத்துகிறோம். இதனால் படிப்படியாக மக்களின் வீடுகளை திரும்பக் கொடுக்கிறோம்' என்கிறார்.

2011 ஆம் ஆண்டின் இடைப்பட்ட காலத்தில் 'கிறீஸ் பூதம்' என உடலில் கிறீஸ் பூசி வந்த ஆசாமிகளால் நடத்தப்பட்ட இரவு நேரத் தாக்குதல் சம்பவங்கள் தமிழர், முஸ்லிம் பிரதேசங்களையே குறிவைத்தன. இதிலிருந்து பாதுகாத்துக்கொள்ள பகலில் தூங்கி இரவில் விழித்தனர் மக்கள். இந்த பூதத்திற்கும், புலிகளின் அச்சுறுத்தல் என்று செய்தி பரப்பிய அரசும், ராணுவமும் போருக்குப் பின் புலிப் பூச்சாண்டிக்கு வெவ்வேறு வடிவங்களைக் கொடுத்து தமிழர்களின் வாழிடத்தில் ராணுவமயமாக்கலை பெருக்குகிறது.

5

முல்லைத்தீவு

சூன்யப் பிரதேசமாகக் காட்சி அளிக்கிறது முல்லைத் தீவு. அகோரங்கள் நடந்து முடிந்து அதற்கான ஆதாரங் களோடு உலகத்திடம், 'நீதி கொடு' என்று கெஞ்சிக் கிடக்கும் முள்ளிவாய்க்கால் இன்று வாழ்வாதாரத்துக் கான போரில் தவிக்கிறது. கொடூரப் போர் நடந்ததற்கான சாட்சியங் களை இன்றும் சாலையின் இருமருங்கிலும் தலை இழந்து நிற்கும் பனை மரங்கள் மூலமாகவும் குண்டுகளால் சிதைக்கப்பட்டுக் கிடக்கும் வீடுகளினூடாகவும் எரிந்த வாகனங்கள் வழியேயும் பார்க்க முடிகிறது.

வெறுமை நிறைந்த ஏ35 நெடுஞ்சாலையின் வழியாக முல்லைத் தீவுக்குப் பயணிக்கிறேன். எத்தனை பிணங்கள் கிடந்த வீதி, எவ்வளவு உயிர்கள் துடிதுடித்த பாதை என்ற ரத்த நினைவுகள் மனத்திரையில் ஓடியதைத் தவிர்க்க முடியவில்லை. இந்த இடத்தில் எவர் நடந்தாலும் அவர்கள் தங்களது சுயத்தையே சில நிமிடங்கள் இழக்க வேண்டி இருக்கும்.

முல்லைத் தீவு பேருந்து நிலையத்திற்கு வந்தடைந்தேன். அங்கு சாலை ஓரத்தில் நான்கு பேருந்துகள் நின்று கொண்டு இருந்தன. இதுவே பேருந்து நிலையம் என்றார் உடன் வந்திருந்த நண்பர். அவர் ஒரு தொண்டு நிறுவன ஊழியர். கருநாட்டுக்கேணி என்ற பகுதிக்குச் செல்லத் தீர்மானித்து இருந்தோம். அங்கு

செல்வதற்கான பேருந்து இன்னும் ஒரு மணி நேரம் கழித்தே வரும் என்றனர். செம்மலை, கொக்குத்தொடுவாய், கருநாட்டுக்கேணி, கொக்கிளாய் என அந்த வழியே உள்ள கிராமங்களுக்குச் செல்ல பொதுமக்களும் நிறையவே காத்திருந்தனர். பேருந்து வருவதற்குள் அந்த வட்டாரத்தில் உள்ள பகுதிகளைச் சுற்றி வந்தோம்.

ஒரு கடையில் பாதுகாப்புப் படை எச்சரிக்கைப் பிரதி ஒன்று இருந்தது. அதில், 'ஆயுதம் வைத்திருப்பது சட்ட ரீதியாகத் தடை செய்யப்பட்டு உள்ளது. ஒருவேளை உங்களிடம் ஆயுதம் உள்ளது என்று அறியப்பட்டால், பிணையில் வராத தடுப்பில் நீங்கள் வைக்கப்படுவீர்கள். அதனால் உங்கள் குடும்பம், குழந்தைகள் வாழ வழியின்றித் தவிக்கும் நிலை ஏற்படும். ஆயுதம் வைத்திருப்பவர்களைக் காட்டிக் கொடுத்தால் பரிசு தரப்படும்' என்று எழுதப்பட்டு இருந்தது. ஒவ்வொரு ஆயுதங்களுக்குமான பரிசுத் தொகையும் வகைப்படுத்தப்பட்டு இருந்தது.

கைக்குண்டுக்கு 2,000 ரூபாய், கைத்துப்பாக்கி, கிளோமோர் ரகக் கண்ணி வெடி, கவச எதிர்ப்புக் கண்ணிவெடிக்கு 5,000.... ரி56 ரகத் துப்பாக்கி, ஆர்.பி.ஜி. உந்துகணை செலுத்திக்கு 10 ஆயிரம்... கனரகத் துப்பாக்கிக்கு 15 ஆயிரம் ரூபாய் பரிசு... என்று பரிசுத் தொகை அறிவிக்கப்பட்டு இருந்தது. புலிகள் மிகப்பெரிய ராணுவக் கட்டமைப்பை வைத்திருந்த இடம் அது. அவர்கள் பயன்படுத்திய ஆயுதங்களில் குறைந்த அளவே ராணுவத்தால் கைப்பற்றப்பட்டன. மீதி எங்கே போயின என்பதே தெரியவில்லை. எனவே, பொதுமக்கள் மூலமாக அதைக் கண்டு பிடிக்கும் விதமாக இத்தகைய அறிவிப்பை வெளியிட்டு உள்ளனர்.

அரசு, ராணுவக் கட்டடங்களைத் தவிர, மற்றவை எல்லாம் அழுக்காகவும், பாழடைந்தும் கிடந்தன. கழிவறைகள் எங்கும் இல்லை. மருத்துவ வசதி மோசமான நிலைமையில் இருந்தது. பள்ளிகள் இடிந்து கிடக்கின்றன. அவை இருந்ததற்கான சுவடு மட்டுமே இருக்கிறது. வளர்ச்சிப் பணிகள் அறிவிப்புகளில் மட்டுமே அனைத்து இடங்களிலும் உள்ளன. மிதிவண்டி, பைக், டிராக்டர் என்று எல்லா வாகனங்களிலும் எல்லாவிதமாகவும் ராணுவம் சுற்றிக்கொண்டு இருக்கிறது. பேருந்துக்கு நேரமாகவே, கிளம்பினோம்.

நாயாற்றுப் பாலத்தைக் கடந்தது பேருந்து. அங்கு இருந்து பார்க்க நீர்மூழ்கிக் கப்பல் ஒன்று கண்ணுக்குத் தட்டுப்பட்டது. 'அது புலிகளின் நீர்மூழ்கிக் கப்பல்' என்றார் நண்பர்.

'அந்தக் கடலோரப் பகுதி இப்போது உயர் பாதுகாப்பு வளையமாக உள்ளது. இந்த நாயாற்றுப் பாலம் முன்பு புலிகள் எல்லைப் பகுதியாக விளங்கியது. இந்த வழியில் தனியார் வேன்களில் செல்வது ஆபத்து. ஏனெனில், நாம் இப்போது செல்வது சுற்றுலாப் பகுதி அல்ல. 27 ஆண்டு

களாக ராணுவத்தின் கையில் உள்ள பகுதி. ஜெமுனு வாட்ச், சிறப்புப் படைப் பிரிவு என ஆறு ராணுவ முகாம்கள் இந்த வழியே உள்ளது' என்றார் அவர்.

புதர்கள் மண்டிய பகுதிகளின் உள்ளே முள்வேலிக் கம்பிகளோடு முகாம் கள் தெரிந்தன. 'அது மணலாற்றுக் காட்டுக்கான பாதை' என்றார் நண்பர். பிரபாகரன் முதன் முதலில் கால் ஊன்றிய காடு இது.

1986-ம் ஆண்டு இந்திய அமைதிப் படையின் நடவடிக்கையின்போது புலிகள் தங்களை கொரில்லைப் படையாக நிலைநிறுத்திக் கொண்டது இந்தக் காட்டில்தான். கொக்குத்தொடுவாய் தொடங்கி குண்டும் குழியு மான மண் சாலைகள், ஜல்லி கொட்டப்பட்ட சாலைகள் என்று போக்கு வரத்துக்குச் சிரமமான சாலைகளாக இருந்தன. மழைக் காலங்களில் இந்த ஊருக்கும் முல்லைத் தீவுக்குமான சாலை இணைப்பு தண்ணீரால் துண்டிக்கப்பட்டு விடுமாம்.

சுந்தரம் என்பவரை பயண வழியில் தற்செயலாகச் சந்தித்தேன்.

'சனத்துல நூத்துக்கு அம்பது சதம் உயிருங்க துரோகத்தால போனது. சிங்களவன்கூட ஒரு நாளும் கதைச்சு வெல்ல இயலாதய்யா. அவன் எல்லாமே தெரிஞ்சே கொல்றான். இந்த நாட்டுல காட்டிக்கொடுத்தா நல்லா வாழலாம்' என்றவர், தன் அருகில் இருந்த பெண்ணைக் காட்டினார்.

'இந்தப் பிள்ளை புருசன், மகன் ரெண்டு பேரையுமே சண்டையில பறி கொடுத்திட்டுது. இப்ப அவளுக்கு இந்தியா வீட்ட கிஃப்ட் தந்திருக்கு. இவ புருசனையும் மகனையும் கொன்னதுக்கு கிஃப்ட்டா? எனக்கு இந்திய அமைதிப் படை கொடுத்த கிஃப்ட் என்ன தெரியுமா?' என்று முகத்தில் உள்ள வெட்டையும் உடைந்த காலையும் காட்டினார்.

'இந்தியன் ஆமி ஊர் ஊரா புகுந்து எங்க கிராமங்களை அழிச்சதய்யா. அவர்களுக்கு என்ன பாவம் செய்தது எங்கட சனம்? இந்தியன் ஆமியில் குர்காஸ் மாறி முக அமைப்புல இருந்தவங்க சுட மாட்டாங்க. துவக்கத் (துப்பாக்கி) திருப்பி முகத்துலே இடிப்பாங்க. அதில் வெட்டுப் பட்டால் வலி உயிர் போகும். அப்படித் துவக்குல அடிச்சுதான் என் கால் உடைஞ்சது. அதுக்கப்பறம் தமிழ்நாட்டு முகாம்ல அகதி வாழ்வு வாழ்ந் தேன். எங்கட வாழ்வு இத்தன நாள் ஆயுத சண்டையில இருந்துச்சி. இப்போ அமைதி யுத்தம் நடக்குது. உரிமையைக் கொடுக்காம புலி பேரச் சொல்லியே எங்கள ஒடுக்குது ஆமி. ஒண்ணு சொல்றனய்யா... நான் புலி இல்ல... ஆனா, பிரபாகரன் இருக்காரோ இல்லையோ... அவர் இல்லைனாலும் எங்கட இனத்துல இருந்து ஒருத்தன் எழுவான்' என்றார். அவரின் வார்த்தைகள் நாங்கள் இருக்கும் சூழலை நினைத்து மௌனித்தன.

கருநாட்டுக்கேணி நெருங்கியது. விடைபெறும்போது கையை பிடித்தவர், 'இங்க சுயமரியாதையோட பேசுனாவே அவனுக்கு புலிப் பட்டம்தான் தம்பி. கொடுக்காத நிவாரணப் பொருளக்கூட நாங்க கேட்டு வாங்க முடியல. ஊமப் பொம்மயா இங்க வாழறம். உசுரு மட்டும் இருக்கு. போய் வாருங்கள் தம்பி' என்று கையை பற்றிக் கொண்டார். சொன்னது அனைத்தும் கனத்தது.

காடுபோல கிடந்த இடத்தில் ஆங்காங்கே சிறிய சிறிய கொட்டாய்கள். தொண்டு நிறுவனங்கள் நிதி வழங்கியதற்கான அறிவிப்புப் பலகைகள். ஆனால், அதில் போடப்பட்டு இருந்த தொகைக்கும் அங்குள்ள வளர்ச்சிக்கும் சம்பந்தமே இல்லை. 27 ஆண்டுகளுக்குப் பிறகு மக்கள் மீள்குடியேற்றம் செய்யப்பட்ட பகுதி இது. அப்படி குடியேற்றப்பட்ட லிங்கம் என்பவரைச் சந்தித்தேன்.

'நான் இந்த ஊர விட்டுப் போகையில எனக்கு 15 வயசு. 42 வயசுல மீண்டும் எங்கட மண்ணுக்குத் திரும்பி இருக்கேன். விவசாயம் எல்லாம் அழிஞ்சிருச்சி. வீடுனா அது பனங் கொட்டாய்தான். ராவுல தூங்க முடியாது. அந்த அளவுக்கு பாம்பு மேயுது. பாம்பு கடிச்சாக்கூட மருத்துவம் பாக்க வழியில்ல. எங்க காணியோட உரிமப் பத்திரம் எதும் இல்ல. அரசாங்கத்திட்ட கேட்டா, பதில் இல்ல. எங்கட நில உரிமப் பத்திரத்த எல்லாம் அரசு அழிச்சிருச்சி. முல்லைத் தீவு மாவட்டத்தோட இருந்த எங்க பகுதியப் பிரிச்சு 'வெலியோயா'னு ஒரு மாவட்டத்தை உருவாக்கினாங்க. நிலப் பத்திரங்களை எல்லாம் எடுத்து அழிச்சிட்டு உருவாக்கின மாவட்டத்தை அப்படியே மறுபடியும் முல்லைத் தீவோட சேத்துட்டாங்க' என்று வெதும்பினார். இவரைப்போலவே இன்னும் எத்தனையோ பேர் இருக்கிறார்கள்.

'முல்லைத் தீவு- திரிகோணமலை சாலையை இணைக்கும் பாலத்தை முகத்துவாரத்தில் இந்தியா கட்டுது. ஆனால் வயிற்றுக்கு இல்லாமல் காயற எங்களை எந்த நாடு கண்டுக்குது?' என்று நொந்தார் இன்னொருவர். அப்போது மணி மதியம் இரண்டு. சாப்பாட்டுக் கடை எதுவும் இங்கு இல்லை.

ஒரு கி.மீ. நடந்து சென்றால் ஒரு டீ தண்ணிக் கடை இருக்கிறது என்றார்கள். நடக்க ஆரம்பித்தோம். வெயில் கொளுத்தியது. வெட்டவெளியாய் பார்க்கும் தூரத்தில் கடலும் குளங்களும் இருந்தன. மின்சார வசதி எங்குமே இல்லை. டீக்கடை வர, டீத்தூள் தீந்துடுச்சு என்று ஒரு சிறுவன் சொன்னான். காய்ந்துபோன பன் மட்டும் இருந்தது. அந்த வட்டாரத்து மக்களுக்கு இருக்கும் ஒரே கடை இது. இனி முல்லைத் தீவுக்கு பேருந்து இல்லை என்றார்கள். சிறிது நேரத்தில் ஒரு டிராக்டர் வந்தது. அதில் ஏறிக்கொண்டோம்.

இது இந்திய அரசாங்கம் அன்பளிப்பாக கொடுத்த டிராக்டர் என்றார் நண்பர். அதில் ஏற்கெனவே ஒருவர் உட்கார்ந்து இருந்தார். தமிழகத்தில்

கருநாட்டுக்கேணி

சிதைக்கப்பட்ட சிவன் கோயில் - கருநாட்டுக்கேணி

தமிழ் குழந்தைகள்

முல்லைத்தீவு பேருந்து நிலையம்

முல்லைத்தீவு மாவட்டச் செயலகம்

ராணுவ அறிவிப்பு

இருந்து வந்திருக்கிறேன் என்று சொன்னதும் தன்னுடைய ஊர் கொக்கிளாய் என அறிமுகப்படுத்திக்கொண்டார்.

'1984ம் வருஷத்துல நாங்க இடம்பெயர்ந்து போனோம். அதன்பிறகு, சிங்களக் குடும்பங்கள் சில வந்து எங்க இடத்துல குடியேறியது. 10 வருஷம் இருந்தா ஒருவருக்கு அந்த இடம் சொந்தம் என்ற விதிப்படி இப்ப எங்க நிலம் அவங்களுக்கு சொந்தம்னு சொல்றாங்க. எங்க மீன் வளம் தொடங்கி எல்லா வளங்களையும் சிங்களர்கள் எடுத்து அனுபவிக் கிறாங்க. இந்த வளங்களோட ஒட்டுமொத்த லாபமும் சிங்கள முதலாளி களுக்குத்தான் போய்ச் சேருது. இன்னைக்கு 300 சிங்களக் குடும்பம் கொக்கிளாய்ல இருக்கு. அங்க ஆய்வுக்கு வந்த அரசு அதிகாரிகளும் எங்க நிலத்தை அவங்களுக்குத் தர்றதா உறுதியளிச்சிட்டுப் போறாங்க. எங்க நிலத்தை விட்டுப்போட்டு நாங்க கூலி வேலைக்குப் போறம். சிங்களப் பிள்ளைகளுக்குப் பள்ளிக்கூடம் கான்கிரீட் கட்டடம். ஆனா, எங்க பிள்ளைங்க படிக்கக் கூரக் கொட்டாய். இதுதான் இப்போதைய நிலைமை. இந்தக் கூரையாவது கிடைச்சதேனு நிம்மதிப்பட்டுக் கிடக்கோம்' என்றார். கொக்கிளாயில் இருந்த நூற்றுக்கணக்கான தமிழர்கள் நிலைமை இதுவே!

முல்லைத் தீவை வந்தடையும்போது, மாலை 6 மணி ஆகிவிட்டது. இன்னும் கொஞ்சம் தாமதித்தால் அதன் பிறகு பேருந்து சேவை கிடையாது என்றனர். அங்கே தங்கும் வசதியும் கிடையாது. உடனடியாக கிளிநொச்சி கிளம்பினோம்.

முல்லைத் தீவையும் முள்ளிவாய்க்காலையும் இணைக்கும் வட்டு வாகல் பாலம் வெள்ளைக் கொடி கொலைகளை கண்ட போர் வீதி. அதை கடக்கிறேன்.

மே 14 சரண் அடைவதற்கான பேச்சுகள் தொடங்கி மே 18 காலை 6 மணிபோல் புலிகளின் அரசியல் பிரிவு தலைவர்கள் நடேசன், புலித் தேவன் இன்னும் பலருடன் வெள்ளைக் கொடி ஏந்தி முள்ளிவாய்க் காலில் இருந்து வட்டுவாகலை நோக்கி வந்தனர். பின்னர் அவர்கள் கொல்லப் பட்ட படங்களும் வெளியாகின.

அதுபோல போரின் முடிவில் 11,696 புலி உறுப்பினர்கள் சரணடைந்ததாகத் தெரிவிக்கப்பட்டு, அதில் 52 பேர் தவறி பின்னர் 11,644 பேர் சரணடைந்த கணக்கும் ராணுவத் தரப்பில் கொடுக்கப் பட்டது. முக்கிய நபர்களாகக் கணிக்கப்படும் அந்த 52 பேர் பேருந்தில் ஏற்றப்பட்டு காணாமல் போன ஆதாரங்களும் இருக்கிறது.

6

முள்ளிவாய்க்கால்

எச்சங்களே மிச்சங்களாய் ஆன மண்ணாய் உள்ளது முள்ளிவாய்க்கால். பதறிய மனங்கள், கதறிய குரல்கள், குண்டடிச் சத்தங்கள் எனப் படுகொலைகளின் காட்சிகள் கண்ணைவிட்டு அகலவே இல்லை.

ரத்தம் படிந்த வழிகளிலும் தமிழரின் உயிரற்ற உடல்கள் மிதந்த நந்திக் கடலை ஒட்டியும் நிற்கிறேன். முல்லைத் தீவுக்கு வந்திருந்த தொண்டு ஊழிய நண்பரே அன்றும் என்னுடன் வந்திருந்தார். அவர் சுற்றுலாப் பேருந்துகளைப் பார்த்துவிட்டு, 'சண்டையில மக்கள் எப்படி செத்தார் கள் என்று எங்களுக்கு தெரிஞ்ச அளவு கூட சிங்கள மக்களுக்குத் தெரியாது. புலிகள் நாட்டை ஆக்கிரமித்து இருந்தனர், அவர்களை நாம் விரட்டி விட்டோம் என்ற கதையையே சிங்களர்களுக்கு மீண்டும் மீண்டும் அரச வரலாறாகச் சொல்லப்படுகுது' என்றபோது நந்திக் கடலில் சிங்கங்கள் வாய்பிளந்து நிற்கும் ராணுவ வெற்றிச் சின்னத் திற்கு முன் படம் எடுத்துக்கொண்டிருந்தனர் சிங்கள சுற்றுலாவாசிகள்.

வன்னியில் நிகழ்ந்திருக்கும் போரழிவு சிங்கள மக்களுக்கு புதுமையான தாக இருக்கிறது. இதை பார்வையிடவரும் அவர்களின் மன ஓட்டத்தை மேலும் குறிப்பிட்ட நண்பர். 'குண்டுத்தாக்குதல்களால் எரிந்து குவிந்து கிடக்கும் வாகனங்களின் முன்நின்று இம்மக்கள் படம் எடுத்துக் கொள்கின்றனர். போர் எத்தனை

ஆயிரம் பேரை கொன்றது என்பதுகூட தெரியாமல் இந்த மண்ணைக் கண்டு ரசிக்க வார விடுமுறைகளில் கூட்டம் கூட்டமாய் சுற்றுலா வருகின்றனர். புலிகளை வெற்றிகொண்ட ராணுவ பூமி இது, நம் நாட்டின் வீரம் சொல்லும் கதை இது என்ற கற்பனை மட்டுமே அவர்களிடம் உள்ளது. எப்படிப்பட்ட நச்சுக் குண்டு கள் வீசப்பட்டன என்றெல்லாம் இவர்களுக்குத் தெரியாது. ராணுவத் தலைமைப் பீடத்தில் இருந்து வரும் காணொலிகள் மட்டுமே போர்க் காலத்தில் சிங்கள மக்களுக்குக் காட்டப்பட்டன. இனரீதியான பாகுபாட்டையும் இலங்கை சிங்கள தேசம் என்ற நிலைப்பாட்டையும் சிங்கள மக்கள் மனதில் திணித்துக்கொண்டே இருக்கிறது இலங்கை அரசு' என்றார்.

அப்போது நாங்கள் இருந்த இடம் 'போர் அருங்காட்சியகம்'. விளக்கங்கள் அனைத்தும் சிங்களத்திலும் ஆங்கிலத்திலும் மட்டும் இருந்தன. அதில் ஆயுதங்களின் விளக்கம் சிங்களத்தில் மட்டும் இருந்தது.

புலிகளிடம் ஆட்லறி, பீரங்கி, தாக்குதல் விமானங்கள், குண்டுகள், துப்பாக்கிகள், கண்ணி வெடிகள், நீர்மூழ்கி கப்பல், தாக்குதல் படகுகள் என்று பலவிதமான ஆயுதங்கள் இருந்தன.

தீவிரவாதிகளின் தற்கொலைப் படகு என அடையாளப்படுத்தப் பட்டிருந்த இடத்தில் நிலவன், இசையரசி, பரந்தாமன், ஊடுருவி போன்ற கடல் புலிகளின் படகுகள் இருந்தன.

'சாதாரணமாக ஒரு என்ஜினை வைத்தாலே படகில் நிற்க முடியாது. கடல் புலிகள் நான்கிற்கும் மேலான என்ஜின்களை பொருத்தி நின்று செல்வார்கள். அந்தப் படகுகள் இவை' என சிறு விளக்கத்தைக் கொடுத்தார் நண்பர்.

நந்திக்கடலில் இருந்த ராணுவ வெற்றிச்சின்னத்தைப் பார்க்கும் முன், ஒரு வயல்வெளியைக் காட்டி இதை நினைவில் வைத்துக்கொள்ளுங் கள். பின்னர் அதைப்பற்றிச் சொல்கிறேன் என்று நண்பர் கூறியிருந்தார். அதை நினைவுபடுத்திக் கேட்டேன். 'புலிகள் கடைசியாக ஒரு விமானத் தாக்குதல் நடத்தினர். அந்த விமானத்தை அந்த வயல்வெளியில்தான் டேக்-ஆப் செய்தனர்' என்றார். அந்த வயல்வெளி ஓர் ஓடுதளமாகக் காட்சியளிக்கவில்லை. விவசாய நிலம்போலவே இருந்தது.

'யுத்தக் காலத்துல நானும் இங்கதான் இருந்தன். எத்தனப் பிணங்கள்... கால் தனியா கை தனியா தலை தனியா... எல்லாம் ரத்தமும் சதையுமா இருந்தன. மூட்டையும் முடிச்சுமாக இந்த வழியே நடந்தோம். நடந்து கொண்டு இருக்க பிடரியில் வந்து செல் விழும்... கிபீர் விழும். செத்த பிறகுகூட அந்தப் பிணங்களை கிபீரும் செல்லும் தாக்கிக்கொண்டு இருந்தன' என்று மெல்லிய குரலில் சொல்லிக்கொண்டே இருந்தார்

நண்பர். ஒவ்வொரு இடங்களுக்கும் அவர் கொடுக்கும் விளக்கம் கண்ணில் நீரைத் ததும்ப வைத்தது.

நந்திக்கடலின் ஓரத்தில் அண்மையில் சொகுசு விடுதியை மகிந்த ராஜ பக்ஷேவும், கோத்தபய ராஜபக்ஷேவும் திறந்து வைத்தனர். ஐ.நா.வால் சிங்கள ராணுவம் போர்க் குற்றங்கள் புரிந்ததாகவும் மனிதத்துக்கு எதிரான குற்றங்களைச் செய்ததாகவும் கூறப்படும் இடத்தில் சுற்றுலாவை ஊக்கப்படுத்துவது தேவைதானா? எனக் கேள்வி எழுப்பி உள்ளார் நோமடிக் தாட்ஸின் (Nomadic Thoughts) சுற்றுலா நிறுவனத்தின் இயக்குநர் ஜோனோ வெர்னன் பாவெல் (Jono Vernon-Powell).

நந்திக்கடல் கடற்கரைக் காயலில் மூன்று படுக்கை கொண்ட வசதி யோடு 15 ஆயிரம் ரூபாயில் ஓய்வறைகள் என்றும் பிரபாகரன் கொல்லப் பட்ட இடத்தில் விடுமுறையைக் கழிக்க வாருங்கள் என்றும் சிங்களப் பத்திரிகைகளில் விளம்பரங்கள் வெளியாகி வருகின்றன. அதாவது, புலிகளை வென்றதை சிங்கள இனத்தின் வீரமாகவும் புலிகள் இருந்த இடத்தை சுற்றுலாத் தலமாகவும் மாற்றிவிட்டது இலங்கை அரசாங்கம்!

நந்திக்கடலில் உள்ள பெரும்பாலான கடைகளும் விடுதிகளும் ராணுவத்தின் வசம் உள்ளது.

கொழும்பில் விக்கிரமபாகு கருணரட்னவைச் சந்தித்தபோது அவர் இந்தக் குற்றச்சாட்டைப் பகிரங்கமாக வைத்தார். ‘இன்றைக்கு இந்த அரசாங்கத்தின் ஒரே இலக்கு, சுற்றுலாவை ஊக்குவிப்பது மட்டுமே. மூன்று ஆண்டுகளுக்கு முன் நடந்த கொடூரத்தை முழுமையாக மறைப் பதற்கு இந்தச் சுற்றுலா உத்தியைப் பயன்படுத்துகிறார்கள். 2009 மே மாதம் போர் முடிந்ததில் இருந்து நான் இதை எழுதி வருகிறேன். முள்ளி வாய்க்காலின் கொடூரப் போரில் குறைந்தபட்சம் ஒன்றரை லட்சம் பேர் செத்திருப்பார்கள் என்பது என்னுடைய கணிப்பு. ஆனால், ஐ.நா-வின் அறிக்கை 40 ஆயிரம் பேர் என்கிறது. நான் சொல்லும் கணக்கு தவறு என்றால், என்னை அரசு கைது செய்து இருக்கலாமே?’ என்று கொதித்தார்.

போர் முடிந்த வேளையில் சில நூறு பேர் இறந்திருக்கலாம் என்றது இலங்கை அரசு. 7000 தமிழர்கள் கொல்லப்பட்டதாக தெரிவித்தது ஐ.நா. கணக்குகள். பின்னர் அதே ஐ.நா.வின் 2011 ஆம் ஆண்டு அறிக்கை போரின் இறுதி நாட்களில் 40,000 தமிழர்கள் கொல்லப்பட்டனர் என்றது. 2012ல் வெளிவந்த ஐ.நா.வின் உள்ளக ஆய்வு அறிக்கை 70,000 தமிழர்கள் உயிரிழந்ததாகக் குறிப்பிடுவதோடு போரின் இறுதி காலக் கட்டங்களில் பொது மக்களை பாதுகாக்க ஐ.நா. தவறியுள்ளதாகத் தெரிவித்துள்ளது.

இலங்கை அரசின் கற்றுக்கொண்ட பாடங்கள் மற்றும் நல்லிணக்க ஆணைக்குழுவுக்கு மன்னார் ஆயர் இராயப்பு ஜோசப் சமர்ப்பித்துள்ள அறிக்கையில் 146,679 மக்களின் நிலை கணக்கில் வரவில்லை எனத் தேரிவிக்கப்பட்டுள்ளது. அதன்படி அக்டோபர் 2008 அரசாங்க ஆவணங்கள்படி வன்னியின் (கிளிநொச்சி, முல்லைத்தீவு, மன்னாரின் ஒரு பகுதி, வவுனியா மாவட்டத்தின் வடக்கில் ஒரு பகுதி) மக்கள் தொகை 429,059. 10 ஜூலை 2009 ஐ.நா.ஆவணங்கள்படி 282,380 மக்கள் வன்னியிலிருந்து மீண்டுள்ளனர். அரசின் மக்கள் தொகை கணக்கு, 2009க்கு பிறகு முகாம்களுக்கு வந்தடைந்தவர்கள் கணக்கு இரண்டு கணக்கையும் ஒப்பிட்டுப் பார்த்தால் சுமார் ஒன்றரை லட்சம் தமிழர்களின் நிலை மர்மமானதாக இருப்பது சுட்டிக்காட்டப்பட்டிருக்கிறது.

முள்ளிவாய்க்கால் எங்கும் சிதறிக்கிடக்கும் ஆயிரக்கணக்கான வாகனங் களைக் காணும்பொழுது கணக்கில் தவறும் லட்சத்துக்கும் அதிகமான மக்களின் நிலையை நினைவூட்டுகிறது.

மலைபோலக் குவிந்து கிடக்கும் வாகனங்களை (சைக்கிள், பைக், கார், பஸ், வேன், லாரி, ஆம்புலன்ஸ், டிராக்டர்) பழைய இரும்பிற்காக விற்றுக்கொண்டு இருக்கிறது ராணுவம்.

பனை மரங்கள் எல்லாம் குண்டு மழைத் தாக்குதலில் முறிந்து அழிந்து கிடந்தன. கரை முள்ளிவாய்க்கால், வெள்ள முள்ளிவாய்க்காலின் அகோரங்களைக் கண்டுவிட்டு, மீண்டும் கிளிநொச்சி திரும்பினேன். அங்கு செல்லும் வழியில் ஒரு மூத்த போராளியைச் சந்தித்தோம். அவர் தனது போர் வாழ்க்கை, புனர்வாழ்வைப் பற்றி விவரித்தார்.

‘புனர்வாழ்வுல ஒன்டுமே பண்ணல ஆமி. நாங்களாக எங்களைத் தயார் படுத்திக்கொண்டோமே ஒழிய, அவங்களாக எதையும் செய்யவில்லை. நான் இரண்டு ஆண்டு காலம் புனர்வாழ்வுல இருந்தன். எங்களையே தயார்படுத்திக்கொள்ள ஓவியம் தீட்டுவம், கவிதை எழுதவம், பூந்தோட்டம் செய்வம். பின் எங்களுக்கு என்ன வேல தெரியும் என்று கேட்டு செய்ய வைத்தனர். கண்டல் காடு பகுதிக்குக் கூட்டிச்சென்று சில காலம் விவசாயம் செய்ய வைத்தனர். மரணக் குழிக்குள் இருந்து பிழைத்து வந்த எங்களுக்கு அப்போது தேவையாக இருந்தது உளவியல் ரீதியான புனர்வாழ்வு. அதை ஆமி செய்யலை. மாறாக அவர்களின் வீர தீரச் செயல்களைப் புகழ்ந்தும், நாங்க அடிச்சு நீங்க தோல்வி கண்டிங்க என்று கேலி செய்தும், அடிமையாக நடத்தும் மனநிலைதான் அவங் களிடம் இருந்தது. நாங்க உடுப்பு கழுவிக் காயப்போடுவதைக் கூட அவர்கள் விரும்பலை. தினம் ஏதோ ஒரு விதத்துல பிரச்னை வரும்.

2009-ம் வருஷம் மே 18-தான் எங்களப் பிடிச்சாங்க. 16, 17-ம் தேதி எல்லாம் கடைசி நிலைமைக்கு வந்துட்டோம். அந்த நேரத்துல

15000 ரூபாயில் ஓய்வறைகள் -
ராணுவ விளம்பரம்

ராணுவம்
ஆக்கிரமித்துள்ள இடம்

சிதைக்கப்பட்ட புதுக்குடியிருப்பு வீடு

சிதைந்து கிடக்கும் பொதுப்
போக்குவரத்து வாகனங்கள்

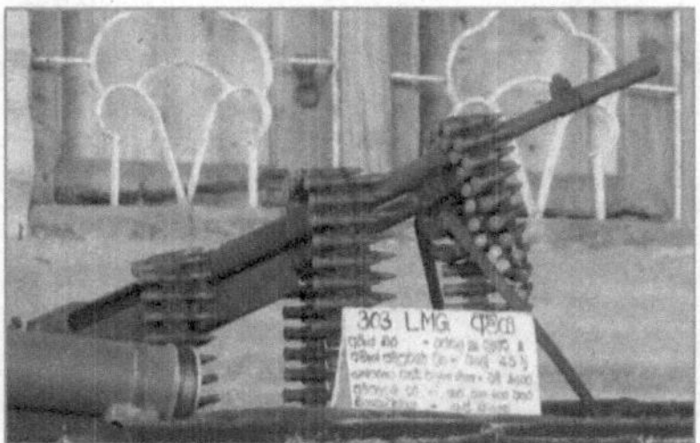

போர் அருங்காட்சியத்தில்
துப்பாக்கியும் தோட்டாக்களும்

சிதைந்து கிடக்கும் பொதுப்
போக்குவரத்து வாகனங்கள்

புதுக்குடியிருப்பு போர்
அருங்காட்சியம்

நந்திக்கடல் போர் வெற்றிச் சின்னம்

ஐ.நா-வோ அமெரிக்காவோ உதவி செய்யும்னு எதிர்பார்த்திருந்தம். தமிழ்நாட்டு அழுத்தத்துல இந்தியா நிலைமை மாறும்னுகூட நினச்சம். ஆனா, எதுவும் நடக்கல. கனரக ஆயிதம் பயன்படுத்த மாட்டோம்னு ஆமி சொன்ன நேரத்துல பயங்கரமான யுத்தம் நடந்துகொண்டிருந்தது. நாங்க இருந்த பங்கரில் நாலா பக்கமும் செல் அடிச்சுக்கொண்டிருந்தான் ஆமி. செய்தித் தொடர்புகள் சேட்டலிட் போன் வழியாக இருந்து கொண்டே இருந்தன. யார் யார்கிட்ட செய்தி அனுப்பணுமோ அனுப்பிக் கொண்டேயிருந்தது எங்களோட தலைமைப்பீடம். ஆனா ஏதும் நடக்கல. சனமும் போராளிகளும் கொத்துக் கொத்தா செத்துக்கொண்டுதான் இருந்தனம். எங்களுக்கு வெளியுலகத் தொடர்பு இருந்ததே ஒழிய, உள்ளகத் தொடர்பு முழுமையா துண்டிக்கப்பட்டுருச்சி. செல் குண்டுகள் மழைபோல் கொட்டிக்கொண்டே இருந்தது. போரின் கடைசி நேரத்துல வரி உடுப்புலாம் (சீருடைகள்) இல்ல. தலைவரோட இருந்தவங்க மட்டுமே வரி உடுப்புல இருந்தாங்கள்.

எனக்கு அருகால இருந்த பங்கரில் இசைப் பிரியா இருந்தவள். அவள் எனக்கு நன்கு அறிமுகம். என் மணிக்கூடு பழுதானதால மணிக்கூடு வாங்குவதற்கு அவளிடம் போனேன். நீங்க போயிட்டு நாளைக்கு வாங்கள் நான் தேடி எடுத்து வைக்கறன் என்றாள். நான் அடுத்த நாள் போனபோது, மணிக்கூடு கிடக்கலைன்ணா என்றுபோட்டு கொஞ்சம் அவல் பிரட்டித் தந்தாள். அடுத்து என்ன செய்யப் போறீங்கள். நிலவரம் மோசமாகிட்டு வருது... வாங்க, எல்லோரும் சேர்ந்து போலாம் என்றேன். அவர் (இசைப்ப்ரியாவின் கணவர் புலிகளின் தளபதி சிறீராம்) வந்து முடிவு சொல்லும் வரை பாத்திருக்கிறன் என்றாள். நான் என் பங்கருக்குள் வந்துவிட்டேன்.

இசைப்பிரியாவின் மூன்று மாதக் குழந்தை சுகவீனம் காரணமாக மூன்று மாதத்துக்கு முன் மாத்தளனில் இறந்துபோனது. அவள் அக்காவின் கணவரும் இரண்டு மாதத்துக்கு முன் கிபீர் தாக்குதலில் செத்துட்டார்.

நான் இசைப்பிரியாவைக் கண்டது மே 18 தேதின்னு நினைக்கேன். ஒரு கொட்டிலிடம் பின்னுக்குக் கையை குத்திக்கொண்டு கால் முன் நீட்டிக் கொண்டு கட்டப்பட்டதுபோல் உட்கார்ந்து இருந்தவள். பின், அவளை நான் கண்டது சேனல் 4ல்தான்...'. அதற்கு மேல் அவரால் பேசவே முடியவில்லை.

7

நந்திக்கடல்

இசைப்பிரியாவின் அதிர்ச்சியில் அமைதியுற்றிருந்த போராளி, அடுத்த சில நிமிடங்களில் போரின் உக்கிரமான தருணங்களை மீண்டும் சொல்லத் தொடங்கினார்.

'இசைப்பிரியாவின் இறுதி நாட்களைப்போலவே, கேணல் ரமேஷையும் நான் முழுமையாக அறிந்தவன். அவர் எங்களோட இருந்தவர். கருணா துரோகம்செய்து போன பிறகு கிழக்கு மாகாணத்தைக் கட்டிக் காத்தவர். இறுதியில் சரண் அடையவே அவர் முடிவெடுத்தார். தன்னோடு இருந்த பொடியனிடம் (அவருக்கு மெய்க் காவலர்போல் இருந்தவர்), 'காசு இருந்தா தாங்கடா' என்று கேட்டார். பொடியனும் 25 ஆயிரம் ரூபாய் கொடுத்தான். அதில் 5,000 ரூபாய் மட்டும் எடுத்துக் கொண்டு, தளபதிகள் சரணடையும் இடம் என்று ராணுவம் அறிவித்த இடத்தை நோக்கிப் போனார். அவரும் சித்ரவதைசெய்து கொல்லப்பட்ட தகவல் பல நாட்கள் கழித்துத்தான் தெரியவந்தது. அவர்கள் கொல்லவே செய்வார்கள் என்பதை அறிந்ததால், நான் சரண் அடையவில்லை!'

'சரண் அடையாமல் நீங்கள் என்ன மாதிரி நடந்துகொண்டீர்கள்?'

'நானும் சனத்தோடு சனமாக நடந்து போனேன். அப்ப ஜீன்ஸ் பேன்ட் போட்டு இருந்தேன். நடந்தபடியே அதை அவிழ்த்துவிட்டு சாரத்தைக் கட்டிக்கொண்டு

அம்பலவன்பொக்கனை

புதுமாத்தளன் பலகை - சிங்களச் சொல்லாடலில்

புதுமாத்தளனில் குழந்தைகள்

புதுமாத்தளனில் சிதைந்து கிடக்கும் வாகனம்

புதுமாத்தளன் பள்ளி

நகர்ந்தேன். ஜீன்ஸ் போட்டிருந்தா போராளின்னு நினைப்பாங்க. பொதுசனம் மாதிரி சாரம் கட்டிக்கிட்டேன். முல்லைத் தீவை நோக்கிப் போனோம். நந்திக்கடல் வாவியில் பிணங்கள் அப்படியே மிதந்துகொண்டு இருந்தன. ராணுவம் சுட்டுச் சுட்டு உடுப்பை உருவிவிட்டு தண்ணிக்குள் தூக்கி எறிஞ்சுகொண்டு இருந்த தைப் பாத்துக்கிட்டே ராணுவக் கட்டுப்பாட்டுக்குள் நகர்ந்தோம். உயிர் போகாமத் துடிதுடிச்சவங்களோட சத்தம் கேட்டுட்டே இருந்தது. தண்ணிக்குள்ள இருந்து கையை மட்டும் தூக்கிட்டு யாரோ கூப்பிடுற மாதிரியும் இருந்தது. இந்த வாவியில செத்துக்கிடந்த சனம் மொத்தம் எவ்வளவு இருக்கும்னு சொல்ல முடியாது. அவ்வளவு சனம்!

இதைப் பார்த்துக்கிட்டே ராணுவத்திடம் போனம். ஏதோ சாப்பிடணும் போல இருந்தது. தண்ணி குடிக்கணும்போல இருந்தது. நாய்க்குப் போடற மாறி எதையோ தூக்கிப் போட்டாங்க. சின்ன போட் நிறுத்தி தண்ணிய அதுக்குள்ள விட்டாங்க. தண்ணி குடிக்கற நெரிசல்லயே பல சனம் செத்துப்போச்சு. ராணுவப் பகுதிக்குள்ள அரசியல் துறை பொறுப் பாளர் கரிகாலனையும், நீதி நிர்வாகத் துறை பொறுப்பாளர் பர.ராஜ சிங்கத்தையும் சந்தித்தன். அவங்க, ‘வாங்க... ராணுவ மேஜர்ட்ட பேசி அங்கால போலாம்’ என்றார். ‘நான் வரல... சனத்தோடவே நிக்கறன்’ என்றேன். அவர்கள் கொஞ்சம் நேரம் கழிச்சு, ராணுவ மேஜர்ட்ட பேசி கம்பிக் கூட்டுல இருந்து வெளியில் போயிட்டாங்க. அவங்களுக்கு பனந்தோப்புல வெச்சு பிஸ்கட் பாக்கெட்கள், தண்ணி போட்டல்கள் தந்தாங்கள். அதைப் பார்த்ததும், ‘போயிருந்தா தண்ணியாவது குடிச்சிருக் கலாம்’ என்று ஆச வந்தது. அங்கால எனக்குத் தெரிஞ்ச போராளிகளும் நெறைய இருந்தனர். கொஞ்ச நேரத்துல ஒரு வண்டி வந்து, அவங்கள ஏத்திக்கொண்டுபோய்விட்டது. இதுவரைக்கும் அவங்க என்ன ஆனாங்கன்னு தெரியாது. இருக்காங்களா செத்தாங்களான்னு ஏதும் தெரியல. மூணு வருஷம் ஆச்சு.

அரசியல் பொறுப்பாளர் நடேசனும் பலரோடு கதைச்சுக்கிட்டு முல்லைத் தீவு நோக்கிப் போனார். என்னைப் பாத்தவர், என் பேரச் சொல்லிக் கூப்பிட்டார். ‘வாங்க போலாம்’ என்றார். ‘சரணடையப் போறோம்’ என்று சொல்லவே இல்லை. அவங்களோட போக எனக்கு விருப்பம் இல்ல. ‘சனத்துக்கு என்ன நடக்குதோ, அதுவே எனக்கும் நடக்கட்டும்’ என்று போகாமல் சனத்தோடவே நின்டன். ஒருவேளை ராணுவத்திட்ட சொல்லி அவங்களோட போயிருந்தனா இன்றைக்கு உங்களோட பேசுறதுக்கு நானும் இருந்திருக்க மாட்டன்’ என்று சொல்லும்போது அவர் முகம் இருண்டு கிடந்தது.

‘சண்ட முடிஞ்ச பிறகு ரெண்டு நாள் கழிச்சு கையில் இருந்த பணம், பொருள எல்லாம் பிடுங்கிக்கிட்டு பேருந்துல ஏத்துனாங்க. ஓமந்தைக்கு

(இலங்கைக்கும் புலிகள் நிர்வகித்த தமிழீழத்துக்குமான பிரதான சோதனைச் சாவடி) கொண்டுபோய் பொதுமக்களையும் போராளி களையும் தரம் பிரிச்சாங்க. அங்க இருந்துதான் முகாம்களுக்குப் பிரிச்சு அனுப்பினாங்க. முள்ளிவாய்க்கால்ல இருந்து ஓமந்தைக்குப் போக ரெண்டு நாள் பிடிச்சது. கிட்டத்தட்ட 3,000 பேருந்துகள்... ஆங்காங்கே சில ராணுவத்தினர் பிஸ்கட், தண்ணி போட்டல் தந்தாங்கள். ஓமந்தை செக் பாயின்ட்ல எங்களுக்கு ஆசை வார்த்தை காட்டினாங்க. 'ஒரு நாள் இயக்கத்துல இருந்தாலும் இங்க வந்து பதிஞ்சுபோட்டு போங்க. கருணா 25 வருசமாக கேணல் நிலையில இயக்கத்துல இருந்தவர். இப்ப அரசாங்கத்தோடு சேந்து நல்ல நிலைமையில இருக்கார். அவரப்போல தான் உங்களையும் நல்லா வெச்சிருப்பம். பதிஞ்சிட்டு நீங்க போய் உங்க குடும்பத்தோடு சேர்ந்துக்கலாம்' என்று அறிவிச்சுட்டு இருந்தது ராணுவம்.

தரம் பிரிச்சப் பின்ன போராளிகளான எங்களை ராணுவக் கேணல் சந்திர சிறீ வந்து பார்த்தார். 'உங்கள நாங்க போராளிகளாகப் பார்க்கலை. பொது மக்களாகத்தான் பார்க்கறம். உங்கள யாராவது அடிச்சு துன்புறுத்தினா என்கிட்ட வந்து சொல்லுங்க' என்றார். எங்கள அடிச்சுக் கொடுமைப் படுத்தின சம்பவங்கள அவரிடம் சொன்னம். அவரும் அந்த ராணுவ அதிகாரியக் கூப்பிட்டுக் கண்டிச்சிட்டுப் போயிட்டார். மறுபடியும் ராணுவ அதிகாரி, 'நீங்க கேணலிடம் சொல்றீகளா?' என்று மீண்டும் அடிச்சுப்போட்டுப் போனார்.'

'உங்களைப்போலவே மற்ற முக்கியப் போராளிகளும் வந்துவிட்டார் களா? அதில் தப்பித்தவர்கள் உண்டா?'

'இறுதியில் நந்திக்கடலில் ராணுவ அரணை உடைத்துத் தப்பும் முயற்சி நடந்துச்சு. சண்ட இறுதிக் கட்டத்தை நெருங்கறபோது, எல்லாரும் தப்ப முடியாது என்ற நிலைமை வந்தது. மே 14 போல தப்புவது என்று முடிவுசெய்து, ராணுவ அரணை உடைச்சு வெளியில போகணும் என்ற திட்டம் இருந்தது. ஆனா அந்தப் பாதையின் ஊடாக எல்லோரும் போக முடியாது, சிலர் மட்டும்தான் போக முடியும் என்று முடிவானது. தலைவர், பொட்டு அம்மான், சூசைனு இன்னும் பல முக்கியப் போராளிகள் போவதா முடிவானது. அவங்களோட சில போராளிகள் சேர்ந்தாங்கள். சில மணி நேர இடைவெளியில மூன்று தடவ ராணுவ அரணைத் தாக்கினாங்கள். மூணுமே தோல்வியில முடிஞ்சது. ஆனா அதுக்கப்பறம் தாக்கனாங்களா, தப்பிச்சாங்களான்னு எனக்குத் தெரில.'

'இறுதி முடிவுகள் எந்த அடிப்படையில் எடுக்கப்பட்டன?'

‘மக்களோடு இருப்பது, ராணுவத்திடம் சரண் அடைவது, தப்புவது ஆகிய மூன்று நிலைகள் எடுக்கப்பட்டன. இது போராளிகளின் முடிவுக்கே விடப்பட்டது’ என்றார்.

அந்த சந்திப்போடு முடிந்தது அன்றைய இரவு. அடுத்த நாள் விடிந்ததும் மீண்டும் குருதி படிந்த நந்திக்கடல் பரப்புக்குச் செல்வதாக இருந்தது.

புதுமாத்தளன், அம்பலவன் பொக்கனை, வலைஞர் மடம் போன்ற பகுதிகளைச் சுற்றிவந்தேன். ஊர் பெயர்ப் பலகைகள் அனைத்திலும் சிங்களப் பெயருக்கு முன்னுரிமை தந்தும், தமிழில் எழுதுவதையும் சிங்களச் சொல்லாடலில் எழுதி இருந்தனர்.

இந்த புதுமாத்தளன் வழியில் புலிகளின் கட்டுக்கரை இருந்தது. அதற்கு ராணுவம் தீவிரவாதிகளின் கட்டுக்கரை (Terrorist ditch cum bund) என்று பெயரிட்டு இருந்தது. இங்குதான் புலிகள் பொதுமக்களை மனிதக்கேடயமாகப் பிடித்துவைத்து இருந்தனர் என எழுதப்பட்டு இருந்தது. இந்தக் கட்டுக்கரையை 20 ஏப்ரல் 2009 அன்று ராணுவம் பிடித்த பிறகு 1,70,000 மக்களை கொடூரத் தீவிரவாதிகளின் பிடியில் இருந்து ராணுவம் மீட்டது என முகப்பு விளக்கம் கொடுக்கப் பட்டிருந்தது.

தொலைக்காட்சிகளில் நாம் மீண்டும் மீண்டும் பார்த்த இடத்தில், மௌனமாக நிற்கிறேன்!

8

ஏ35 நெடுஞ்சாலை

வெற்று உயிர்களாக, வெந்த உடல்களாகத் தமிழர்கள் இலங்கையிலே துடிதுடிக்கின்றனர் என்று, நான்கு சுவர்களுக்குள் நாம் அழுதபோது உடம்பிலே நெருப்பைப் பற்ற வைத்துக்கொண்டு தமிழ்நாட்டில் ஒருவன் தெருவுக்கு வந்தான். அவன் பெயர் முத்துக்குமார். அந்தப் பெயர் ஈழத்து மண்ணில் மக்களின் மனதில் கல்வெட்டாக வாழ்கிறது.

இதுவரை இறந்த மாவீரர்களின் பெயரோடு முத்துக்குமார் பெயரும் இணைந்துவிட்டது. 'இனியும் எங்களுக்காகத் தமிழ்நாட்டில் ஓர் உயிரும் போகக் கூடாது என்று எங்கள் அவலங்களுக்கு மத்தியிலும் அவருக்காகத் தீபம் ஏந்தினோம். என்றும் அவருக்கு நாங்கள் நன்றிக் கடன் பட்டவர்கள்' என ஈழத்தமிழர் ஒருவர் கையைப் பற்றிக் கொண்டு சொன்னபோது, கண்கள் பனித்தன.

கண் முன்பே தமது சொந்த பந்தங்களைப் பறிகொடுத்த வடுக்களை மறக்க முடியாமல் தவிக்கின்றனர் மக்கள். ஒரு போர் முடிந்த பிறகும் அப்போர் அம்மக்கள் மீது உளவியல் யுத்தத்தை நிகழ்த்துவதைப் பார்க்க முடிகிறது.

2009 ஆம் ஆண்டு ஜூலை - செப்டம்பர் மாதங்களிடையில் தமிழ் மக்களின் உளவியல் நிலைகள் தொடர்பாக பாரா ஹுசைன்; மார்க் ஆண்டர்சன்;

பாரபரா லோபிஸ் கார்டோசோ உள்ளிட்ட வெளிநாட்டு மருத்துவர்களின் ஒருங்கிணைப்பில் ஆய்வொன்று நடத்தப்பட்டது. யாழ்ப்பாணத்தில் இடம்பெயர்ந்தோரிடம் நடத்தப்பட்ட ஆய்வில் *13%* அதிர்ச்சிகரமான மன அழுத்த நோய் (Post Traumatic Stress Disorder - PTSD), *48.5%* பதட்டம் (Anxiety), *41.8%* மன அழுத்தம் (Depression) இருப்பதற்கான அறிகுறிகள் கண்டுபிடிக்கப்பட்டுள்ளன. இவை போருக்குப் பிந்தைய கொசோவர்கள் மற்றும் ஆப்கானியர்களிடையே ஒப்பிடக்கூடியவையாக இருப்பதை சுட்டிக்காட்டியுள்ளனர்.

'யுத்தத்தில் பாதிக்கப்பட்ட மக்களின் மனோநிலை சீரடைய இன்னும் இருபது ஆண்டுகளாவது தேவைப்படும்' என வவுனியா உளவியல் மருத்துவர் ஒருவரின் கருத்தைக் குறிப்பிட்டார் தொண்டு நிறுவன ஊழியர்.

ஏக்கம் நிரம்பிய விழிகள், அச்சம் போர்த்திய முகங்கள், தயங்கித் தயங்கி வரும் பேச்சுகள் அனைத்துமே ஒருவகையில் விரக்தியையே வெளிப்படுத்துகின்றன. சிலநேரங்களில் வீரமாகவும் பல நேரங்களில் விரக்தியாகவும் பேசுகிறார்கள். உளவியல் போர் கண்ணுக்குத் தெரியாமல் நடந்து கொண்டிருப்பதையே இது காட்டுகிறது.

புதுமாத்தளனில் இருந்து புதுக்குடியிருப்புக்கு நகர்ந்தேன். சுதந்திர புரம், உடையார்கட்டு, வள்ளிபுனம் என பரந்தன் முதல் முல்லைத்தீவு வரை உள்ள 'ஏ35' நெடுஞ்சாலையில் எல்லாமே அழிவுகளின் காட்சி கள்தான். ஓடு வேய்ந்து இருந்த கூரைகள் எல்லாம் இன்று கீற்றுக் கூரைகளாக உள்ளன. புதுக்குடியிருப்பு டவுன் மட்டுமே ஊர் போலத் தெரிந்தது. மக்கள் கூட்டமும் ஓரளவுக்குத் தென்பட்டது. தொண்டு ஊழிய நண்பர் அவசர வேலை காரணமாக விடைபெற்றுக் கொண்டார். அவரே ஒரு கிளிநொச்சி நண்பரை எனக்கு வழிகாட்ட ஏற்பாடு செய்திருந்தார். ஏனெனில், தமிழ்நாட்டின் பேச்சு வழக்கு எளிதில் காட்டிக் கொடுத்துவிடும். தனியே சென்றால் பேச இயலாதவர்போல செல்ல வேண்டும். முன்பின் அறிமுகம் இல்லாத மக்கள் நம்மிடம் பேசுவதும் சிரமம். தவிர, நாம் யார் என்று தெரியாமல் நம்மையே சந்தேகத்தோடும் பயத்தோடும் பார்ப்பார்கள். எனவேதான் யாராவது ஒரு ஈழ நண்பரை உடன் வைத்துக்கொண்டே என்னுடைய பயணத்தைத் தொடர வேண்டி இருந்தது.

தொண்டு ஊழிய நண்பர் சொன்ன உளவியல் பிரச்னைகள் பற்றி கிளி நொச்சி நண்பரிடம் கேட்டேன். 'பிள்ளையின் முன்னே தாயும், தாயின் முன்னே பிள்ளையும் கற்பழிக்கப்படும்போது மனம் எப்படி தாங்கும்? சொந்தங்கள் எல்லாம் உறுப்புகளை இழந்து துடித்தபோதும் கண்முன்னே உயிர்களைவிட்ட போதும் பார்த்துப் பார்த்துத் துடித்தது

எங்கள் சனம்... தங்களோட உற்றவர்கள் உயிரோடு இருக்கிறார்களா? இல்லையா? என்பது தெரியாமல் வாழும் மனசு எப்படி நன்றாக இருக்கும்?' என்றார்.

உளவியல் என்பது உயிர்ப் பிரச்னை. தனிப்பட்ட மக்களின் பிரச்னை என்று இதை சாதாரணமாக நினைக்க முடியாது. இது ஒரு காலகட்டத்தின் சமூகத்தையே பாதிக்கும் அல்லவா? இதை இலங்கை அரசாங்கமோ, ராணுவமோ உணர்ந்ததாகத் தெரியவில்லை. ராணுவ வெற்றியின் இருப்பையும் தங்கள் கருத்துப்படி பிரபாகரனின் இறப்பையும் நினைவுபடுத்தி தொடர்ந்து பெரும் உளவியல் போரை மக்கள் மீது தொடுத்து வருகிறது. இப்பொழுது ராணுவம் புதிதாக வரைபடக் கண்காட்சி நிலையம் ஒன்றைப் புதுக்குடியிருப்பில் திறந்துள்ளது. அதில் 2009 போரின்போது ராணுவ நகர்வுகள் எப்படி எல்லாம் இருந்தன, எந்தெந்த படையணி எந்தெந்த வழியில் முள்ளிவாய்க் காலை சுற்றி வளைத்தது, நந்திக்கடல் ஓரத்தில் எங்கு பிரபாகரனைக் கண்டெடுத்தோம் என வரைபடத்தோடு அந்தத் தகவல் நிலையத்தில் விளக்கி வருகின்றனர். ராணுவம் போரின் வடுக்களைப் போக்காமல் போர் முறைகளையே மீண்டும் மீண்டும் காட்டி, மக்களின் மன ரணத்தை கீறிக் கீறி மகிழ்ந்தபடி இருக்கிறது. ஆனால், போரால் பாதிக் கப்பட்ட தமிழ் பகுதிகளில் மருத்துவர்களோ, மனநல மருத்துவர்களோ அவ்வளவாக இல்லை.

இதைப்பற்றி புதுக்குடியிருப்பு ஊர்வாசி ஒருவரிடம் கேட்டேன். அவர், 'மருத்துவமனைகளே இல்லாத இடத்தில் மருத்துவர்கள் எப்படி இருப் பார்கள்? இருக்கிற தமிழ் மருத்துவர்களையும் சிங்களப் பகுதிகளில் நியமித்துவிட்டு, சிங்கள மருத்துவர்களை தமிழ் பகுதிகளில் நியமிக் கிறது அரசு. உயிரைக் காப்பாத்துற மருத்துவர்கிட்டகூட எங்க பிரச்னை என்னன்னு சொல்ல முடியல. அதுலகூட சிங்கள திணிப்பு. அரசு பணியில இருக்கிறதால தமிழ் மருத்துவர்கள் சிங்களம் தெரிந்து வைத்திருப்பார்கள். ஆனால், சிங்கள மருத்துவர்கள் தமிழ் தெரிந்திருக்க வேண்டிய அவசியமில்லை. நாங்க தமிழ் மருத்துவர்களைக்கூட கேட்கலை. தமிழ் தெரிந்த மருத்துவரைத்தான் கேட்கறம்' என்றார்.

போருக்குப் பிறகும் இன முரண்பாட்டை காட்டிக்கொண்டிருந்தால் அது இன்னொரு போராளிக் குழு உருவாக்கத்துக்கு வழி வகுக்கும் என்னும் சந்திரிகா குமாரதுங்கவின் பேச்சை இங்கு குறிப்பிட வேண்டியது அவசியம்.

இலங்கையின் முன்னாள் ஜனாதிபதி சந்திரிகா குமாரதுங்க, 'அயோ ஒகுலஜா (AYO OKULAJA)' என்ற நைஜீரிய ஊடகவியலாளருக்கு அளித்த பேட்டி இலங்கை எப்படி உள்ளது? என்பதை நிதர்சனமாக உணர்த்துகிறது.

‘தமிழ்ப் புலிகளுக்கு எதிரான மகிந்த ராஜபக்ஷேவின் தாக்குதல் இப்போது அனைத்துலக சமூகத்தில் மிகப் பெரிய விவகாரமாக உள்ளது. ஐ.நா. மனித உரிமைகள் பேரவை அதை இன்னமும் விசாரித்துக்கொண்டிருக்கிறது. நாம் போரை முடிவுக்குக் கொண்டுவந்த போதிலும், இது வேறொரு போருக்கான ஒரு நீண்ட ஆயத்தமாக இருக்கக் கூடும் என்றே நம்புகிறேன். தமிழ் மக்கள் நீண்ட காலமாகவே பாரபட்சமாக நடத்தப்பட்டனர். அவர்கள் தமது உரிமைகளைக் கேட்டனர். அவர்களின் உரிமைகளை வழங்கும் கோரிக்கைகளை நிறைவேற்ற எனது அரசாங்கம் முதன்முதலாக ஒப்புக்கொண்டது. முழு உரிமை களையும் கொண்ட ஒரு சமமான ஆட்சியை நிறுவ ஒப்புக் கொள்ளப் பட்டது. ஆனால், ராஜபக்ஷே சிறுபான்மையினரின் உரிமைகளில் நம்பிக்கை கொண்டவரல்ல. அவர் ஒருவரே எனது அமைச்சரவை பேச்சுகளுக்கு எதிராக இருந்தார். அவரது தேவை, தமிழர்களைக் கொல்ல வேண்டும் என்பதாகவே இருந்தது. இப்போது ஒட்டுமொத்த உலகமுமே, ராணுவத் தாக்குதலுக்கு எதிராகக் குரல் கொடுக்கிறது. புலம்பெயர் தமிழர்கள் மீண்டும் இணைகிறார்கள். தாக்குதல்களைக் கண்டிக்கிறார்கள். இலங்கை அரசாங்கம் தனது திட்ட வகுத்தலின்படியே தொடர்ந்து நடக்குமானால், இன்னும் சில ஆண்டுகளில் இன்னொரு போராளிக்குழு உருவாகும். இறுதித் தாக்குதலின்போது பொதுமக்களின் மனித உரிமைகள் மீறப்பட்ட சம்பவங்கள் நிறையவே இடம்பெற்றன.

என் தாய் தந்தைக்குப் பிறகு, அரசியல் தேவையில்லை என்று நான் ஒதுங்கியபோதும் மூன்று ஆண்டுகளுக்குப் பின் அரசியலுக்குள் இழுத்து வரப்பட்டேன். அப்போதே என்னுடன் இந்த வம்ச ஆட்சி முடிவுறும் என்று கூறினேன். என் பிள்ளைகளை அரசியலுக்குக் கொண்டு வர எனக்கு விருப்பமில்லை. வம்ச அரசியல், எல்லாவற்றையும் ஒரு குடும்பத்துக்குள் அபகரிக்க இடமளிக்கிறது. இலங்கையின் இப்போதைய ஜனாதிபதி மிகப் பெரிய ஊழல்களை செய்துள்ளார். அவரது குடும்பத்தைச் சேர்ந்த சுமார் 2,000 பேர் அரசாங்கப் பதவிகளில் உள்ளனர். நான்கு சகோதரர்கள் அமைச்சரவையில் இருக்கின்றனர். அவர்களின் பிள்ளைகள் நாடாளுமன்றத்தில் பதவி வகிக்கின்றனர். இந்தமுறையில் இங்கு தீமைகளே அதிகம் நடக்கிறது’ என்று அவர் கூறி இருக்கும் உண்மை யோசிக்கத்தக்கது.

இதற்காக சந்திரிகாவின் ஆட்சிக்காலத்தில் ராணுவம் மனித உரிமையில் தழைத்தது என்பதாகாது. செம்மணி, நவாலி தேவலாய படுகொலை போன்ற ராணுவத்தின் அதிபயங்கர படுகொலைகள் இவர் காலத்திலேயே அரங்கேறின.

அன்று மாலை மீண்டும் கிளிநொச்சிக்குத் திரும்பினேன். அடுத்த நாள் காலை, அதே புதுக் குடியிருப்புப் பகுதிக்கு பயணம் என்றாலும்

குண்டுகள் சிதைத்த புதுக்குடியிருப்பு சைவக் கோயில்

அழிக்கப்பட்ட பள்ளி

குண்டுகள் துளைத்த கடை

ராணுவத்தினரின் சைக்கிள் ரோந்து

புதுக்குடியிருப்பு

தலையில்லாத பனை மரங்கள்

யுத்தத்தால் சிதைந்த வீடு

செல்லக்கூடியது புலிகள் வலுவாக நிலை கொண்டிருந்த காட்டுக்கு. அந்தக் காட்டில் பிரபாகரனின் நிலத்தடி வீடு உள்ளது.

நீங்கள் செல்வது இப்போது சுற்றுலாத்தலமாக உள்ள பகுதிகள் என்பதால் நீங்கள் தனியாகச் செல்லலாம். ஆனால், யாரிடமும் எதையும் பேச வேண்டாம். பேருந்திலிருந்து இறங்கியதும் ஆட்டோ பிடித்துக் கொள்ளுங்கள் என்று எனக்குச் சொல்லப்பட்டு இருந்தது. புதுக்குடியிருப்பில் இறங்கியதும் ஆட்டோ பிடித்துக் கிளம்பினேன்.

டவுனைக் கடந்து மண்பாதையில் ஆட்டோ சென்றது. மீண்டும் காட்டுக்குள் ஒரு பாதை. அந்தப் பாதை ஓரங்களில் கண்ணிவெடிகளை அகற்றும் பணி நடந்துகொண்டிருக்கிறது. அடுக்கடுக்காக பதுங்கு குழிகளோடு காவல் அரண்கள். ஆறு அடுக்கு பாதுகாப்பு அரண்கள் உள்ளதை ராணுவம் கண்டறிந்ததாக ஆட்டோ ஓட்டுநர் சொன்னார்.

‘இந்தக் காட்டுப்பாதையின் ஒரு கிலோ மீட்டருக்கு முன்னால் மக்கள் குடியிருந்தனர். ஆனால் புதுக்குடியிருப்பில் வாழ்ந்த மக்களுக்கோ, டவுனில் வாழ்ந்த எங்களுக்கோ இப்படி ஒரு வீடு இருந்தது தெரியாது. முன்பு இது ஒத்தையடிப் பாதையாகப் புதர் மண்டிக் கிடக்கும். ஆனால், இப்போது ராணுவம் வந்து பாதையை அகலப்படுத்திவிட்டது’ என்று சொல்லியபடியே ஆட்டோவை ஓட்டினார். பிரபாகரன் இருந்ததாகச் சொல்லப்படும் வீடு நெருங்கிக்கொண்டு இருந்தது.

9

புதுக்குடியிருப்பு

பிரபாகரனின் வன வீடு, உளவுநோக்கிகளின் (ரேடார்) கண்களுக்கு தென்படாத நிழல் பகுதியாக இருந்தது. புதுக்குடியிருப்பு டவுனில் இருந்து ஒட்டுசுட்டானுக்குச் செல்லும் வழியே உள்ள காட்டில் இவ்வீடு இருந்தது. உரு மறைப்புத் துணியின் கிழிசல்கள் பசுமைப் போர்வை போல் வீட்டின் காற்றுவெளிகளில் மூடப் பட்டு உள்ளது. இந்த வனமும் போருக்குப் பின் கண்டு பிடிக்கப்பட்டது. தீவிரவாதியின் நிலத்தடி மறைவிடம் (Terrorist Under Ground Hideout) என ராணுவம் கொடுத்துள்ள பெயரோடு அறிவிப்புப் பலகை இந்த இடத்தில் பளிச்சிடுகிறது.

கிடைத்த தகவல்படி முள்ளிவாய்க்காலுக்கு முன்னான தீவிரவாதத் தலைவர்களின் குடும்பத்தின் இருப்பு இங்குதான் இருந்தது. புலனாய்வுப் பிரிவின் தகவல்படி ஒட்டுசுட்டான், விசுவமடு பகுதிகளை இலங்கை ராணுவம் கைப்பற்றியதற்குப் பின் தலைவர் இவ்விடத்தைக் காலி செய்துவிட்டார் என்று இங்கு எழுதப்பட்டு உள்ளது.

இடமும் வலமும் துவக்கு மண்ணை நோக்கி வணங்கு வதுபோல் நிற்க, ஈழ வரைபடத்தின் நடுகில் மெழுகு வர்த்தி எரிவதுபோல் முன் அரண் கம்பிகளால் வடிவ மைக்கப்பட்ட குடில் ஒன்று இருந்தது. வீட்டின் நுழை வாயிலுக்கு முன்னே இருக்கிற இந்தக் குடில் பிரபாகரன், மாவீரர் களுக்கு அஞ்சலி செலுத்தும் இடம் எனப்பட்டது.

மரக்குச்சிகளில் அமர்விடம், மரங்களின் அடர்த்திகள் இடையே புகுந்து வரும் ஒளிக்கீற்றுகள், இயற்கையை சீர்குலைக்காத கட்டமைப்பு, மரங்களோடு ஒன்றிய முள்வேலிகள் என அந்த வீட்டின் புவியியல் அமைப்பு அவ்வளவு கச்சிதமானது.

வீட்டைச் சுற்றி மூன்றடுக்கு பாதுகாப்பு முள்வேலிகள். சிறப்புக் காவல் அரணோடு வீட்டின் முகப்பு. உள்ளே நுழைய சாதாரண வீடுபோலவே காட்சியளித்தது.

சிங்களர்களுக்கு ராணுவத்தினர் வீட்டின் அறிமுகத்தை கொடுத்துக் கொண்டிருக்க... திறந்தே வைக்கப்பட்டு இருக்கும் கதவின் வழியாக நுழைந்தோம். வலதுபுறமிருந்த படிகள் கீழே இறங்கின. துப்பாக்கிக் குண்டுகளால் சுவர்களில் ஆழத்தழும்புகள் விழுந்திருந்தன. நிலத்தின் கீழே மூன்று அடுக்குகள். முதல் அடுக்கு நுழைவிலுள்ள கதவு மரத்தால் ஆனதாகவும், இரண்டாவது அடுக்கு நுழைவிலிருந்த கதவு இரும்பால் ஆனதாகவும், மூன்றாவது அடுக்கு வாயிலின் கதவு கடும் இரும்பால் ஆனதாகவும் இருந்தன.

கீழே செல்லச் செல்ல, சுவாசிப்பதில் சிரமம் இருந்தது. ஏனெனில், சுவாசிக்க ஏதுவாக வைக்கப்பட்டிருந்த குளிர்சாதன வசதிகள் அனைத்தும் ராணுவத்தின் கைப்பற்றலுக்குப் பின் அகற்றப்பட்டு விட்டன.

இரண்டாவது, மூன்றாவது அடுக்குகளில் இருந்து நேரடியாகத் தப்பி மேல் வர சுரங்கப் பாதைகளும் இருந்தன. நடவடிக்கை அறை, உரையாடல் கூடம், பிரபாகரன் அறை என சிங்களத்திலும் ஆங்கிலத்திலும் குறிக்கப் பட்டு இருந்தன. வீட்டைச் சுற்றி துப்பாக்கிப் பயிற்சி இடம், ஜெனரேட்டர் அறை, சமையல் அறை, தண்ணீர் தொட்டி, நிலத்தடி வாகன நிறுத்துமிடம் என சகலமும் இருந்தன.

இலங்கையில் இப்படி ஒரு வீடு எங்கும் இல்லை என்றும் ஜப்பான் முறைப்படி கட்டப்பட்ட வீடு என்றும் சுற்றுலாவாசிகள் தங்களுக் கிடையே பேசிக்கொண்டிருந்தனர்.

'புலிகள் இருந்தபோது, இந்தப் பகுதியைச் சுற்றியுள்ள மக்களுக்காக மின்சாரம் உற்பத்தி செய்யப்பட்டு பகிரப்பட்டது. புலிகள் நினைத்து இருந்தால் காட்டுக்குள்ளே மின்சார இணைப்புகளைக் கொண்டுவந்து இருக்கலாம். ஆனால், அவ்வாறு செய்யாமல் ஜெனரேட்டரை மின் தேவைக்குப் பயன்படுத்தி உள்ளனர்' என்றார் ஓட்டுநர். சிங்களர்களின் முக்கியமான சுற்றுலாத்தலமாக இதுவும் இப்போது இருக்கிறது.

பிரபாகரன் வீட்டைவிட்டு வெளியே வந்து திரும்பும் முனையில், ராணுவத்தால் கடைசி நேரத்தில் அழிக்கப்பட்ட புலிகளின் இரும்புக்

கவச வாகனம் வெற்றி அறிவிப்போடு காட்சிப் பொருளாக உருக்குலைந்து கிடந்தது.

அடுத்து இரணப்பாலை காட்டுப் பகுதியில் இருந்த புலிகளின் நீச்சல் குளத்தை நோக்கி புதுமாத்தளன் ஊடாகச் சென்றோம்.

ஆட்டோ ஓட்டுநர், தன்னுடைய அனுபவங்களைச் சொல்ல ஆரம்பித்தார்.

'புதுக்குடியிருப்பை இயக்கம் தன் கட்டுப்பாட்டுல வெச்சிருந்த காலத்தில், நான் மளிகைக் கடை வெச்சிருந்தன். கடைப் பொருட்களை கொழும்புல இருந்து வாங்கி வந்தா, ஓமந்தை எல்லையில இயக்கத்துக்கு வரி கட்டணும். மறுபடியும் கடைக்குக் கொண்டுவந்த பிறகும் வரி கட்டணும். வரி விதிப்பு எல்லாவற்றுக்கும் அதிகம். ஆனா, இயக்கக் காலத்துல களவு பயம் இல்லை. களவு நடந்தா உடனடி நடவடிக்க எடுப்பாங்க ஆனா, இன்னைக்கு போலீஸுக்கு சாராயப் பாட்டிலும் காசும் தந்துட்டே களவு நடக்குது. போலீஸுகிட்டயோ ஆமிக்கிட்டயோ களவு போச்சுனு சொன்னா, எங்களைத்தான் கடுமையா விசாரிக்கிறாங்க. இயக்கக் காலத்துல சட்டம்னா எழுத்துல மட்டும் இல்ல, நடப்பு வாழ்க்கையில இருந்துச்சி. ஆனா, இன்னைக்கு அப்படி இல்லை' என கடந்த காலத்தை சொல்லிக் கொண்டு வந்தார். அதற்கிடையில் காட்டுக்குள் உள்ள புலிகளின் நீச்சல் குளத்தை வந்தடைந்தோம்.

2001-ம் ஆண்டு கட்டப்பட்ட இந்த நீச்சல் குளம் 83 அடி நீளமும் 22 அடி ஆழமும் கொண்டது. 'நமக்குத் தகவல் கொடுத்தவர்களின் கூற்றுப்படி, இது கடற்புலிகளின் பயற்சிக்காகப் பயன்படுத்தப்பட்டு உள்ளது. இலங்கை கடற்படை மீது தற்கொலைத் தாக்குதல் நடத்தும் கடற் புலிகளும் இங்குதான் முழுப் பயிற்சி எடுப்பார்கள்' என்ற ராணுவத் தரப்பு விளக்கம் ஆங்கிலத்தில் எழுதப்பட்டு இருந்தது.

இங்கு இப்போது ஒரு புத்தக் கோயில் கட்டப்பட்டு உள்ளது. அங்கே அரச மரமும் ஊன்றப்பட்டு இருந்தது. ஆளே இல்லாத காட்டில் எதுக்கு புத்த கோயில்னு புலம்பினார் ஓட்டுநர். புத்தக் கோயில்கள் அனைத்தும் சிங்களத்தின் வெற்றியை குறிக்கும் சின்னங்களாக மேலெழுந்து வருகிறது.

நாங்கள் கிளம்பியபோது வந்த ராணுவ அணிந்திருந்த ஒரு நபர், 'எதுக்குப் பெரிய கேமராவில் படம் எடுக்குறது?' என்றார். நான் ஆங்கிலத்தில் சொல்ல மொழித் தடுமாற்றத்தில் 'ஓகே ஹரி ஹரி' (போகலாம்) என்றார்.

வன வீடு - நிலத்தடி மறைவிட அறை

கடற்புலிகளின் பயிற்சிக்கான நீச்சல் குளம்

கடற்புலித் தளபதி சூசை
வீட்டின் முகப்பு வாசகம்

பிரபாகரன் மறைவிட வீட்டின் பின்புற பயிற்சித்திடல்

மாவீரர் அஞ்சலி குடில்

ராணுவம் அறிவித்துள்ள பிரபாகரனின் வன வீடு

கடற்புலிகளின் தளபதி சூசையின் வீடு

அடுத்துச் சென்றது, கடற்புலிகள் தளபதி சூசையின் வீடு. சுற்றியும் ஈ மொய்ப்பது போல பொம்மைக் கடைகளும் தின்பண்டக் கடைகளும் நிறைந்து இருந்தன.

உள்ளே நுழையும்போது ஒருவர் இடையில் வந்து, ‘எப்படி இருக்கீங்க?’என்றார். ‘நீங்கள் யார்னு தெரியலயே?’ என்றேன். ‘தம்பி, நான் உங்கள ரெண்டு நாளைக்கு முன்னாடி முல்லைத் தீவு பஸ்ல பாத்தன். நீங்க பக்கத்துல ஒருத்தர்ட்ட பேசிட்டு இருந்திங்க. தமிழ்நாடு போல இருந்துச்சு. எப்படியும் இங்க வருவீங்க... பேசிக்கலாம்னு இருந்தேன். நினச்சதுபோலவே வந்திட்டிங்க. நானும் இங்க கட போட்டிருக்கன்’ என்றார்.

புன்னகைக்க... மேலும் தொடர்ந்தவர், ‘நான் தமிழ்நாட்டுல மதுர தம்பி. மலையகத்துல இருந்து எங்கள அடிச்சுத் துரத்தன காலத்துல இந்தப் பக்கம் வந்துட்டம். எங்க சொந்தக்காரங்க நெறையப் பேர் சேலம், திருச்சியிலலாம் இப்பவும் இருக்காங்க’ என்றார். சொந்த ஊரின் ஏக்கம் அவரின் குரலில் தொனித்தது.

அவரிடம் பேசிவிட்டு சூசையின் வீட்டுக்குள் நுழைந்தோம். வீட்டின் முகப்பில் ‘எதிரிகளே நமது சிறந்த ஆசிரியர்கள்’ என ஆங்கிலத்தில் எழுதப்பட்டு இருந்தது.

உள் அறையில் ஒரு கதவு பீரோபோல் இருந்தது. அது பங்கர்க்குச் செல்லும் வழி. அதைப் பார்க்க வந்த ஒரு சிங்கள மூதாட்டி தவறி விழுந்து இறந்து விட்டதால் அதை இப்போது மூடிவிட்டதாகச் சொல்லப்படுகிறது.

போர் உச்சக்கட்டத்தில் இருந்தபோது தமிழகத்துக்குப் பேசிய சூசை, ‘கடைசி மணித்தியாலங்கள் தாக்குதல் நடந்துகொண்டு இருக்கு. நெறைய சனம் செத்துக்கொண்டு இருக்கு. இரண்டு கி.மீ. அகலத் துண்டுக்குள்ள கடுமையான யுத்தம் நடந்துகொண்டு இருக்கு. எல்லா இடமும் பிணக் குவியல்கள்தான். கே.பி.பத்மநாபன் ஊடாக ஜெனிவா வோடு தொடர்புகொண்டு வெள்ளவாய்க்கால் வழியாக காயப்பட்டுக் கொண்டு இருந்த மக்களை எடுக்கச் சொன்னம். ஆனா, எடுக்கல. அந்த மொத்தச் சனமும் இப்ப செத்திட்டது. நாங்களும் ராணுவத்த எதிர்த்து சண்ட பிடிச்சுக்கொண்டு இருக்கம். கடைசிவரை நாங்கள் அடிபணிய மாட்டம். ஆனா, எங்க மக்கள் செத்துக்கொண்டு இருக்கினம். சர்வ தேசம் திரும்பிப் பாக்கையில. மக்கள் எல்லாம் பங்கர்குள்ள இருக்க வெச்சிருக்கனம். சுத்தி வளைக்கப்பட்ட பங்கர்களில் மக்கள் இருக்கினம். மக்களை வெளியில எடுக்கச் சொல்லி தொடர்ந்து சொல்லிக்கொண்டு இருக்கம்’ என போரின் இறுதிக் கட்டத்தை சூசை சொல்லும்போது

எதிர் முனையில் இருந்தவர் அழுக்குரல் கேட்டு 'அழாதடா, தமிழன் அழக் கூடாது. வெல்லுவம் வெல்லுவம்' என்ற அவரின் குரல் நினைவில் தட்டுப்பட்டது.

மக்களை பங்கர்குள் இருக்க வெச்சிருக்கம் என சூசை குறிப்பிட்ட மக்களை விடுதலைப் புலிகள் மனிதக் கேடயங்களாக போரில் பயன் படுத்தினர் என்ற குற்றச்சாட்டுகளும் அரச தரப்பில் வைக்கப்படுகிறது.

இருள் கவ்விக்கொண்டு இருந்த வேளையில் புதுக்குடியிருப்பில் இருந்து கிளிநொச்சிக்குச் செல்கிறேன். கந்தசாமி கோயில் அருகே ஒரு காலத்தில் புலிகளின் சமாதானச் செயலகம் இருந்தது. அதைக் கடந்து விரைகிறேன். அடுத்த நாள் காலை இரணைமடு குளத்தை நோக்கி இரு சக்கர வாகனத்தில் உள்ளூர் நண்பரோடு நகர்ந்தேன். அந்த இரணைமடுவில் ஆண்டன் பாலசிங்கம்...

10

இரணைமடு

மார்ச் 24, 2002

ஆயுதப் போராட்டம் மெல்ல அடங்கி சமாதானச் சம்மதங்களில் அகிம்சையை ஈழம் பின்பற்றிய காலம். அன்றே உயிருக்கும் உடலுக் கும் இடையேயான போரில் இருந்து மீண்டு, ஈழத்துக்குத் திரும்பினார் ஆண்டன் பாலசிங்கம். அவர் வந்து இறங்கிய இடம், இரணைமடு. அந்த இடத்தில் நான் இப்போது நிற்கிறேன்.

பாலசிங்கத்தோடு அவரது மனைவி அடேல் பாலசிங்கமும் கொழும்பு நார்வே தூதரகத்தைச் சேர்ந்த தாமஸூம் வந்திருக்க அவர்களை வரவேற்க பிரபாகரன், அவரது மனைவி மதிவதனி, சூசை, நடேசன், தமிழ்ச் செல்வன் உள்ளிட்ட மூத்த புலி உறுப்பினர்களும் வந்திருந்தனர். பாலசிங்கம் மீது பிரபாகரன் எத்தகைய பாசத்தையும் மரியாதையையும் வைத்துள்ளார் என்பதை அடையாளப்படுத்தும் புகைப்படங்களை இலங்கை அரசே இன்று இங்கு காட்சிப்படுத்தியுள்ளது. புலிகளின் இணையதளங்கள் இவற்றை அந்தக் காலத்தில் பெருமையுடன் வெளியிட்டன.

1998-ம் ஆண்டின் இறுதியில் கடுமையான சிறுநீரகப் பிரச்னையில் பாதிக்கப்பட்டு இருந்தார் பாலசிங்கம். அவருக்குச் சிகிச்சை அளிக்க வெளிநாட்டுக்கு அழைத்துச் செல்ல நார்வே அரசாங்கமும்

செஞ்சிலுவைச் சங்கமும் முயற்சித்தது. ஆனால், அப்போதைய சந்திரிகா அரசு கடுமையான நிபந்தனைகளைப் புலிகளுக்கு முன்வைக்க பால சிங்கத்தையும் அவரது மனைவியையும் கடல் வழியாக தாய்லாந்துக்கு அனுப்பி வைத்தார் பிரபாகரன். அங்கிருந்து இங்கிலாந்து கடவுச் சீட்டின் மூலம் லண்டன் சென்றார். அவர் வெளிநாடுகளில் இருந்த மூன்றாண்டுகளில் இலங்கை சந்திரிகா ஆட்சியில் இருந்து ரணில் விக்கரமசிங்க ஆட்சிக்கு மாறி இருந்தது. சமாதான உடன் படிக்கையும் கையெழுத்தாகியிருந்தது. ஆனாலும் இலங்கை அரசு மீது புலிகளுக்கு எந்தவித வலுவான நம்பிக்கையும் இல்லை. அதனால் பாலசிங்கத்தினை கொழும்பு வழியாக அழைத்து வரும் திட்டம் அவர்களிடம் இல்லை.

பின்னர் நார்வேயின் ஏற்பாட்டில் லண்டனில் இருந்து மாலத்தீவுக்கு வந்து, அங்கிருந்து மாலத்தீவின் கடல் விமானத்தில் இரணைமடு குளத்தில் வந்திறங்கினார் பாலா அண்ணா. இது பாலச்சிங்கத்தினை புலிகள் அழைக்கும் அன்பு பெயர்.

'தாயகத் தேசத்தில் மீண்டும் நான், அதுவும் உயிரோடு; என்ற நிலையில் அடைந்த மகிழ்வுக்கு அளவே இல்லை' என உயிர் பிழைத்து மீண்டும் தேசத்திற்கு வந்ததை இவ்வாறு தன்னுடைய புத்தகத்தில் குறிப்பிட்டுள்ளார் பாலசிங்கம்.

கிளிநொச்சியின் நீர்த் தேவையை பூர்த்தி செய்யும் குளம் இது. இதன் அருகே காடு தென்படுகிறது. அங்கு புலிகள் 1993-ம் ஆண்டில் விமான ஓடுதளத்தை அமைத்தனர். அது இப்போது ராணுவ வசம். அதைப்பற்றி கூறிய நண்பர், 'சீரமைப்பை காரணம் காட்டி நீர்த் தேக்க அளவை ராணுவம் குறைச்சிருச்சு. கிளிநொச்சிக்கே நீர்த் தேவை இருக்கு. அதைப் பூர்த்தி செய்யாம, யாழ்ப்பாண குடிநீர்த் தேவைக்கு இங்கே இருந்து நீர் கொண்டு போறதா அரசு சொல்லி இருக்கு. இது யாழ்ப் பாணத்துக்கும் கிளிநொச்சிக்கும் சண்ட மூட்டிவிடும் வேல. இன்னுமும் இரணைமடு குளத்தைச் சுத்தியுள்ள இடங்கள ராணுவம் உயர் பாதுகாப்பு வளையங்களாக வச்சிருக்கு' என்றார்.

நான் சென்றிருந்தபோது குளத்தின் நீர்மட்டம் மிகக் குறைவாக இருந்தது. அந்தக் குளம் அருகே ஒரு ராணுவச் சிற்றுண்டி, புத்தக் கோயில் ஆகியவை இருந்தன. குளத்தின் மேம்பாட்டு அலுவலகம் ராணுவ அலுவலகமாக மாறி இருந்தது. துப்பாக்கி ஏந்திய சிப்பாய் வந்து போகிறவர்களை கவனித்தவாறு சுற்றி வருகிறார்.

இரணைமடு குளத்தைப் பார்த்துவிட்டு நண்பரும் நானும் கிளம்பி னோம். அங்கே வரும் வழியில் ராணுவ முகாம்கள் இருந்தன. அதன் முன் அரண்களில் புலிகளின் வசமிருந்த பீரங்கிகள், ஆட்லறி தாக்கிகள்

வைக்கப்பட்டு இருந்தன. ஆனால், அங்கு நின்று பார்க்க அனுமதி கிடையாது.

வழியில் ராணுவத்தின் கடைநிலை சிப்பாய்கள் பனங்கன்றுகளை ஊன்றிக்கொண்டு இருந்தனர். போரில் பல ஆண்டுகள் முதுமை கொண்ட பனைமரங்களை குண்டுகளாலும் செல்களாலும் தலையெடுத்த ராணுவம், தேசிய மர நடுகைத் திட்டத்தின் கீழ் இப்போது பனங்கன்று களை நடுகிறது. இது சிங்களத்தில் 'தெயட செவன' என்று அழைக்கப் படுகிறது. இதற்கென பனை அபிவிருத்திச் சபையும் அமைக்கப்பட்டு உள்ளது. பனை சார்ந்த பொருட்களை உற்பத்தி செய்து வெளிநாடு களுக்கு சந்தைப்படுத்துவது இதன் நோக்கம். இதைப்பற்றி கொழும்பில் இருக்கும் நண்பர் ஒரு நிகழ்வை குறிப்பிட்டு இருந்தார். 'பனை மரத்தை சிங்கள தேசிய அடையாளமாகக் காட்டுவதற்கு கொழும்பு கடற்கரையில் முழு பனை மரத்தை அப்படியே கொண்டு வந்து வைத்தனர். அது இறந்து விட்டது. இப்போது முழு தென்னை மரத்தைக் கொண்டுவந்து வைத்து உள்ளனர்' என்றார். அப்படியான மரங்கள் வேர்பிடிக்கையில் சாயாமல் இருப்பதற்கு கம்பிகள் முட்டுக் கொடுக்கப்பட்டுள்ளதை கொழும்பில் கண்டிருக்கிறேன். அப்போது அந்த மரங்கள் காய்ந்து சாகும் நிலைமை யில் இருந்தன. இலங்கை மண்ணில் தன் அரசு நினைப்பதையே இயற்கையும் செய்தாக வேண்டும் என்பது ராஜபக்ஷே அரசின் எண்ணமாக இருந்திருக்கலாம்.

இப்படியான சம்பவங்களை நானும் நண்பரும் பேசிக்கொண்டு வர, இரணைமடு சந்தி வந்தது. அங்கும் ராணுவத்தின் வெற்றிச்சின்னம் ஒன்று உள்ளது. அந்த வெற்றிச்சின்னம் குண்டு பாய்ந்து சுவர் பிளந்துள்ளதைப் போன்றும், பிளந்துள்ள இடுக்கில் சிங்கள தேசிய மலரான 'நீல அல்லி' உதித்தது போன்றும் வடிவமைக்கப்பட்டு உள்ளது.

இந்தியப் படைகளை எதிர்த்துப் போரிட்ட மாலதி 1987-ல் மரணம் அடைந்தார். இவரே புலிகளின் முதல் பெண் மாவீரர். மாலதியின் நினைவாக இரணைமடுச் சந்தியில் அமைக்கப்பட்டிருந்த நினைவிடம் சுவடற்று போயிருப்பதை நண்பர் குறிப்பிட்டார்.

அந்தச் சந்தியில் இருந்து சாலையைக் கடக்க... போலீஸ்காரர் நிறுத்தினார். அப்போதே கவனித்தேன், தலைக்கவசத்தை அணியாமல் நான் கையில் வைத்திருந்ததை. ஆம்! இலங்கைச் சட்டப்படி இரு சக்கர வாகனத்தில் பயணிக்கக்கூடிய இருவருமே தலைகவசம் அணிய வேண்டும். அரை மணி நேரம் நிற்க வைத்து, பிறகு போக அனுமதித்தார் அவர்.

வண்டியில் போகும்போது தமிழீழ வாகனச் சட்டம் பற்றி நண்பர் கூறத் தொடங்கினார். 'இலங்கைச் சட்டப்படி இவ்வளவு கி.மீ. வேகம் என்ற

கட்டுப்பாடு உள்ள இடத்தில் எவ்வளவு வேகம் போனாலும் ஒரே அபராதம் மட்டுமே. ஆனால், புலிகளிடம் அப்படி இல்லை, ஒவ்வொரு கி.மீ. வேக அதிகரிப்பிற்கும் தனித் தனியாக அபராதம் விதிப்பார்கள். ஒரு முறை இலங்கை நீதிபதி ஒருவர் குடித்துவிட்டு அதிவேகத்தில் வாகனத்தைச் செலுத்தியுள்ளார். அந்த வாகனத்தை புலிகளின் வாகனப் பிரிவு போலீஸார் நிறுத்தி அபராதம் விதித்துள்ளனர். உடனே அவர் தமிழ்ச்செல்வனுக்கு அழைத்து முறையிட, 'நானே அவ்விடத்தில் வேகமாகச் சென்றதற்காக அபராதம் செலுத்தி உள்ளேன்' என்று கூறியுள்ளார். நீதிபதி கட்ட முடியாது என்று சொல்ல...இல்லை என்றால் நீங்கள் போக முடியாது எனக் கூறியுள்ளார் தமிழ்ச்செல்வன். உங்களிடம் பணம் இல்லை என்றால் சொல்லுங்கள். நான் தருகிறேன். கட்ட முடியாது என பிடிவாதம் பிடித்தால், நீங்கள் போக முடியாது. நான் இதில் தலையிட முடியாது என விலகிக்கொண்டார் தமிழ்ச் செல்வன். பிறகு அபராதத்தை செலுத்தியே சென்றுள்ளார் நீதிபதி. இந்தக் கடுப்பில் அதே நீதிபதி ஏதோவொரு வழக்கில் பிரபாகரனுக்குக் கடுமையான தண்டனைகள் விதித்ததாகச் சொல்லப்படுகிறது' எனச் சிரித்தார்.

தமிழீழ வாகனச் சட்டம் பற்றி விளக்கும் கிண்டலான கதை ஒன்று அப்போது ஒரு வானொலியில் வந்ததாம்.

அதிநம்பிக்கையில் முயல் தூங்கியதால் ஆமை வென்றது முந்தைய கதை.

இப்போது மீண்டும் முயலுக்கும் ஆமைக்கும் ஓட்டப்பந்தயம்.

முயலோ வேகமாக ஓடியது. அப்படி இருந்தும் இம்முறையும் ஆமை வென்றுவிட்டது. எல்லோருக்கும் அதிர்ச்சி. ஏனெனில் முயல் இந்த முறை தூங்கவே இல்லை. அப்படி இருந்தும் எப்படி தோற்றது என ஒரே பேச்சு. பின் என்னவென்று பார்த்தால் முயலை ஓவர் ஸ்பீட் என தமிழீழ காவல்துறை கைது செய்துவிட்டதாம்.

அதற்குள், நண்பர் ஒருவரின் வீட்டை அடைந்தோம். நல விசாரிப்பு களுக்குப் பிறகு இப்போதைய நிலைமைகளை அவர் பேசத் தொடங்கினார்.

'எல்லோரும் சமாதானப் போர், பொருளாதாரப் போர் என்று எது எதோ சொல்றாங்கள். ஆனால், உண்மையில் இங்கு நடந்துகொண்டு இருப்பது கலாசாரப் போர். அனுராதபுரம் என்பது சிங்கள கலாசார நகரம் என எல்லோருக்கும் தெரிந்தது. இப்போ நீங்க வந்த சந்திப் பக்கம் போருக்கு முன்ன பாண்டியன் ஐஸ்கிரீம் கடை இருந்தது. அவ்விடம் இன்னும் சில ஆண்டுகளில் சிங்கள கலாசார இடமாக மாறும். அனுராத

இரணைமடு குளத்தின் அருகே உள்ள புத்த விகாரையும் ராணுவச் சிற்றுண்டி நிலையமும்

இரணைமடு குளம்

இரணைமடுவில் உள்ள ஆண்டன் பாலசிங்கம் குறித்த புகைப்படங்கள்

புரத்துல இருந்து கற்களை இங்க கொண்டுவந்து போட்டிருக்காங்க. அதில் கழிவு நீர ஊத்தறது என் கண்கூட பாத்திருக்கன். கழிவு நீர ஊற்ற ஊற்ற அது பழைய கல் போலாகும். அதன் பின் ஆய்வாளர்களை அழைத்து அனுராதபுர கல்லையும், இரணைமடு சந்தியில கொண்டு வந்து போட்ட கல்லையும் ஒப்பிடுவாங்க. அதன் வரலாற்று தொடர்ச்சி இங்கிருக்குனு சொல்லி சிங்களத்தின் பூர்வீக நிலம்னு நினைவிடம் கட்டுவாங்க' என்றவரின் முகத்தில் சொந்த நிலத்தை இழந்த சோகம் படிந்திருந்தது.

தமிழர் பிரதேசங்கள் சிங்களவர்களின் பூர்வீகம் என்ற அடையாளம் காட்டப்படுவதற்கு இவர் சொல்வதுபோல் பல செயற்திட்டங்கள் ராணுவத்தின் துணையோடு அரங்கேற்றப்பட்டு வருகிறது.

இப்போது நாங்கள் கனகபுரம் துயிலும் இல்லத்தை நோக்கி நகர் கிறோம். உடன் வந்திருந்தவர் ஒரு கவிஞர். 'பொதுவாகவே நவம்பர் மாத இறுதியில் துயிலும் இல்லங்களுக்குச் செல்லும் வீதிகள் கண்ணீரால் நனைக்கப்பட்டு இருக்கும். தமிழீழமே சோக கீதத்தை இசைத்துக் கொண்டு இருக்கும்' என்றார் உணர்வு பொங்க.

புலிகளின் மாவீரர் துயிலும் இல்லங்கள் இலங்கை ராணுவத்தின் வசம் செல்லும்போது அது அழிக்கப்படுவதும் பின்னர் புலிகள் அந்த துயிலும் இல்லங்களின் எச்சங்களை மீட்கும் சம்பவங்களையும் நினைவூட்டினார் கவிஞர்.

யாழ்ப்பாணத்தில் உள்ள கோப்பாய் மாவீரர் துயிலும் இல்லம் இவ்வாறே அழிக்கப்பட்டுள்ளது. மீட்கப்பட்ட எச்சங்களுடனான குறிப்பில் '1995 ஆம் ஆண்டு யாழ்ப்பாண இடப்பெயர்வுக்குப் பின்னர் சிறிலங்காப்படையினர் இங்கே உறங்கிய எம் மாவீரச் செல்வங்களின் கல்லறைகளை சிதைத்து அழித்தனர். அந்தக் கல்லறைச் சிதைவுகள் இங்கே சேகரித்து வைக்கப்பட்டுள்ளன. சில நொடிப் பொழுதும் சிரம் தாழ்த்துவோம்' இப்படி குறிப்பிட்டுள்ளனர் புலிகள்.

கவிஞர் தெரியப்படுத்திய பாலஸ்தீன மாவீரர் பாடலை ஒத்திய தமிழ் பாடல் போராளிகளின் லட்சியம் எத்தகையது என்பதைக் காட்டுகிறது.

'ஓ! மரணித்த வீரனே...
உன் சீருடைகளை எனக்குத் தா
உன் பாதணிகளை எனக்குத் தா
உன் ஆயுதங்களை எனக்குத் தா
உன் இறுதியை பார்வையை
பகையை வெல்லும் உன் துணிவை
எவருமே காணாத உன் இரு துளி கண்ணீரை...
தப்பி ஓடும் உன் இருப்பை
தனித்து நிற்கும் தீர்மானத்தை
உன் தோழன் இருக்கூராய் உண்டாடப்பட்டதனால்
உன் துன்பம் என்னவென்று நான் அறிந்துகொள்வதற்கு
ஓ! மரணித்த வீரனே!'

கனகபுரத்தில் உள்ள புலிகளின் மாவீரர் துயிலும் இல்லத்தை நெருங்கினோம்.

மரணத்தின் நெடுஞ்சாலை எனப்படும்
'ஏ 9' சாலையில் உள்ள ராணுவ முகாம்கள்

எண்	ஆக்கிரமிப்பு	பகுதி
01	523 வது படைத்தலைமைச் செயலகம்	கைதடி நுணாவில்
02	52 வது படைப்பிரிவு	கைதடி நுணாவில்
03	3 வது படைப்பிரிவு	கைதடி நுணாவில்
04	ராணுவப்படைத்தளம்	நுணாவில் மத்தியில் கோபி பல்பொருள் வாணிபத்துக்கு முன்பாக
05	ராணுவப்படைத்தளம்	நுணாவில் கந்தசாரப்போடி ஒழுங்கைக்கு முன்பாக
06	கெமுனுவோச் படைத்தளம்	மிருசுவில் ஆசைப்பிள்ளை ஏற்றம்
07	ராணுவப்படைத்தளம்	வரணி
08	ராணுவப்படைத்தளம்	எழுதுமட்டுவாள்
09	ராணுவப்படைத்தளம்	முகமாலை
10	ராணுவப்படைத்தளம் - 02	முகமாலை
11	ராணுவப்படைத்தளம்	பளை
12	ராணுவப்படைத்தளம்	புலோப்பளை, தர்மக்கேணி.
13	ராணுவப்படைத்தளம்	மாஞ்சோலை முகாம் இயக்கச்சி
14	ராணுவப்படைத்தளம்	ஆனையிறவு
15	57-1 படையணி தளம்	கிளிநொச்சி கந்தசாமி கோவிலருகில்
16	58வது படையணி தளம்	பரவிப்பாஞ்சான், கிளிநொச்சி
17	சமிக்ஞை படையணி	இரணைமடு

18	சிறப்பு அதிரடிப்படை	அறிவியல் நகர், கிளிநொச்சி
19	632வது படையணி	கொக்காவில்
20	53 வது படையணி	மாங்குளம்
21	574 வது படையணி	கனகராயன்குளம்
22	சிறப்பு அதிரடிப்படைமுகாம்	பெரியகுளம்
23	561 வது படையணி	கனகராயன்குளம்
24	சிறப்பு அதிரடிப்படை முகாம்	குறிசுட்டான்
25	10வது கஜபாகு ரெஜிமென்ட்	கனகராயன்குளம்
26	சிறப்பு அதிரடிப்படை முகாம்	புளியங்குளம்
27	611 படையணி	தாண்டிக்குளம்
28	56 வது படையணி	தாண்டிக்குளம்
29	19 வது இலங்கை தரைப்படையணி	கனகராயன்குளம்

11

கிளிநொச்சி

வந்தடைந்தோம், ஈழத்திற்காக உயிர் கொடுத்தவர் களைப் புதைத்த மண்ணுக்கு!

எருக்கஞ் செடிகள் புதராக முளைத்திருந்தன. நிராதர வாய் இருக்கும் இந்த மண்ணைப் பார்க்கும்போது யாரையும் சோகம் அப்பிக் கொள்ளும். 'நடுகல்' என்று சங்க இலக்கியங்கள் குறிப்பிடுவதன் நீட்சி 'மாவீரர் துயிலும் இல்லங்கள்' எனலாம்.

புலிகளின் முதல் மாவீரன் சங்கர்.

அவரின் மூச்சு அகன்றது நவம்பர் 27, 1982. மாலை 6:05. 'தம்பி... தம்பி' என்பதுதான் அவர் உச்சரித்த இறுதி வார்த்தைகள். அந்த நாளைப்பற்றி பிரபாகரன் குறிப்பிடும்போது இறுதிவரை என் நினைவாக இருந்த சங்கரை எப்படி மறப்பேன்? அந்த நாளன்று நான் அதிகம் யாருடனும் பேசுவதில்லை. மூன்று நேரமும் உணவு அருந்துவது இல்லை என்கிறார். அதன் அடை யாளமாக 1989-ம் ஆண்டில் இருந்து நவம்பர் 27-ம் தேதியை மாவீரர் தினம் என அறிவித்தார் பிரபாகரன்.

'உயர்ந்த பதவிகள், வசதியானவர்கள் இப்படிப் பட்டவர்களைத்தான் பெரிதாகப் பார்க்கும் பழக்கம் உண்டு. அதுபோல் எமது விடுதலைப் போராட்டத்திலும் தலைவர்களை மட்டும் பிரித்து அவர்களது செய்கை களை மட்டும் பெரிதாகப் பார்க்கக்கூடாது

என்பதற்காகவும் எல்லாப் போராளிகளும் சமம் என்னும் ஓர் நோக்கத்துடனும் இந்த நாளை நாம் கொண்டாட முடிவு எடுத்துள்ளோம்' என முதல் மாவீரர் நாளில் குறிப்பிடுகிறார் பிரபாகரன்.

அன்றிலிருந்து நவம்பர் 27 அன்று ஈழ நிலப்பரப்பின் கோயில்கள் எங்கும் மாலை 6:05-க்கு மணியோசை எழுப்பப்படும். அந்த நேரமே பிரபாகரன் மாவீரர் நாள் உரையை வழங்குவார்.

அத்தகைய மாவீரர்களின் கல்லறைகள் உள்ள இடம் ஈழத்தமிழ் மக்கள் எப்போதும் வணங்கும் கோயிலாக இருந்தது. இன்று, அவை முழுமையாகச் சிதைக்கப்பட்டுவிட்டன.

கிளிநொச்சியில் கனகபுரம், விசுவமடு, முழங்காவில்; யாழ்ப்பாணத்தில் சாட்டி தீவகம், கோப்பாய், எல்லங்குளம், உடுத்துறை, கொடிகாமம்; முல்லைத்தீவில் முள்ளியவளை, அலம்பில், ஆலங்குளம், வன்னிவளாங்குளம், ஜீவன்முகாம், டடிமுகாம்; வவுனியாவில் ஈச்சங்குளம், மன்னாரில் பண்டிவிரிச்சான்; திரிகோணமலையில் ஆழங்குளம், தியாகவனம், பெரியகுளம், உப்பாறு; மட்டக்களப்பில் தாவை, தாண்டியடி, கல்லடி, மாவடி, அம்பாறையில் கஞ்சிகுடிச்சாறு என அத்தனை மாவீரர் துயிலும் இல்லங்களின் சுவடுகளும் அழிக்கப் பட்டு விட்டன. அனைத்து துயிலும் இல்லங்களின் நிலங்களும் இப்போது ராணுவத்தின் சொத்து. பல பகுதிகளில் தங்கள் படைப் பிரிவுகளுக்கான நிரந்தரக் கட்டடத்தை இந்த நிலங்களில் கட்டி இருக்கிறது ராணுவம்.

கனகபுரம் துயிலும் இல்லத்தின் எல்லைகளில் இடித்து நொறுக்கப் பட்ட கல்லறைகளின் எச்சங்களும் ஆங்காங்கே கிடந்தன. அதை பார்த்த படி கிளம்பினேன். இந்த இடங்களைச் சுற்றி ராணுவக் கண்காணிப்பு உள்ளது.

உட்புறச் சாலையிலிருந்து ஏ9 நெடுஞ்சாலையை அடைந்தேன். ராணுவத்தின் முகாம்களை சாதாரணமாக அந்த வீதியில் காண முடிந்தது. விளையாட்டுக் கூடத்தின் கட்டுமான வேலைகளும் நடந்து கொண்டு இருந்தன. போரில் உடைந்த ஒரு பெரிய தண்ணீர்த் தொட்டி அப்படியே கிடந்தது.

என் உடனிருந்த நண்பர், புத்தகப் பிரியர். போரின்போது அவரும் கிளிநொச்சியில் இருந்து முள்ளிவாய்க்காலுக்கு நகர்ந்தவர். தன்னிடம் பொக்கிஷங்களாய் இருந்த 5,000-த்திற்கும் மேற்பட்ட புத்தகங்களைப் போரில் இழந்தேன் என்றார்.

2009 பிறக்கும்போது புலிகள் தங்களுடைய நிர்வாகத் தலைநகரான கிளிநொச்சியிலிருந்து பின்வாங்கத் தொடங்கினர். பரந்தனும் ராணுவம் கைக்குப் போனது. அரசு பாதுகாப்பு வலயமாக அறிவித்த இடங்களை நோக்கிப் பெருமளவு மக்கள் இடம்பெயர்ந்தனர். உண்மையில் இப்படி

கனகபுரத்தில் சிதைக்கப்பட்டுள்ள மாவீரர் கல்லறைகள் - 1

கனகபுரத்தில் சிதைக்கப்பட்டுள்ள மாவீரர் கல்லறைகள் - 2

கனகபுரத்தில் சிதைக்கப்பட்டுள்ள மாவீரர் கல்லறைகள் - 3

கிளிநொச்சியில் ஒரு ராணுவ முகாம்

கிளிநொச்சி கந்தசாமி கோயில்

கிளிநொச்சி மாவட்ட நீதிமன்றம்

கிளிநொச்சியில் ராணுவத்தினர்

புலிகளின் மாவீரர் துயிலும் இல்லத்தினை இடித்துத் தள்ளும் ராணுவம்

அறிவிக்கப்பட்ட வலயங்கள் ராணுவ தாக்குதல்களுக்கு இலக்காக்கப் பட்டிருந்தன. முந்தைய பல போர்களில் பின்வாங்குவதை பெரும் உத்தியாக புலிகள் கையாண்டு இருந்ததால் இழந்த பகுதிகளை அவர்கள் மீண்டும் கைப்பற்றுவார்கள் என்ற நம்பிக்கை தமிழ் மக்களிடம் இருந்தது.

கிளிநொச்சி கந்தசாமி கோயிலை நெருங்கினேன். தமிழ் மக்கள் தங்கள் குறையை மனதிலே வைத்துப் புலம்பும் இடமாக இருப்பவை இப்படியான கோயில்கள். வெந்த புண்ணில் வேல் பாய்ச்சுவதுபோல அந்தக் கோயில் களையும் விடவில்லை இலங்கை ராணுவம். இது குறித்து, கடந்த மார்ச் 2012-ல் 'இண்டர்நேஷனல் பாலிசி டைஜஸ்ட்' (International Policy Digest) சால்ட் ஆன் ஓல்ட் வவுண்ட்ஸ் (Salt on Old wounds): வடகிழக்கு மற்றும் மலையகங்களில் திட்டமிடப்பட்ட சிங்களமயமாக்கல்' என்ற அறிக்கையினை வெளியிட்டது.

அந்த அறிக்கையின்படி, தமிழர் பகுதிகளில் இருந்த 367 கோயில்கள் இடிக்கப்பட்டு உள்ளன. உயர் பாதுகாப்பு வளையங்களில் இருந்த கோயில்கள் இடிக்கப்பட்டு புத்த விகாரைகள் கட்டப்பட்டுள்ளன. புத்த விகாரைகள் அதிகரித்து இருப்பதற்கான ஆதாரங்கள் ஏ- 9 சாலையில் இருக்கிறது. யாழ்ப்பாணத்தில் 208 கோயில்கள், திரிகோணமலையில் 17 கோயில்கள், மட்டக்களப்பில் 61 கோயில்கள், அம்பாறையில் 11 கோயில்கள், கிளி நொச்சியில் 46 கோயில்கள், முல்லைத்தீவில் 6 கோயில்கள், மன்னாரில் 6 கோயில்கள், வவுனியாவில் 12 கோயில்கள் என மொத்தம் 367 கோயில்கள் அழிக்கப்பட்டு உள்ளன. மலையகப் பகுதி ரத்னபுராவில் சிவனொளி பாதமலை (அடம்ஸ் பீக்) என்ற தமிழர்களின் வரலாற்று பிரசித்தி பெற்ற கோயில் உள்ளது. 1900-ம் ஆண்டு முதல் இது இந்துக்களின் புனித ஸ்தலம். ஆனால் 1970 முதல் இந்தப் பகுதி சிங்கள தரப்புக்கு முக்கியமானதாக உருவாக்கப்பட்டது. இப்போது அதன் பெயர் ஸ்ரீபாட. இதை அரசாங்கம் புத்தர்களின் புனித ஸ்தலமாக அறிவித்துவிட்டது. இதன் நிர்வாக மேற்பார்வைகளையும் புத்த பிக்குகளே கவனிக்கின்றனர்' என்ற தகவல்களை ஆதாரங்களுடன் வெளியிட்டுள்ளது இன்டர்நேஷனல் பாலிசி டைஜஸ்ட்.

சமீபத்தில் இந்த மலைக்கு நாமல் ராஜபக்ஷே ரத யாத்திரை சென்றதை இலங்கை அரசுசார் பத்திரிகைகள் புகழ்ந்திருந்தன. தமிழர் வாழிடங் களிருந்த கோயில்கள்,தேவாலயங்களை போரின் இலக்காக மட்டு மின்றி பேரினவாதத்தின் எண்ணங்கொண்டும் அழிக்கப்பட்டுள்ளது. அந்த சிங்கள பேரினவாதத்தின் தற்கால நாயகனாகவும் போரின் தலைவனாகவும் போற்றப்படும் ராஜபக்ஷே திருப்பதி வெங்கடாஜலபதியிடமும் புத்த கயாவிலும் பாவம் கழுவ வருகிறார்.

போர் பல மீளமுடியா சூழல்களை மக்களுக்கு ஏற்படுத்தியுள்ளதைப் பற்றி நண்பரோடு விவாதித்துக்கொண்டிருந்தேன். போருக்குப் பிறகு சாதியச் சிந்தனை மீண்டும் மக்களிடையே துளிர்த்து வருவதை வேதனையுடன் அவர் சுட்டிக்காட்டினார்.

கிளிநொச்சியை விடுத்து வவுனியா ஊடாக மன்னார் நோக்கிக் கிளம்பினேன்.

இலங்கையில் ஆங்கிலேயர்கள் தேயிலைத் தோட்டங்களை அமைத்துக் கொண்டிருந்தபோது, வறுமை தோய்ந்த தமிழக விவசாயிகளிடம் இங்கு வந்தால் உழைப்புக்கு மேல் ஊதியம் கிடைக்கும் என ஆள் பிடிப்பதற்கு நம்பிக்கை வாக்குறுதிகள் தெளிக்கப்பட்டன. கூட்டம் கூட்டமாக கட்டாய அடிமைகளாகவும் அழைத்து வரப்பட்டனர். வாக்குறுதிகளை நம்பியும் அடிமைகளாகப் பிடிப்பட்டவர்களும் இந்த வழியிலேயே ஏக்கங்களைச் சுமந்தபடி தோட்டத் தொழிலிற்காக கங்காணிகளின் பின்னால் வரிசைக்கட்டிச் சென்றனர்.

கிளிநொச்சி மாவட்டம் ராணுவ முகாம்கள்

எண்	**ஆக்கிரமிப்பு**	**பகுதி**
01	20வது சிங்கப்படை பிரிவு	பள்ளிக்குடா
02	20 S.L.L.I	முட்கொம்பன்
03	661 BDR	4ம்கட்டை பள்ளிக்குடா
04	20வது காலாட்படை	முட்கொம்பன்
05	661 BDR	4ம் கட்டை பூநகரி
06	663 BDR	பல்லவராயன்கட்டு
07	66வது படைப்பிரிவு	பொன்னாவெளி
08	65வது படைப்பிரிவு (அரசபுரம்)	பள்ளிக்குடா
09	651 BDR	முழங்காவில்
10	66வது படையணி நாடுமேற்கு	மட்டுவில்
11	கடற்படை	இரணைதீவு
12	57, 58வது படையணி	கரைச்சி (பரவிப்பாஞ்சான்)
13	57, 58வது படையணி	கரைச்சி (மருதநகர்)
14	AIPA பயிற்சிப் படையணி	கரைச்சி (கிருஷ்ணபுரம்)
15	ராணுவ சிவில் நிர்வாகப்பிரிவு	கரைச்சி (கிளி நகரம்)
16	53வது படையணி	கரைச்சி (கண்ணகைபுரம்)
17	53வது படையணி	பச்சிலைப்பள்ளி (இயக்கச்சி)
18	20வது விஜயபாகு படைப் பிரிவு	ஆனைவிழுந்தான் குளம்

19	652வது படைத் தலைமையகம்	ஆனைவிழுந்தான் குளம்
20	10, 25வது கஜபா படைப்பிரிவு	மலையாளபுரம்
21	17வது சேவை கஜபா படைப்பிரிவு	கிளி நகரம்
22	6வது களப்பொறியாளர் படைப்பிரிவு, 571வது படைப்பிரிவு	கிளி நகரம்
23	7வது தேசிய காவல் படைத்தளம்	அக்கரையான் குளம்
24	8வது இளவரக காலாட் படைப்பிரிவு	தொண்டைமான் நகர்
25	கனரக காலாட்படை பயிற்சி கல்லூரி	கிருஷ்ணபுரம்
26	583வது படைப்பிரிவு	கனகாம்பிகை குளம்
27	9வது விஜயபாகு காலாட் படைப்பிரிவு	இராமநாதபுரம்
28	6வது தேசிய காவல் படைத்தளம்	மாவடியம்மன்
29	7வது இலகுரக காலாட் படைப்பிரிவு	கனகபுரம்
30	20வது, 12வது கஜபா படைப்பிரிவு	திருவையாறு
31	7வது சிங்கப் படைப்பிரிவு	ரத்னபுரம்
32	16வது சேவை காலாட் படைப்பிரிவு	திருவையாறு
33	6வது தேசியப் பாதுகாப்புப் படை	வட்டக்கச்சி
34	இயந்திர காலாட் படை பயிற்சி முனை	ஸ்கந்தபுரம்

12

மன்னார்

சிங்கள ஆண்; தமிழ் பெண் திருமணங்கள். ஈழத்தமிழ் சமூகத்தின் அடையாளங்களை அழிப்பதற்கான இப்போதைய புதிய ஆயுதம்.

கிழக்கு திமோர் மீது இந்தோனேசிய ராணுவம் செய்த இருபத்தைந்து ஆண்டுக்கால ஆக்கிரமிப்புப் போரில் இரண்டு லட்சத்திற்கும் அதிக மானோர் கொல்லப் பட்டத்தோடு, திமோர் இனப் பெண்களுக்கு நிரந்தர கருத்தடை ஊசி செலுத்தப்பட்டது. மலேரியா தடுப்பூசி என்ற பெயரில் இந்தோனேசிய சுகாதாரப் பணி யாளர்கள் இதைச் செலுத்தினர். இப்படி தொண்ணூறு களில் இலங்கை அரசினால் மலையகத் தமிழர்களுக்கு கட்டாய கருத்தடை செய்யப்பட்ட சம்பவங்களும் இருக்கின்றன. அந்த வகையான தந்திரச் சிந்தனை இந்த திருமண கலப்பு.

மூன்று மாத சிங்கள மொழி பயிற்சிக்குப் பின் 109 தமிழ்ப் பெண்கள் இலங்கை ராணுவத்தில் சேர்க்கப் பட்டுள்ளனர். தமிழ்ப் பெண்களைத் திருமணம் செய்யும் ராணுவத்தினருக்கு சலுகைகள் இருப்பதாகவும் தகவல்கள் உள்ளன. இதனை இன நல்லிணக்கம் என்ற போர்வைக்குள் ஊக்குவிக்கிறது அரசு.

2011 ஆம் ஆண்டுக்கான இலங்கையின் நிதிநிலை அறிக்கையில் மூன்றாவது குழந்தையைப்

பெற்றெடுக்கும் ராணுவத்தினருக்கு ஒரு லட்சம் ரூபாய் வழங்கப்படும் என அறிவிக்கப்பட்டுள்ளது. 2012 க்கான நிதிநிலை அறிக்கையில் ராணுவத்தினரோடு காவல்துறையினருக்கும் இது அறிவிக்கப்பட்டது. இப்படி சிங்கள இன விருத்தியும் இனக்கலப்பு திட்டமும் ஒருங்கே செயல்படுத்தப்படுகிறது.

முன்னாள் பெண் போராளிகள் தொடர்ந்து அச்சுறுத்தலின் உச்ச நிலையில் வாழ்ந்து கொண்டிருக்கின்றனர். அவர்கள் எங்கு சென்றாலும் ராணுவம் தொடர்கிறது. விசாரணை என்ற பெயரில் அவர்களது வீட்டுக்கு இரவிலும் செல்கின்றனர்.

முல்லைத்தீவில் இருக்கிறது 38 வயதான அப்பெண்ணின் வீடு. அவருக்கு நான்கு குழந்தைகள். வீட்டுக்குள் புகுந்த ஏழு ராணுவத்தினர் குழந்தைகளை பின்னறையில் தள்ளி கதவைப் பூட்டியுள்ளனர்.

இந்தச் சம்பவம் பற்றிய அந்த நான்கு குழந்தைகளின் தாயின் பதிவில், 'என்னை கீழே தள்ளி 'உன் கணவன் புலின்னு தெரியும். இப்ப எங்கிருக்கான் சொல்லு?' என்றனர். என்னுடைய குழந்தைகள் அழுது கொண்டிருந்தனர். எனக்கு எதும் தெரியாது என்றதும் சொல்றத கேட்க மாட்டியான்னு பெல்ட்டால் அடித்தான் ஒரு சிப்பாய். இன்னொருவனால் என்னுடைய உடுப்பு (துணி) கிழித்தெறியப்பட்டது. சுயநினைவற்றுப் போயிருந்தேன். ரத்தம் நிற்கவில்லை. எத்தனைமுறை வன்புணர்வு செய்யப்பட்டேன் எனத் தெரியவில்லை. ஆனால் பலமுறை வன்புணர்வு செய்யப்பட்டிருப்பேன் என நினைக்கிறேன். உடுப்பைப் போட்டுக்கொண்டு என் குழந்தைகள் உள்ளே வர கதவைத் திறந்தேன். என்னிடம் பணம் இல்லாததால் நாட்டை விட்டு வெளியேறவில்லை. நான் புகார் செய்தால் எல்லோருக்கும் இது தெரியவரும். பின் எனக்கு மரியாதையே இல்லாமல் போய்விடும். அது எனக்கும் என் குடும்பத்துக்கும் பெரிய ஆபத்து' எனத் தெரிவித்திருக்கிறார்.

விசாரணையின் பெயரில் நிகழும் பாலியல் வன்முறைகளையும் புகார்களற்ற வன்புணர்வுகளையும் அதன் மீதான சமூக பார்வையினையும் ஆதாரப்படுத்துகிறது இச்சம்பவம். பிப்ரவரி 2011 நடந்த இச்சம்பவத்தினை மனித உரிமைகள் கண்காணிப்பு (Human Rights Watch) குழு ஆவணப்படுத்தியுள்ளது.

பாலியல் வன்முறையைப் பிரயோகித்தல் என்பது ஒரு சாதாரண கீழ் மட்டத்து நிகழ்வாகவோ அல்லது அயோக்கியத்தனமான பாதுகாப்புப் படையினர் சிலரின் செயல்களாகவோ காணப்படவில்லை, மாறாக உயர் மட்ட அதிகாரிகளினால் அறிந்த அல்லது அறிந்துகொள்ளப் பட்டிருக்க வேண்டியதான பரந்தளவில் நிகழ்ந்த வழக்கமான ஒரு

செயலாக காணப்பட்டுள்ளதையே இப்படியான சம்பவங்கள் சுட்டிக் காட்டுவதாக மனித உரிமைகள் கண்காணிப்புக் குழு கூறுகிறது.

மன்னாரில் உள்ள ஆயர் ஜோசப்பைச் சந்திக்க நண்பரோடு கிளம்பினேன். இடையில் மூத்த தமிழ் தொல்பொருள் ஆய்வாளரைச் சந்திக்கும் வாய்ப்பு கிட்டியது. இன்றைய நிலையில் தமிழர் பகுதிகளில் நிகழ்ந்து வரும் தொல்பொருள் ரீதியான சிங்கள ஆக்கிரமிப்புகள் பற்றிக் கூறினார்.

'என்னைப்பற்றித் தெரிந்துகொண்டு வாரத்துக்கு ஒருமுறையேனும் என்ட வீட்டுக்கு அரசு தொல்பொருள் பணியாளர்கள் வந்து போகினம். நான் அவர்களிடம் கதைப்பதை இயன்ட வரை எப்படியோ தவிர்த்து விடுறன். மீறி அப்படி நான் அவர்களிடம் கதைக்கும்போது, தெரியாமல் எனக்குத் தெரிந்த பழமையான தமிழ் வரலாற்று இடத்தை உளறிட்டா, அதை எப்படியோ தேடிப்பிடித்து அங்கே புத்த சிலையை புதச்சிடுவாங்கள். மூணு மாசமோ ஆறு மாசமோ கழிச்சு அந்த இடத்தத் தோண்டி புத்த சிலைய எடுத்து தொல்பொருள் துறைக்குச் சொந்தமான காணினு அறிவிச்சிருவாங்க' என்றார் வேதனை ததும்ப.

அவரிடமிருந்து விடைபெற்று மன்னார் ஆயர் ராயப்பு ஜோசப்பைச் சந்தித்தேன். அவரிடம் ராணுவத்தின் நில ஆக்கிரமிப்பு பற்றிப் பேசிய போது, 'மிஷனரிக்குச் சொந்தமான காணியைக்கூட கைப்பற்றிவிட்டனர். குறிப்பிட்ட இடத்தைக் குறி வைத்துவிட்டால், அதற்கான கைமாற்றுப் பத்திரத்தையும் தயார் செய்துகொண்டுவந்தே ராணுவத்தினர் காணியைக் கேட்கின்றனர். காணியைக் கொடுப்பதா, இல்லையா என்பதை அதற்கு உரியவன்தானே முடிவு எடுக்கணும்? ராணுவம் யாரு முடிவு எடுக்க?' என்றார் கோபக்கனல் வீச. காணாமல் போனோர், புகலிடம் கோரியவர்கள் பற்றி இவர் வெளியிட்ட கருத்துகளுக்கு குற்றப் புலனாய்வுப் பிரிவு விசாரணையும் நடத்தி உள்ளது.

அடுத்து, மன்னாரில் உள்ள இலங்கை - ஜப்பான் நட்புறவு பாலத்தை நோக்கிச் சென்றோம். மன்னாரின் நிலப்பரப்பையும் தீவுப்பகுதியும் இணைக்கும் பாலம் அது. 'போர் வெற்றியின் பிரதிபலனாக இந்தப் பாலத்துக்கு ஜப்பான் உதவி செய்திருந்தாலும், இந்தப் பாலம் நாட்டுக்குத் தேவையான ஒன்று' என்றார் நண்பர். தண்ணீருக்கு மேலே இரு வழிப் பாதையாக அமைக்கப்பட்டு இருக்கும் இந்த நட்புறவு பாலச் செலவுக்கு ஜப்பானும் இலங்கையும் ஒதுக்கிய தொகை 1836 மில்லியன் யென் (ஜப்பான்), 640 மில்லியன் ரூபாய் (இலங்கை) ஆகும்.

அந்தப் பாலத்தின் கீழே உள்ள மணல் திட்டை அடைந்தோம். மன்னாரில் பொருளாதார வளர்ச்சி கடல் தொழிலை நம்பி மட்டு மில்லை, விவசாயத்தை நம்பியும் உள்ளது. மன்னார் நிலப்பரப்பில்

கடல் தொழிலுக்கு இணையானது விவசாய வளங்கள். மன்னார் கடல் எண்ணெய் வளம் மிக்கது என அறியப்பட்டதும் சீனா, அமெரிக்கா, இந்தியா, ரஷ்யா, மலேசியா என பல நாடுகள் தங்கள் நாட்டுக்கு எழுதிக்கொடுக்கும்படி முட்டி மோதின. எந்தளவு எண்ணெய் வளம் இருக்கும் என்று ஆதாரப்பூர்வமாக இலங்கை அரசு அறிவிப்பதற்கு முன்னரே, இந்த முட்டல் மோதல் நடந்தது.

இறுதியில் இந்தியாவுக்கும் சீனாவுக்கும் அந்த வாய்ப்பு கிட்டியது. அமெரிக்கா இலங்கையை எதிர்ப்பதுபோல் காட்டிக்கொண்டு இருக்கும் செயல்களுக்குப் பின்னால் எண்ணெய் அரசியலும் இருக்கிறது. பெட்ரோலிய வள முன்னேற்ற செயலகத்தின் இயக்குநர் சலிய விக்கரம சூரியாவின் கூற்றுப்படி எண்ணெய் வளம் மன்னார் படுகையில் ஐந்து தொகுதிகளும், காவிரி படுகையில் ஐந்து தொகுதிகளும் உள்ளது. இலங்கையில் காவிரி படுகையா என்ற சந்தேகம் உங்களுக்கு எழலாம். தமிழகத்தில் உள்ள பல ஊர்களின் பெயர்கள் ஈழத்தில் உள்ளது போலவே, யாழ் குடா பகுதியில் காவிரி படுகையும் இருக்கிறது.

இதன்படி, 2008-ம் ஆண்டு ஏல அடிப்படையில் கெய்ன் லங்காவுக்கு (Cairn Lanka) மன்னார் தேக்கத்தில் எண்ணெய் ஆராய்ச்சி செய்ய அனுமதி அளித்தது இலங்கை அரசு. இது இந்திய தனியார் நிறுவனம். இதுவரை அந்த நிறுவனம் மூன்று எண்ணெய் கிணறுகளைத் தோண்டி உள்ளது. அதில் இரண்டில் இயற்கை எரிவாயு இருப்பது கண்டுபிடிக்கப் பட்டுள்ளது. இந்த நிலையில் இப்போது நான்காவது எண்ணெய் கிணறு அகழ்வுக்கும் இலங்கை அரசு அனுமதி அளித்துள்ளது. எண்ணெய் அகழ்வாராய்ச்சிக்காக 150 மில்லியன் அமெரிக்க டாலர்கள் முதலீடு செய்யப்பட்டுள்ளது. பொருளாதார வளர்ச்சி என இயற்கை வளங்கள் பன்னாடுகளின் குத்தகை பொருளாக மாறியுள்ளது.

அடுத்து பூநகரி வழியாக யாழ்ப்பாணம் செல்வதாகத் திட்டம். இரவு கலந்துரையாடலின்போது, மக்கள் தங்கள் வீடுகளைவிட்டு காடுகளில் வசிக்கும் நிலைமையைப்பற்றிச் சொன்னார் நண்பர்.

‘2007 யுத்தக் காலத்துல முள்ளிக்குளம் சனம் இடம்பெயர்ந்து சென்றது. 2010 மீள் குடியேற்ற வேலைகள் நடந்துச்சி. ஆனா, இப்ப சனத்தோட வீட்ல கடற்படையைச் சேர்ந்த குடும்பங்கள் வசிக்குது. அவங்களுக்கு மக்கள் நெருங்காத அளவுக்கு பாதுகாப்பும் கொடுக்குது ராணுவம். மீள் குடியேற்றம்னு பேருல தமிழ் சனத்த காட்டுக்குள்ள குடியமர்த்தி இருக்குது அரசு. சிங்கள மீனவர்களுக்கு மீன்பிடியில் முன்னுரிமை கொடுத்து மீன் பிடிக்கச் செய்கிறது ராணுவம்’ என்றார்.

சிங்கள இனம் தவிர்த்து எந்த இனமும் தனி பெரும்பான்மை இனமாக பார்க்கப்படக்கூடாது என்ற அரசின் செயற்திட்டத்திற்காக சிங்களர்கள் தமிழர் பகுதிகளில் குடியமர்த்தப்படுகின்றனர்.

சிங்களக் குடியேற்றம் என்பது வெறும் வாழ்வாதார பிரச்னை மட்டும் அல்ல. எதிர்காலத்தில் இது தமிழர்களின் உரிமை களுக்கு மொத்தமாக முட்டுக் கட்டை போடும் பிரச்னையாக எழும். உள்நாட்டிலும் வெளி நாடுகளிலும் ஐ.நா-விலும் தமிழர்களுக்கு உரிமைக் கொடுப்பதற்கான பேச்சு வார்த்தைகள் நடந்துகொண்டு இருக்கும். உரிமைக்கான பேச்சு வார்த்தைகளுக்கிடையில் சிங்களக் குடியேற்றங்கள் முடிந்து சிங்களக் குடியும் தமிழ்க் குடியும் ஒன்றோடு ஒன்று கலந்து, தமிழர்களுக்கான பிரதிநிதித்துவம் இல்லாதபடிக்கு அவர்களின் உரிமைத் தேவைகள் நசுக்கப்படும். போரின் படுகொலைகளை போல் ஈழமக்கள் எதிர்கொள்ள விருக்கும் மிக முக்கியமான சிக்கல் இது. ஏனெனில் சிங்கள பேரின வாதம் தமிழர்களுக்கு எதிராக இனக்கலவரங்கள், நேரடி போர்களை மட்டும் நிகழ்த்தவில்லை. நில அபகரிப்பினையும் சிங்கள குடியேற்றத் தினையும் சேர்ந்தே செய்து வந்துகொண்டிருக்கின்றது. இது இன விகிதாசாரத்தில் ஏற்படுத்தியுள்ள தாக்கத்தினை திரிகோணமலை, மட்டகளப்பு, அம்பாறை உள்ளிட்ட மாவட்டங்களைக் கொண்ட கிழக்கு மாகாணம் காட்டுகிறது.

ஒரே நாடு; ஒரே இனம் -
வெற்றிச் சின்னம்

இங்கு எடுக்கப்பட்ட மக்கள் தொகை கணக்கெடுப்பில்,

1911-ல் சிங்களர்கள் 3.76%, தமிழர்கள் 55.08%, முஸ்லிம்கள் 38.32%,

1921-ல் சிங்களர்கள் 4.53%, தமிழர்கள் 53.54%, முஸ்லிம்கள் 39.41%.

1963-ல் சிங்களர்கள் 19.88%, தமிழர்கள் 45.03%, முஸ்லிம்கள் 33.75%

2012-ல் சிங்களர்கள் 23.15%, தமிழர்கள் 39.79%, முஸ்லிம்கள் 36.72%

இந்த நூறாண்டுகளில் சிங்களர்கள் 3 சதவிகிதத்திலிருந்து 23 சதவிகிதத் திற்கு வளர்ந்தும், தமிழர்கள் 55 லிருந்து 39 சதவிகிதத்திற்கு வீழ்ந்தும் இருக்கின்றனர். அதுபோல் முஸ்லிம்கள் 39 சதவிகிதத்திலிருந்து 36 சதவிகிதத்திற்கு இறங்கியுள்ளனர். இவை அனைத்தும் இலங்கை அரசின் கல்ஓயா, அல்லை கந்தளாய், மல்வத்துஓயா, வெலிஓயா, பாவற்குளம், துரித மகாவலி போன்ற சிங்கள குடியேற்றத் திட்டங்களால் ஏற்படுத்தப்பட்டுள்ள தாக்கங்கள்.

மன்னார் - யாழ்ப்பாணப் பாதையில் ராணுவ வாகனம்

தமிழர்கள் வாழ்ந்த, நடைப் பிணங்களாக வாழ்ந்து கொண்டு இருக்கிற வடக்கு கிழக்கில் இலங்கை அரசு உச்ச நிலையான ஆக்கிரமிப்பு களைச் செய்துகொண்டு இருக்கிறது. அந்த வழிநிலை யின் செயலாக இப்போது தமிழ் ஊர் பெயர்களை அதிகாரபூர்வ மாக அரசு சட்ட ஆவணங் களில் சிங்களத்துக்கு மாற்றி இருக்கிறது. 'பொத்துவில்: பொத்துவிலா, வாகரை: வாகரா, ஆனையிறவு: அலிமன்கடுவா, பரந்தன்: புரந்தேனா, இரணைமடு: ரணமடுவா, மணலாறு: வெலிஓயா, வவுனியா: வன்னிமவா, புலியங்குளம்: கொட்டியாவேவா, மாங்குளம்: மாயூ ரவேவா' இப்படி 89 தமிழ் ஊர்ப் பெயர்கள் முதன்மை யாக மாற்றப்பட இருக்கிறது.

தூக்கம் மூளைக்கு தெளிவைத் தரும் என்பார்கள். ஆனால், அழிவின் துக்கம் மனதை அடைத்திருந்தது. இருள் விலகுவதற்கு முன்னதாக யாழ்ப்பாணத்துக்குப் புறப்பட்டேன்.

'ஒரே நாடு, ஒரே இனம்' என்ற பேரினவாத முழக்கம் இதுவரை மூன்று லட்சத்திற்கும் அதிகமான தமிழர்களைக் கொன்று குவித்திருக்கிறது. அந்த முழக்கம் வெற்றிச் சின்னங்களாகவும் எழுப்பப்பட்டு இருக்கின்றது.

மன்னார் மாவட்டம் ராணுவ முகாம்கள்

பகுதி	ஆக்கிரமிப்பு
நாகதாழ்வு - வங்காலை - மன்னார் நுழைவாயில் வரை	பறவைகள் சரணலாயம்
தாழ்வுபாடு கடற்கரை - கட்டுக்காரண் குடியிருப்பு	காற்றாலை மின்சார உற்பத்திக்காக
தள்ளாடி - திருக்கேதீஸ்வரம்	விமான படைத்தளம்
தள்ளாடி கோவிலடி, தள்ளாடி முகாம்	ராணுவம்

தலைமன்னார் வீதி, தலைமன்னார் கிராமம். குருசுப்பாடு,பேசாலை (4ம் வட்டாரம்), சிறுத்தோப்பு	விசேட அதிரடிப்படை தொழில்நுட்ப கல்லூரி, கடற்படை
நடுக்குடா,பேசாலை (வெற்றி மக்கள் குடியிருப்பு)	கடற்படை
பேசாலை(கறட்றொழி கூட்டுத்தாபனம்)	ராணுவம்
கீரி சனிவிலேச்	கடற்படை
பரிகாரிகண்டல்	ராணுவம்
அருவியாறு, அச்சங்குளம்	ராணுவம்
முருங்கன், பெரிச்சார்கட்டு, மடுக்கரை, நறுவிலிக்குளம்	ராணுவம்
பஸ்ரிபுரி	கடற்படை
குஞ்சுக்குளம்	ராணுவம்
பாலம்பிட்டி	ராணுவம்
இரணை இலுப்பைக்குளம்	ராணுவம்
மண்கிண்டி	ராணுவம்
சன்னார்	ராணுவ பயிற்சி கல்லூரி
கள்ளியடி	படைத்தலைமையகம்
பரப்புக்கடந்தான், படகு துறை, மூன்றாம்பிட்டி	ராணுவம், கடற்படை
சிலாவத்துறை	ராணுவம்
அரிப்பு	கடற்படை
முள்ளிக்குளம் (ஆயர் இல்ல நிலம்)	ராணுவம்

13

ஓமந்தை

சிரித்துக்கொண்டே மரணத்தை வென்றவன். 23 வயதில் காந்திய தேசத் திடம் காந்திய வழியில் கோரிக்கைகளை வைத்தவன். அவன் திலீபன் எனும் புலிகளின் அகிம்சை போராளி.

திலீபனின் நினைவுத் தூண் மிச்சங்களும் உடைத் தெறியப்பட்டதென நான் தமிழ்நாட்டில் வந்திறங்கிய டிசம்பர் 7-ம் தேதி செய்தி கிடைத்தது. அந்தச் செய்தி திலீபன் சிலை இடிக்கப்பட்டபோது எழுதப்பட்ட ஒரு கருத்தினை நினைவுபடுத்தியது.

'நம்புங்கள்... நல்லூர் கோயிலும் நாளை இடிக்கப் படும், நம்புங்கள்... சங்கிலியன் சிலை தூக்கி எறியப் படும், நம்புங்கள்... நாளை மீண்டும் நூலகம் எரிக்கப் படும். மாவீரர் துயிலும் இல்லங்களை இடிக்கும்போது தான் பேசாமல் இருந்தோம். சரி, அவர்கள் பாணியில் சொன்னால் வன்முறையாளர்கள், பயங்கரவாதிகள். ஆனால், தியாக தீபம் திலீபனும் அப்படியா? இவ்வளவு காலமும் இடிக்கப்படாமல் இருந்த தியாக தீபத்தின் சிலை ஏன் இப்போது இடிக்கப்பட்டது?'

யாழ்ப்பாண நல்லூர் கோயில் அருகே திலீபன் உண்ணா விரதம் இருந்த இடத்தில் இத்தூண் அமைக்கப் பட்டிருந்தது.

ராணுவத்தின் அதிகாரங்களால் முடங்கிப் போயுள்ள பெரியவர் ஒருவரைச் சந்தித்தேன். திலீபனின்

நினைவுகளைப் பகிர்ந்தார். அவர், 'இவ்வுலகின் எந்தவொரு விடுதலைப் போராட்டத்திலோ அரசியல் போராட்டத்திலோ ஒற்றை மனிதனின் உண்ணாநிலை போராட்டம் இத்தனை தாக்கத்தினை ஏற்படுத்தியதா என்று எனக்குத் தெரியவில்லை. ஆளும் வர்க்கங்களுக்கு எதிராக அகிம்சையைப் பிரயோகித்த காந்தியே, நீரோடும் பாலோடும்தான் உண்ணாவிரதம் இருந்தார். ஒரு சொட்டுத் தண்ணீர்கூட இல்லாமல், 265 மணி நேரம் (12 நாட்கள்) உண்ணாவிரதம். என் சுயநினைவை இழந்தால்கூட குளுக் கோஸ், தண்ணீரைத் தந்துவிடாதீர்கள் என்று தோழர்களிடம் சத்தியம் வாங்கிக்கொண்ட திலீபனின் உயிர், செப்டம்பர் 26, 1987 காலை 10.48-க்குப் பிரிந்தது. லட்சக்கணக்கான தமிழ் மக்கள் கண்ணீர் சிந்திய பாதையில் திலீபன் கொண்டுசெல்லப் பட்டான். அவன் மரணக் கோரிக்கைகளும் புதைந்துபோயின. மருத்துவனான திலீபன் ஈழவர்கள் நெஞ்சில் உயிராய் பதிந்துவிட்டான். இந்தியாவோ இலங்கையோ, காந்திய வழியே இறந்த திலீபனுக்காகத் துளியும் வருந்தவில்லை. இதற்கு முன் சென்னையில் பிரபாகரனும்கூட ஒரு முறை தகவல் தொடர்புக் கருவிகளைப் பறித்ததைக் கண்டித்து, நீர் அருந்தாத உண்ணா நிலைப் போராட்டத்தை நடத்தி இருந்தார். ஆயுதம் தாங்கிகளான இவர்களுக்கு அகிம்சையின் மீதும் தீராக் காதல் உண்டு என்பதை மெய்ப்பிக்கும் சாட்சியங்கள் அவை' என நினைவூட்டினார்.

திலீபனின் உயிர் அணு அணுவாய் பிரிந்துகொண்டு இருந்தபோது... நார்வே, ஸ்வீடன், இங்கிலாந்து, ஆஸ்திரேலியா நாட்டுத் தூதுவர்கள் வந்து பார்த்துச் சென்றார்கள். ஆனால் இந்தியாவோ, அமைதிப் படையின் அதிகாரிகளையும் தூதுவர்களையும் வைத்து மிரட்டிக் கொண்டு இருந்தது.

உண்ணாநிலை நடந்துகொண்டு இருந்த நேரத்தில் புலிகள் பிரதிநிதி களைச் சந்தித்த இந்திய உதவி தூதர் நிருபம் சென், 'உண்ணாவிரதப் போராட்டங்களால் இந்தியாவை நிர்ப்பந்திக்க முடியாது' என எச்சரித் தார்.

திலீபனின் ஐந்து கோரிக்கைகள்

1. பயங்கரவாதத் தடைச் சட்டத்தின் கீழ் கைது செய்யப்பட்டோர் விடுவிக்கப்பட வேண்டும்.

2. புனர்வாழ்வு என்று தமிழர் தாயகத்தில் நடத்தப்படும் சிங்களக் குடியேற்றம் உடனடியாக நிறுத்தப்பட வேண்டும்.

3. இடைக்கால அரசு நிறுவப்படும்வரை புனர்வாழ்வு என்று அழைக்கப்படும் சகல வேலைகளும் நிறுத்தப்பட வேண்டும்.

4. வட கிழக்கு மாகாணங்களில் போலீஸ் நிலையங்கள் திறப்பதை உடனே நிறுத்த வேண்டும்.

திலீபன் நினைவுத் தூண் - யாழ்ப்பாணம்

இடித்து நொறுக்கப்பட்ட திலீபன் நினைவுத் தூண்

5. தமிழ்க் கிராமங்களின் பள்ளிகளில் குடிகொண்டிருக்கும் ராணுவம்-காவல்துறை திரும்பப்பெறப்பட வேண்டும். ஊர்க்காவல் படையினருக்கு இலங்கை அரசாங்கம் வழங்கியுள்ள ஆயுதங்களை இந்திய அமைதிப் படையின் மேற்பார்வையில் ஒப்படைக்க வேண்டும்.

திலீபன் வைத்தவை இருபத்தைந்து ஆண்டுகள் கடந்தும் தமிழர்களின் கோரிக்கைகளாக இது இருக்கிறது.

யாழ்ப்பாணத்தை விட்டு கிளிநொச்சி வழியே வவுனியாவுக்குச் சென்றேன். ஓமந்தையில் என் கடவுச்சீட்டு பதியப்பட்டது. இன்றும் ஓமந்தை (முன்பு புலிகளின் நிர்வாக ரீதியான எல்லைப் பகுதி) தமிழ் - சிங்களப் பகுதிகளைப் பிரித்துக்காட்டும் அடையாளமாகவே விளங்கு கிறது. இங்கு ராணுவத்திடம் சிங்களர்களுக்கும் தமிழர்களுக்கும் வேறு வேறு விதிகள். வவுனியாவை அடைந்ததும் ஓமந்தை பற்றி உள்ளூர் தோழரிடம் கேட்டேன். அவர், ‘இங்க ஐ.சி. (அடையாள அட்டை) இல்லாம எங்கையும் நடந்துகூட போக இயலாது. அப்படி இல்லாம ராணுவம் பிடிச்சதுனா, சந்தேகப் பிரிவுல போடுவினும். சிலமுறை அப்படித் தப்பிக்க காசு கொடுக்கக்கூட வேண்டியது இருக்கும்’ என்றார்.

இந்த வகையில் புலம்பெயர் தமிழர்கள் விமானநிலையத்தில் கைது செய்யப்பட்டு வெளிநாட்டில் உள்ள அவர்களின் குடும்பத்திடம் பணத்தை பெற்று சிஐடியினர் விடுவித்த சம்பவங்களும் இருக்கின்றன. நமது ஊரில் எப்படி கஞ்சா வைத்திருந்தான் என்று காவல் துறை கைது செய்யுமோ, அதுபோல் இங்கே ‘புலிகளோடு தொடர்புடையவன், வெடிமருந்து வைத்திருந்தான்’ என்ற மிரட்டலில் கைதுகள் நடக்கின்றன.

ஐ.நா. யாழ்ப்பாணத்தை விட்டு வெளியேறும் செய்தி பற்றிய அச்சத் தினை மனித உரிமைப் பணியாளர் ஒருவர் என்னிடம் விளக்கினார்.

ஓமந்தை சோதனைச் சாவடி

'யாழ்ப்பாணத்தின் பல கிராமங்களில் இன்னும் மக்கள் மீள்குடியேற்றம் செய்யப்படவில்லை. உயர் பாதுகாப்பு வளையங்களாகவே உள்ள அந்தப் பகுதியில் உள்ள கண்ணி வெடிகளை அகற்ற இன்னும் ஐந்து வருடங்களாவது தேவைப்படும் என்று கணிக்கப்பட்டு உள்ளது. இந்தப் பணிகளே இன்னும் முடியாத நிலையில் ஐ.நா. யாழ்ப்பாணத்தை விட்டு வெளியேறினால், கண்ணி வெடி அகற்றல் பணி முழுமையாக பாதுகாப்புச் செயலகத்திடம் ஒப்படைக்கப்படும் என அறியப்படுகின்றது. அரசு சார்ந்த கண்ணி வெடிகள் அகற்றல் நிறுவனமான 'டாஷ்', இந்தப் பணியில் ஏற்கெனவே உள்ளது. இந்தியாவைச் சார்ந்த 'சர்வத்ரா'வும் கண்ணி வெடிகள் அகற்றலில் ஈடுபடுகிறது. இதோடு மற்ற நாடுகளைச் சார்ந்த 'ஹலோ டிரஸ்ட்' போன்ற அமைப்புகளும் இதில் ஈடுபடுகிறது. ஐ.நா. வெளியேறிவிட்டால், இப்படியான பணிகளை மேற்பார்வை செய்வதற்குக்கூட ஆட்கள் இல்லை. ஐ.நா. வெளியேறுகிறது என்ற பிம்பம் இலங்கையில் தமிழர்கள் நிம்மதியாக வாழ்கிறார்கள் என்ற பொய்யான நிலையைப் பரப்பும். போர் முடிந்த பிறகும் காணாமல் போதல், பயங்கரவாதப் பிரிவில் கைது, அதிகரித்து வரும் பாலியல் குற்றங்கள் போன்றவை ஐ.நா-வின் தேவையை இன்னும் வலியுறுத்திக்கொண்டே உள்ளது. மனித உரிமை சார்ந்த குற்றங்களை மனித உரிமைகள் சபையில் பதிவுசெய்தால், யார் அதைப் பதிவுசெய்தார்கள் என்ற விவரங்கள் புலனாய்வு பிரிவுக்கும் ராணுவத்துக்கும் பகிரப்படும்போது மனித உரிமை மீறல்கள் குறைந்துவிட்டது என எப்படிக் குறிப்பிட இயலும்?' என்ற கேள்வியினை எழுப்பினார்.

போரின் இறுதிமாதங்களில் மக்களை பாதுகாக்க ஐ.நா. தவறிவிட்டது எனக் குறிப்பிடுகிறது சார்லஸ் பெட்ரி தலைமையிலான ஐ.நா.வின் உள்ளக ஆய்வறிக்கை. இப்போரில் ஐக்கிய நாடுகள் சபை தன்னுடைய பொறுப்புகளிலிருந்து விலகியதை வெளிப்படையாக ஒப்புக்கொண்டார் ஐ.நா.பொதுச் செயலாளர் பான் கி மூன். இப்போரின் படுகொலைகளே 'பான் கி மூனின் ருவாண்டா' என விமர்சிக்கப்படுகிறது.

14

வவுனியா

தமிழச்சிகளின் முலை இறைச்சியும் தமிழனின் தொடை இறைச்சியும் கிடைக்கும் என மனிதக் கொலையை கொண்டாட்டத்துடன் இனவெறி வியாபாரம் செய்தனர் இலங்கை பேரினவாதிகள். ஜுலை 1983 அப்படியான கொடூர சம்பவங்கள் நிகழ்ந்தன. கொழும்பில் வாக்காளர் பட்டியலைக் கொண்டு தமிழர்களும் தமிழர்களின் வீடுகளும் சிங்களர் களால் சூறையாடப்பட்டன. இந்திய தூதரக அதிகாரி வீடும் தாக்கப் பட்டது.

இப்படியான படுகொலைகளை நிகழ்த்தியவர்கள் சமாதானத்தையும் ஆக்கிரமிப்பையும் இன்று ஒரே நேரத்தில் பேணுவதாக பிரகடனப்படுத் தப்பட்டுள்ளது.

‘இலங்கையில் நடப்பது தமிழினப் படுகொலை’ என ஜுலை சம்பவங்களை இந்திய நாடாளுமன்றத்தி லேயே சுட்டிக்காட்டினார் அப்போதைய இந்திய பிரதமர் இந்திரா காந்தி. இதுவே கறுப்பு ஜுலை எனப்படுகிறது. அப்போதிருந்தே பெருமளவிலான ஈழத்தமிழர்கள் தமிழகத்திற்கு அகதிகளாக வரத் தொடங்கினர். படுகொலையோ போரோ சிங்களக் குடியேற்றமோ ஏதோ ஒரு வகையில் முற்றுப்பெறாத அபகரிப்பு தமிழர் வாழிடங்களில் நீண்டுகொண்டே இருக்கிறது.

நான் வவுனியாவை அடைந்திருந்த இந்நேரம், ஓரளவுக்குப் பழக்கப் பட்ட ஊர் என்ற உணர்வினை கிளிநொச்சியும் புதுமாத்தளனும் கொடுத் தது. மக்களின் இழப்புகளோடு உரையாடியதில் அவ்வூர்வாசியாகவே மாறிப்போன நினைவு. அவர்கள் கடந்து வந்த நந்திக்கடல் நம்மிட மிருந்தும் கண்ணீரினை பறித்துச் செல்கிறது.

திரும்பிப் பார்க்கும் இருபுறமும் ராணுவம் நிலைகொண்டுள்ள 'ஏ9' நெடுஞ்சாலை, மக்கள் வாழிடத்தின் மரண முகவரியினை கொடுக் கிறது. ராணுவக் குடும்பங்களுக்கான குடியிருப்போடு நிரந்தர கட்டிடங் களாக உருவெடுக்கும் ராணுவ முகாம்கள் திட்டமிடப்பட்டுள்ள அவர்களின் எதிர்க்கால இருப்பினை அறியப்படுத்துகின்றன.

'தமிழர்களின் பிரதிநிதிகளாக நாங்கள் இருக்கிறோம் என்று சொல்லிக் கொண்ட புலிகள் நியாயமான தீர்வுகளுக்கு ஒப்புக்கொள்ளவே இல்லை' என்பது தமிழர்கள் சம்பந்தமான ஒப்பந்தங்களில் இந்தியா-இலங்கை கையெழுத்திடும்போது சொல்லப்படும் பொதுவான வாதம். இன்று இந்த வாதம் அர்த்தமற்றுப் போன பின்னரும் கூட குறைந்தபட்ச தீர்வை அல்ல, குறைந்தபட்ச நீதியைக்கூட உறுதிப்படுத்தப்பட முடியவில்லை.

1983 படுகொலைகளுக்கு சில நாட்களுக்கு முன், 'இனிமேல் நான் தமிழர் களின் அபிப்ராயம் பற்றிக் கவலைப்படப் போவதில்லை. அவர்களு டைய உயிர்களோ கருத்துக்களோ எங்களுக்குப் பொருட்டல்ல. தமிழர் களைப் பட்டினி போட்டால், சிங்களவர்கள் சந்தோஷப்படுகிறார்கள்' என்றார் அன்றைய இலங்கை ஜனாதிபதி ஜே.ஆர். ஜெயவர்த்தனே.

2009 படுகொலைகளுக்கு பின், 'நாங்கள் இலங்கையில் தீவிரவாதத்தை ஒழித்து உள்ளோம். இனி புலிகள் இல்லை. அரசியலமைப்பில் திருத்தம் ஏற்படுத்த எந்தத் தேவையும் இல்லை' என்கிறார் இலங்கையின் பாது காப்பு செயலர் கோத்தபய ராஜபக்ஷே. இந்த இனவாதமே இலங்கை அரசியலமைப்பில் தொடரும் மனநிலை. இனச்சிக்கலில் அரசியல் ரீதியான நீதியும் தீர்வும் சிங்கள பேரினவாத இறையாண்மையை எந்த விதத்திலும் கேள்வி கேட்டுவிடக்கூடாது என்பதன் குறியீடாக ஜெயவர்த்தனேவும் ராஜபக்ஷேவும் இருக்கின்றனர்.

ஜெயவர்த்தனே, பிரேமதாச, சந்திரிகா குமாரதுங்க, மகிந்த ராஜபக்ஷே வோடு ஐந்து ஜனாதிபதிகளின் ஆட்சி பிரபாகரனுடன் போரிட்டதை குறிப்பிட்ட நண்பர், ஆயுதங்களை அடுக்கி உலக நாடுகளும் இலங் கைக்கு துணை நின்றதன் சூழலை நினைவுபடுத்தினார்.

தீவிரவாத பிம்பத்தில் கட்டமைக்கப்பட்ட இப்போருக்காக இஸ்ரேலின் கிபீர் விமானங்கள், செக்கோசிலோவாக்கியாவின் மல்டிபேரல் ராக்கெட்கள், ரஷ்யாவின் மிக் விமானங்கள், சீனாவின் போர் ஜெட்கள்,

ராணுவ மேற்பார்வையில் தமிழ் பள்ளி

அமெரிக்கா; இங்கிலாந்தின் பில்லியன் கணக்கிலான ஆயுதங்கள், இந்தியாவின் கண்காணிப்பு ரேடார்களோடு பல்வேறு நாடுகளின் பயிற்சிகளும் இலங்கை படைகளுக்கு வாரி வழங்கப்பட்டிருந்தன. விடுதலைப் போராட்டத்தின் மீது தீவிரவாத வர்ணம் பூசப்பட்டு போரும் தொடங்கிற்று. முன்பைக் காட்டிலும் வீரியமாக இதனை செய்வதற்கு அமெரிக்காவின் 9/11 தாக்குதல் உதவியது.

புலிகள் மீது சர்வதேச அளவில் வைக்கப்படும் பெரும் குற்றச்சாட்டு கட்டாய ஆள்சேர்ப்பு, சிறுவர்களை படையில் சேர்த்தல். இதைப்பற்றி பத்திரிகையாளராகச் செயல்பட்டு வரும் நண்பரிடம் கேட்டேன். 'இயக்க காலத்தில் ஆள் பற்றாக்குறை காரணமாக கட்டாய ஆள்சேர்ப்பு நடந்தது உண்மைதான். ஆனால், இலங்கை அரசு காட்டுவதுபோல உலக நாடுகள் சொல்வதுபோல 10 வயதுக்குக் கீழான சிறுவர்களை எல்லாம் சேர்க்கவில்லை. அந்தக் குழந்தைகள் புலி உடுப்பு அணிந்திருந்ததை வைத்து, அவர்களை போராளிகள் என்று கணிக்கும் செயல்களும் நடந்துள்ளன. அந்தக் குழந்தைகளுக்கு புலி உடுப்பு அணிவது என்பது மாவீரர் தினத்தில் தனது தந்தைக்கோ தாய்க்கோ உறவினருக்கோ வீரத்துக்கான மரியாதையை செலுத்துவதற்காக. அதை ஒரு போர்க் குற்றமாக அடையாளப்படுத்துகிறார்கள். புலிகள் இவர்களைப் பிடித்துச் சென்றனர், அவர்களைப் பிடித்துச் சென்றனர் என்கிறதே அரசாங்கம்... அப்படிப் புலிகள் பிடித்துச் சென்று பின்னர் வீட்டுக்கே திருப்பி அனுப்பிவிட்ட பெண்ணை, ஏன் ராணுவம் தேடிப்பிடித்து கற்பழித்தது? 'வீட்டுக்கு ஒரு வீரன்' என்ற பேரில் இயக்கம் ஆட்சேர்ப்பு செய்தது. அப்படியே இந்தப் பெண்ணையும்

மாங்குளம் ராணுவப் படை முகாம்

கனகராயன்குளம் ராணுவப் படை முகாம்

அழைத்துப் போயிருக்கிறார்கள். அந்தப் பெண்ணின் குடும்பத்தில் அப்பா, சித்தப்பா, பெரியப்பா, மாமா, அக்கா என்ற பல விதத்தில் 13 மாவீரர்கள். வீட்டுக்கு மீதி இருப்பது அந்த ஒரு பெண் மட்டும் எனத் தெரிந்ததை அடுத்து புலிகள் வீட்டுக்குத் திருப்பி அனுப்பி உள்ளனர். அந்தப் பெண்ணை தேடிக் கண்டுபிடித்த ராணுவம், 'நீ கொட்டியா (புலி)தானே'ன்னு பாலியல் வன்புணர்வுக்கு உள்ளாக்கியது. 18 வயது அடைந்த, மனதளவில் முதிர்ச்சி இல்லாத சிங்கள இளைஞர்கள் பலர் பள்ளி முடித்ததும் இலங்கை ராணுவத்தில் சேர்க்கப்படுகிறார்கள். அப்படி என்றால் ராணுவத்தில் சேர 18 வயது ஆகிவிட்டால் போதுமா? பிரபாகரனே 16 வயதில் போராட வந்தவர். அப்படி எனில் சர்வதேச மனித உரிமை விதிப்படி பிரபாகரன் சிறுவர் போராளி என்றால் தகுமா? நாங்கள் அடிமைப்பட்டுக் கிடக்கிறோம். போராட வயதைப் பார்த்துக் கொண்டு இருந்தால் நாங்கள் வாழவே முடியாது. என்னடா, ஒரு பத்திரிகையாளனா இருந்து புலியப்பத்தி பேசறேன்னு நினைக்காதீங்க. இந்த மண்ணுல வந்து வாழ்ந்து பாத்தா தெரியும், நாங்க அனுபவிக்கும் வேதனை. பத்திரிகை சுதந்திரத்தில் கடைசி வரிசை நாடாக உள்ள சிங்கள தேசத்துக்கு புலிகளைப்பற்றி பேச அருகதையே இல்லை' என்று வெம்பினார்.

போரில் இடம்பெயர்ந்த தமிழ் மக்களை முள்வேலி முகாம்களுக்குள் அடைத்து வைத்திருந்த செட்டிக்குளத்தை நெருங்குகிறேன். சிறை வைக்கப்பட்டிருந்த தமிழ் குழந்தைகளை 'சிறீலங்கா மாதா அப சிறீலங்கா நமோ நமோ நமோ நமோ மாதா' என பிஞ்சிலே நஞ்சை விதைக்கும் விதமாக சிங்கள தேசிய கீதத்தினை உளற வைத்துள்ளனர்!

15

மெனிக் ஃபார்ம்

சரண் அடைந்த தமிழ் மக்களை, வதைமுகாம்களில் அடைத்து உயிரைக் குடைந்து உதிரம் உறிஞ்சிய மாணிக்கம் பண்ணையில் நடக்கிறேன். இந்த மாணிக்கம் பண்ணையே மெனிக் ஃபார்ம் என அழைக்கப் படுகிறது.

சாலையில் இருந்து உள்ளே நுழையும்போது ஆளரவ மற்ற இடமாகக் காட்சியளித்தது. இந்த செட்டிக்குளம் பகுதியில் லட்சக்கணக்கான மக்களை அடைத்து வைத்து இருந்தார்களா என்பதை நம்ப முடியாமல் உடன் வந்த நண்பரிடம், ‘முள்வேலி முகாம்கள் இங்கா இருந்தன?’ என்று பலமுறை கேட்டேன். இந்த இடத்தைப் பார்த்தால் உங்களுக்கும் இந்தக் கேள்வி தோன்றும். இப்பகுதியில் கதிர்காமர், ஆனந்த குமாரசாமி, ராமநாதன், அருணாசலம், ஜோன் 4, ஜோன் 5, ஜோன் 6, மருதமடு என்ற முகாம்கள் இருந்துள்ளன. போரில் இடம்பெயர்ந்த மக்கள் இங்கு கழிவுக் குப்பை களைப்போல குவிக்கப்பட்டனர். மக்கள் வெளியே செல்வதற்கு அனுமதிக்கப்படாத நிலையை ஒட்டி இதனை தடுப்பு முகாம்கள் என்றது ஐக்கிய நாடுகள் சபை. ஹிட்லரின் வதை முகாம்களோடும் இவை ஒப்பிடப்படுகின்றன. இவற்றினை நிவாரண கிராமங்கள் என்கிறது ராணுவம்.

வவுனியாவில் இருந்த பள்ளிகளும், சமூக மையங்களும் ராணுவ சித்ரவதை கூடங்களாகவும் அடையாள அணிவகுப்பு நடத்தப்படும் கண்டறியப்பட்டிருந்தது.

2012-ல் இந்த முகாம்களை முழுமையாக ராணுவம் அகற்றியது. இப்போது இந்த நிலம் தங்களுக்கு வேண்டும் என்று உரிமை கோரி கொண்டிருக்கின்றனர். தொழில் நிறுவனங்களும் இவ்விடத்துக்குப் போட்டி போடுகின்றன. 'ரத்தம் குடித்த முகாம்களின் காணிகளில் அப்படி என்ன உள்ளதோ, இவர்கள் இன்னும் அடைவதற்கு?' என புலம்பினார் உதவிக்கு வந்த நண்பர்.

மெனிக் ஃபார்மில் உள்ள தமிழ்ப் பெண் ஒருவரைச் சந்தித்தேன். அவர், 'எங்களுக்குக் கொடுத்தது எல்லாம் பள்ளக் காணிகள். எனக்கு நாலு பிள்ளைகள். மழை காலத்துலலாம் தற்காலிக வீட்ல இருக்க முடியாது. படுக்க இடமில்லாம தம்பி வீட்லயும் அம்மா வீட்லயும் போய் தூங்குவம். இன்னும் எங்களுக்கெல்லாம் வீடே கொடுக்கலை. ஆனா, அதிகாரிகள் கிட்ட போய்க் கேட்டா, 'மெனிக் ஃபார்ம்க்கு வீடுகள் கொடுத்தாச்சு... இனி வீடுகள் இல்லை'னு சொல்றாங்கள். எங்களுக்கு எல்லாம் வீடே வரலைன்னு கேட்டா, 'வரும்... வரும்'னு தப்பவே வழி பார்க்கிறாங்கள். யுத்தத்துல பாதிச்சு குடும்பத்தை இழந்தவங்களா இருந்தாலும், வீடு இல்லைன்னு சொல்றாங்க. குடும்பத்துல நாலு பேரு இருந்தாதான் வீடுனு சொல்றாங்கள். இந்தியன் வீட்டுத் திட்டத்துல நிறையக் குளறுபடிகள் நடக்குது' என்றார் வேதனையுடன்.

போரில் பாதிக்கப்பட்ட மக்களுக்கு இந்திய அரசு உதவவில்லை என்று யாரும் சொல்லிவிடக் கூடாது என்பதற்கு அறிவிக்கப்பட்ட திட்டமாக 'இந்திய வீட்டுத் திட்டம்' இங்கு இருக்கிறது. ஆமை வேக செயல்பாடுகளும், நடக்கும் முறைகேடுகளும் அதை நிரூபிக்கின்றன. முதலில் ஒரு வீட்டுக்கு ஒன்பது லட்ச ரூபாய் (இலங்கை ரூபாய்) என அறிவிக்கப்பட்டது. பின் ஏழு லட்சத்துக்கு வந்துள்ளது. இப்போது ஐந்து லட்சத்துக்கு வந்துவிட்டது. ஆனால், இன்னும் சில ஆயிரம் வீடுகளைக் கூட முழுமையாக கட்டி முடிக்கவில்லை. வீட்டை யாருக்குக் கொடுப்பது என்பதை முடிவு செய்வது இலங்கை அரசின் முகவர்கள். இவர்கள் தங்களுக்குப் பிடித்தவர்களுக்கு வீடுகளை ஒதுக்குகிறார்கள். ஆயிரம் வீடுகளைக் கட்டத் திட்டம் போட்டால் ஐம்பது வீடுகளே கட்டப்படுகின்றன. உண்மையில் இந்த நிவாரணப் பணம் மொத்தமும் இலங்கை அரசுக்கு போய்ச் சேருகிறது. நேரடியாகக் கொடுத்தால் எதிர்ப்புக் கிளம்பும் என்பதற்காக, தமிழ் மக்களின் பெயரால் இலங்கை அரசுக்கு இந்தியா உதவுகிறது என்ற குற்றச்சாட்டும் உள்ளது. அதேபோல், இந்திய அரசு மற்றும் மக்களின் அன்பளிப்பாக அனுப்பப்பட்ட சைக்கிள்கள் சிங்களப் பகுதிகளுக்கு பெரும் பங்கு அளிக்கப்பட்டது என்றார் நண்பர். போர் பாதிப்பு பெயரிலான சர்வதேசத் திட்டங்களிலிருந்து உள்ளூர்

சம்பூர் இடம் பெயர்ந்தோர் முகாம் - 1

திட்டம்வரை அனைத்திலும் எண்ணிலடங்கா நிர்வாக முறைகேடுகள் நிகழ்கின்றன.

மெனிக் ஃபார்மில் உள்ளூர் அரசியல் பிரமுகர் ஒருவரைச் சந்தித்தேன். அவர், 'மெனிக் ஃபார்ம் நான்கு பிரிவுகளாகப் பிரிக்கப்பட்டுள்ளன. அதில் ஒரு பிரிவுக்கு நான் பொறுப்பு. நான் ஐக்கிய தேசியக் கட்சி பக்கம் உள்ளேன். மற்ற பிரிவுகளைச் சேர்ந்தவர்கள் அரசின் பக்கமும் தமிழ் கூட்டமைப்பின் பக்கமும் உள்ளனர். இப்போது இங்கு இருக்கிற தில் யார் நல்லவன், கெட்டவன்னு பார்க்க முடியவில்லை. அதனால், நான்கு பிரிவுகளைச் சேர்ந்தவர்களும் ஒவ்வொரு பக்கம் உள்ளோம். எப்படியாவது ஒருவகையில் மக்களுக்கு உதவி கிடைக்காதா என்று தான் யார் யார் பக்கமோ உள்ளோம். அப்படி இருந்து சில உதவிகளை மக்களுக்குச் செய்து வருகிறேன்.

மக்களுக்கான அத்தியாவசியத் தேவைகள் இன்னும் நிறைவேற்றப் படவில்லை. மின்சாரம் இல்லை. பள்ளிக்குப் போகும் பிள்ளைகள், காலை ஆறு மணிக்கு இங்கிருந்து பேருந்துக்கு நடந்து செல்றாங்கள். பேருந்து இல்லாமையால் பள்ளியைவிட்டு சீக்கிரமே திரும்பி விடுகிறார்கள். இங்கே ஒவ்வொரு குடும்பத்துக்கும் நான்கு ஏக்கர் ஒதுக்கப்பட்டு இருக்கிறது. அது அவர்களுக்குச் சொந்தமானது அல்ல. அதற்கு எந்த விதமான சான்றுகளும் இல்லை. அரசோ, ராணுவமோ இது தேவை என்றால், கதைக்காமல் தந்துவிட்டுப் போகணும். மக்கள் வாழும் நிலத்துக்கான சான்றைக்கூடக் கொடுக்க அரசு ஒப்புக் கொள்ளவில்லை' என்றார்.

காணாமல் போன மகனை பிணமாக மீட்ட தாயினைச் சந்தித்தேன். அவர், '2007-ம் ஆண்டு என்ட மகன் காணாமல் போனான். தலைமயிர் வெட்டிட்டு வரன் என்று சொல்லி செட்டிக்குளம் போனவன், இரவாகியும்

வரயில்ல. அந்த நேரத்துல எங்களுக்கு போன் தொடர்பும் இல்ல. எங்களுக்குத் தெரிந்த எல்லா இடத்திலும் தேடினம். போலீஸ்ட்டியும் பொடியனை காணயில என்று சொன்னோம். எங்காவது தகவல் அறிஞ்சுபாருங் கள் என்று சொன்னது போலீஸ். செட்டிக்குளத்தில் இருந்த ராணுவத்திடம் கூட பொடியனோட போட்டோவக் காட்டி காணலை என்று கேட்டோம். என்ட மகனோடு எங்கட வீடு கட்ட வந்த மன்னார் பொடியனும் போனான். அவனை யும் காணயில. அவங்களத் தேடிப்போன இன்னொரு ஆளும் காணலை. பெரிய பெரிய ராணுவ முகாம்கள்லகூட போய் கேட்டுப் பாத்தம். எந்தத் தகவலும் இல்ல. மூன்றாம் நாள் விடிய உடல் கிடக்குதுன்னு தகவல் வந்தது.

மெனிக் ஃபார்ம் எனப்படும்
மாணிக்கம் பண்ணை - 2

யார் வம்புதும்புக்கும் போகாத பொடியன். மளிகைக் கடை வெச்சிருந் தான். இதுவரைக்கும் என்ட மகனை எதுக்கு யார் காட்டிக் கொடுத்தா, யார் கொன்னானுகூட எனக்குத் தெரியல. இன்னும் அந்த கடவுள்ட்ட மன்றாடிக்கிட்டு இருக்கன், யார் என்ட பிள்ளைய கொன்னான்னு காட்டின்னு'. மகனின் படத்தைக் காட்டியவாறு கலங்கியபடி நின்றார் அந்தத் தாய்.

அருகில் இருந்த நண்பர், 'நானும் இதற்குப் பயந்து ஈராக் சென்று அங்கு இரண்டு வருடம் ஓட்டுநராக வேலை பார்த்தேன்' என்றார்.

காணாமல் போதல் தொடர்பாக *1999*-ல் United Nations Working Group on Enforced or Involuntary Disappearances என்ற ஐ.நா. அமைப்பு வெளியிட்ட ஆய்வறிக்கையில் ஈராக்குக்கு அடுத்தபடியாக இலங்கை யில் *12,000* பேர் பாதுகாப்புப் படையினரால் சிறைப்படுத்தப்பட்ட பின்னர் காணாமல் போயுள்ளனர். இந்தப் பத்தாண்டுகள் இடைவெளி யில் மேலும் பல்லாயிரக்கணக்கானோர் காணாமல் போனோர் பட்டிய லில் சேர்க்கப்பட்டுள்ளனர். போரின் பின்னரும் கூட *2010* ஆம் ஆண்டு சிங்கள ஊடகவியலாளர் பிரகீத் எக்நெலிகொட கடத்தப்பட்டுள்ளார். இலங்கை அரசு வடக்கு மக்களுக்கு எதிராகப் பயன்படுத்திவரும் ரசாயன ஆயுதங்கள் பற்றி பிரகீத் உயர்மட்டங்களுக்கு எழுதி வந்ததாகக் கூறுகிறார் அவரின் மனைவி சந்தியா.

அகற்றப்பட்ட மெனிக் பார்ம் முகாம்களின் தகரமும் முள்வேலிக் கம்பிகளும் ஆங்காங்கே கிடந்தன. 'நிவாரணக் கிராமங்கள்' என்ற பெயர் பலகைகள் இருந்தன. ராணுவச் சிப்பாய் ஒருவர் மூடப்பட்ட முகாமின் நுழைவாயிலில் உட்கார்ந்திருந்தார். முகாம்களுக்குச் செல்லும் வழிகள் தடுக்கப்பட்டிருந்தன. முகாம்களை அகற்றிவிட்ட பின்னரும் அப்பகுதிகளுக்குள்ளே செல்ல அனுமதிக்கப்படவில்லை.

வவுனியாவுக்குத் திரும்பினேன். வெலிக்கடா சிறையில் உண்ணா விரதம் இருந்தபோது தாக்கப்பட்டு உயிர் தப்பியவரைச் சந்திக்க நேர்ந்தது. இவருடன் இருந்த மற்றொரு தமிழ்க் கைதி நிமலரூபன் சிறையிலேயே அடித்துக் கொல்லப்பட்டார். தனக்கு நிகழ்ந்த கொடிய அனுபவத்தை பகிர்ந்துகொண்ட அவர், 'விசாரணைக்காக அழைத்துச் சென்றவர்களைத் திருப்பிக்கொண்டு வரணும். இனி யாரும் அழைத்துச் செல்லப்படக் கூடாது என்று உண்ணாவிரதம் இருக்கத் தொடங்கி னோம். இந்த வேளையில் நாங்கள் அதிகாரிகளிடம், நீங்கள் விசாரணைக் குக் கூட்டிச் செல்வது என்றால் நீதிமன்றம் ஊடாகக் கூட்டிப் போங்கள் என்றோம். அதிகாரிகளோ அப்படி எல்லாம் சட்டம் இல்ல. நாங்க செய்வதுதான் சட்டம் என்று சமாதானம் பேசுவதுபோல் வந்து கண்ணீர் புகைக்குண்டு அடிச்சுத் தாக்கினாங்கள். அப்ப வெலிக்கட சிறையில இருந்த எங்கள மகர சிறைச்சாலைக்கு மாத்தனாங்கள். அங்கதான் நிமலரூபன் செத்தது. என்னுடைய காலும் கையும் உடைஞ்சது. இடிப்பும் முறிஞ்சு ஸ்குரு பூட்டப்பட்ட நிலையில் இருக்கிறேன்.

2008-ம் ஆண்டும் அக்டோபர் 28-ம் தேதி 10.45-க்கு இதே வீட்ல இருந்து 'கொஞ்ச வேல இருக்கு... வாங்க, போய்ட்டு வருவம்' என்று அழைத்துச் சென்றார்கள். கொஞ்ச தூரம் சென்று கையில் விலங்கை மாட்டி கண்களைக் கட்டித் தாக்கினார்கள். பின் நீதிமன்ற அனுமதி யோடு 90 நாட்கள் மேலதிக விசாரணைக்கு எடுக்கப்பட்டு, அனுராதபுர சிறையில் தனிமையில் அடைக்கப்பட்டேன். அங்க நடந்த சித்திரவதை யில என்னோட கண் பார்வை பாதிக்கப்பட்டது. 2010-ல் நீதிமன்றத்துக்கு அழைத்துப் போனாங்கள். ஆயுதம் வைத்திருந்ததாகச் சொல்லி பயங்கர வாதத் தடைச் சட்டத்தில் என்னைக் கைது செய்துள்ளதாக நீதிமன்றத் தில் கூறப்பட்டது. உண்மையில் அப்படி என்னிடம் இருந்து எந்த ஆயுதத்தினையும் எடுக்கவில்லை. எப்படியோ இப்ப நான் பிணையில் விடுவிக்கப்பட்டிருக்கன். ஆனா, என்னால என்ட குடும்பத்துக்கு எந்தப் பயனும் இல்லை. ஒரு நடைப் பிணமாக உள்ளேன்' என்றார்.

இப்படியான அத்துமீறல் சட்டங்களும் தொடரும் அச்சுறுத்தல்களும் தமிழர்களை ஊமையாக்கி, ஊனமாக்கி உலவ விட்டிருக்கிறது.

16

திரிகோணமலை

படுகொலையுண்ட பல்லாயிரக்கணக்கிலான தமிழ்க் குழந்தைகளைப் போலவே யுத்தவிதிகளற்ற போரின் சாட்சியாகிவிட்டான் விடுதலைப் புலிகளின் தலைவர் பிரபாகரனின் கடைசி மகன் பாலச்சந்திரன்.

மெனிக் பார்ம் முகாம்களில் பாலச்சந்திரனை ராணுவம் தேடிய சம்பவங் களையும் முகாம்வாசிகளிடமிருந்து கேள்விப்பட்டிருந்தேன். அச்சிறுவனைப் பற்றிக் கேள்விப்பட்டதை இன்று படங்களாகப் பார்க்கும் போது இதயம் ரணமாகிறது. 12வயது சிறுவனின் உடலில் ஐந்து குண்டுகள்.

வவுனியாவை விடுத்து திரிகோணமலையை அடையும் போது, மாலை 6:30. அடுத்த நாள் பிரபாகரனின் பிறந்த நாள். திரிகோணமலையின் உட்புற வீதிகள் ராணுவப் பரபரப்போடு இருந்தது. இரவு ஓய்வு நண்பரின் வீட்டில் என்பதால் ஒரு வாடகை உந்தியில் கிளம்பினோம். வீட்டை அடைவதற்கு சிறிது தூரத்துக்கு முன் ராணுவச் சோதனை நடந்தது. நவம்பரின் இறுதி வாரம் என்பதால் தொடர்ச்சியான கண்காணிப்பு. சைக்கிளில் வந்த ராணுவத்தினர் நோட்டமிட்டவாறு வீட்டுக்குள் டார்ச் அடித்துப் பார்த்தபடியே சென்றனர். நாங்கள் வீட்டை அடைந்தோம்.

கருணாவுக்கு இணக்கமான ஒருவரை நான் சந்தித்த வேளையில் அவர், 'பிரபாகரன் உடலைக் கண்டறிய

கருணாவை அரசு அழைத்துச் சென்றது. அப்போது அவரது மகன் பாலச்சந்திரனைக் கண்டதாக கருணா எங்கள் சிலரிடம் கூறினார். யாரோடு வந்தாய்? என்று பாலச்சந்திரனிடம் கருணா அப்போது கேட்டதாகச் சொல்கிறார். அப்பாவோடு வந்தேன் என்றானாம். அப்பா எங்கே? என்றதற்கு அப்பா எங்கேனு தெரியல என்று பாலச்சந்திரன் கூறியதாகக் கருணா சொன்னார்' என்றார். சேனல் 4 இப்போது வெளியிட்டுள்ள புகைப்படத்தைப் பார்க்கும்பொழுது பாலச்சந்திரன் உட்கார வைக்கப்பட்டிருக்கும் இடத்திற்கு கருணா வந்து பார்த்திருக்கக்கூடும்.

'போர் என்பதும் பேச்சுவார்த்தை என்பதும் அவர்களுக்குப் பழக்கப் பட்ட விடயம். பல தடவை நாங்கள் ஏமாற்றப்பட்டு இருக்கிறோம். ஒவ்வொரு தடவையும் சிங்கள அரசு எங்களை ஏமாற்ற முற்படும்போது, நாங்கள் ஒவ்வொரு படி வளர்ந்து இருக்கிறோம். இலங்கை என்ற தீவுக் குள் தமிழர்களின் சுயநிர்ணயம், தேசியம், எங்களது தாயக பூமி என்ற அடிப்படையில் தீர்வினைக் கேட்டுள்ளோம். அந்தத் தீர்வு தர வேண்டும். அல்லாவிட்டால், நாங்கள் பிரிந்து செல்வோம் என்ற விடயத்தை தலைவர் கூறியுள்ளார். ஆகவே அதைத் தருவதா, இல்லையா என்பது சிங்கள அரசாங்கத்தைப் பொறுத்தது. அவர்கள் தராவிட்டால், நாங்கள் எடுப்போம். அதில் மாற்றம் இல்லை' என புலிகளின் தளபதியாக தன்னுடைய நிலைப்பாட்டினை முன்வைத்து கருணா பேசியதாகும்.

'அமெரிக்கப் படைகளும் பிரிட்டிஷ் படைகளும் ஈராக்குக்குள் நுழைந்த போது மனிதாபிமான நடவடிக்கை என்றனர். அந்த மக்களை மீட்கப் போகிறோம் என்றனர். இதேபோல்தான் ஆப்கானிஸ்தானுக்குள் போகும் போதும் கூறினர். ஆனால், அதைவிடப் பெரிய மனிதாபிமான நடவடிக்கை தான் எமது பிரதேசத்தில் நடக்கிறது. வன்னியிலே பிரபாகரனின் கொடிய பிடிக்குள் சிக்கி இருந்த தமிழ் மக்களை மீட்கும் மனிதாபிமானப் பணியைத்தான் ராணுவம் செய்து வருகிறது. இன்று வட கிழக்கில் வாழ்கிற மக்கள் எமது ஜனாதிபதி (மகிந்த ராஜபக்ஷே) கரங்களைப் பலப்படுத்தத் தயாராக இருக்கிறார்கள்' என்பது அரசாங்கத்தின் மீள் குடியேற்றத்துறை துணை அமைச்சராக கருணா கூறிய உறுதிபூண்ட வார்த்தைகளாகும்.

கிழக்கு மாகாணத்தின் மூத்த புலி உறுப்பினராக அறியப்பட்ட கருணா, 2004-ல் தமிழ் மக்கள் விடுதலைப் புலிகள் என எதிர் இயக்கத்தை அரச ஆதரவோடு தொடங்கினார். புலிகளின் ராணுவ ரீதியான பலத்திற்கு இது பெரும் பின்னடைவினை ஏற்படுத்தியது. யாருக்கு எதிராக இருபது ஆண்டுகள் போரிட்டாரோ அவர்களின் பிரதிநிதியாகவே மாறிப் போனார் கருணா எனும் விநாயகமூர்த்தி முரளிதரன்.

கன்னியா வெந்நீர் ஊற்று

திரிகோணமலை நகரப் பகுதி

பௌத்தத் தலமாக மாற்றப்பட்ட கன்னியா

‘காலமும் வரலாறும் துரோகங்களை மறைக்காது; மன்னிக்காது’ என்பது ஈழத்தமிழர்கள் பலரிடமும் வெளிப்படும் கூற்று. துரோகம் ஆழப் பதிந்த வலி.

மறுநாள்... பிரபாகரன் பிறந்த நாளின் பகல் பொழுது. பகல் வேளை என்பதால் ராணுவத்தின் நடமாட்டம் சற்று தாழ்ந்திருந்தது. கன்னியா வெந்நீரூற்றை நோக்கிச் சென்றோம். இது, இந்துக்களின் பிரசித்தி பெற்ற புண்ணியத் தலம். ராவணனின் வரலாற்றினை உள்ளடக்கியது. இங்கு இயற்கையாகவே ஏழு வெப்ப நிலைகளில் ஏழு வெந்நீரூற்றுகள் உள்ளன. தமிழில் இருந்த தெருப் பெயர் அழிக்கப்பட்டிருப்பதை அங்கு செல்லும் வழியில் கண்டேன்.

கன்னியா வெந்நீரூற்றை அடைந்தேன். அது, பௌத்த தலமாக இப்போது உருமாற்றப்பட்டு இருக்கிறது. வரலாற்றின் படி, பத்துத் தலை படைத்த ராவணன் தன் தாயாருக்கு இறுதிக் காரியங்கள் செய்வதற்காக தன் உடைவாளை உருவி ஏழு இடங்களில் குத்தியதாகவும், அந்த இடங் களில் இருந்து வெந்நீரூற்று உருவாகியதாகவும் கூறப்படுகிறது. அந்த வெந்நீரூற்றுகள் ஒவ்வொன்றும் தமிழர்களின் மனங்களைப்போல ஒவ்வொரு கொதிநிலையில் கொதித்துக்கொண்டு இருந்தன.

‘இறந்தோரின் 31-ம் நாள் காரியங்களை இந்துக்கள் இங்கு செய்யும் வழக்கம் உள்ளது’ என்று அருகில் இருந்த நண்பர் கூறினார்.

சிவன் கோயில் அருகே கழிவறை இருந்தது. சதுரமாக இருந்த விநாயகர் கோயிலின் அடித்தளம் இடிக்கப்பட்டு, வட்டவடிவிலான புத்த விகாரையின் அடித்தளமாக மாற்றப்பட்டு இருந்தது.

இந்த வெந்நீரூற்றின் உரிமைக்காக சிங்கள-தமிழ் தரப்பினிடையே நடந்த வழக்கில் வாதாடியவர், ‘சமாதானக் காலத்திலிருந்து சிங்களர்கள் கன்னியா ஊற்றுக்கு வரத் தொடங்கினர். அவ்விடத்தை புத்த வரலாறு கொண்டதாக அவர்கள் எண்ணுகின்றனர். அப்படி வந்த ஒரு புத்த பிக்கு அங்கு கோயில் கட்டுமான வேலைகள் நடந்ததைக் கண்டுவிட்டு, புத்த புனித தலத்தில் ஆக்கிரமிப்பு வேலைகளும், அதை இடிக்கும் வேலை களும் நடக்கின்றன என்று அருகில் இருந்த காவல் நிலையத்தில் புகார் செய்தார். அங்கிருந்த பூசாரி அம்மாதான் இந்த வேலைகளுக்கு எல்லாம் காரணம் என்று காவல்துறை எண்ணியது. அந்த அம்மாவின் முன்னோர் கள் இதே கோயிலுக்குச் சொந்தமானவர்கள் என்பது இங்கு சொல்ல வேண்டிய ஒன்று. ஆனால், அவர் மீது குற்றம் சாட்டப்பட்டது. வழக்கு நீதிமன்றத்துக்கு வந்தபோது சரியான வாதத்தை சிங்களத் தரப்பு வைக்க முடியாத காரணத்தால், வழக்கு தள்ளுபடியானது. இவ்வளவு காலம் கடந்து சிங்கள அரசின் பிடியில் அதிகாரம் சென்றதால், எப்படியோ அதுவும் இன்று புத்தத் தலமாக மாறிவிட்டது’ என்றார்.

அதேபோல் கன்னியா வெந்நீருற்று அருகே 'வில்கம் விகாரை' என்ற புத்த தலம். தமிழ் பௌத்தர்களால் வணங்கப்பட்டு வந்த இத்தலம் இப்போது சிங்களர்களுக்கு உரியதாகி விட்டது. சோழர் காலத்தில் மானியம் வழங்கப்பட்டு வந்த இத்தலத்திற்கு அப்போதைய பெயர் 'ராசராசப் பெரும்பள்ளி' என நிறுவுகிறது பேராசிரியர் இந்திரபாலாவின் 'இலங்கைத்தமிழர்: ஓர் இனக்குழுமம் ஆக்கம் பெற்ற வரலாறு' என்ற நூல். இதற்கான கல்வெட்டும் இருப்பதாகத் தெரிவிக்கப்பட்டுள்ளது.

அடுத்து சம்பூர் மக்கள் இடம்பெயர்ந்துள்ள முகாம்களுக்குச் சென்றோம். வெளிநபர்கள் உள்ளே செல்ல அனுமதியில்லை. நண்பர்கள் உதவியுடன் உள்ளே சென்றேன். இடம்பெயர்ந்தோர் முகாம்களே இலங்கையில் கிடையாது என்று கூறிவரும் இலங்கை அரசு இந்த முகாம்களுக்கு என்ன பெயர் சொல்லப்போகிறது? இந்தியாவின் அனல் மின் நிலையம் அமைக்கப்படுவதற்கு இந்த மக்கள் பூர்வீக நிலங்களிருந்து துரத்தப் பட்டுள்ளனர்.

இலங்கையின் திரிகோணமலை மாவட்டத்தைச் சேர்ந்த கடற்கரைச் சேனை, சம்பூர் கிழக்கு, சம்பூர் மேற்கு, கூனித் தீவு ஆகிய கிராமங்களில் இருந்து உள்ளக இடப்பெயர்வுக்கு உள்ளான மக்களின் மீள்குடியேற்றம் தொடர்பாக மூதூர் இடம்பெயர்ந்தோர் நலன்புரிச் சங்கம் தங்களது கோரிக்கைகளை ஜுன் 12,2008-ல் இந்திய பிரதமருக்கு அனுப்பியது. அதில்,

'1. அனல் மின் நிலையத்துக்கான இலங்கை - இந்திய கூட்டு ஒப்பந்தத்தின் அடிப்படையில், எமது கிராமங்களை உள்ளடக்கியதாக உள்ள ஒதுக்கீட்டை மீள்பரிசீலனைசெய்து ரத்து செய்யுங்கள்.

2. அதற்குப் பதிலாக கிராமங்கள், குடியிருப்புகளைப் பாதிக்காத வகையில் நில ஒதுக்கீட்டை மேற்கொள்ள உதவுங்கள்.

3. மக்கள் வாழ்வதற்குப் பொருத்தமற்ற பிரதேசங்களில் எம்மைக் குடியேற்றும் முயற்சியைத் தடுத்து, சொந்தக் கிராமங்களிலேயே மீள் குடியேற்றம் செய்யுங்கள்.

காந்தி தேசத்தின் கருணையை தங்கள் மூலமாக எதிர்பார்க்கிறோம்.' என்று அந்தக் கோரிக்கைக் கடிதம் முடிவுறுகிறது.

அதே சங்கம் அன்றைய தமிழக முதல்வர் கருணாநிதிக்கு எழுதிய கடிதத்தில், 'இப்படியான நில ஆக்கிரமிப்புத் திட்டம் நடைமுறைப்படுத்தப் பட்டால் சுமார் 8,000 மக்களின் வாழ்விடங்கள் பறி போகும். தனித் தமிழ்ப் பிரதேசமான மூதூர் கிழக்கு படிப்படியாக அபகரிக்கப்பட்டு,

இங்கு வாழும் 18 ஆயிரம் மக்களும் நிர்க்கதியான நிலைக்குத் தள்ளப்படுவர். எம் தமிழ் மன்னன் ராவணனின் நினைவுகளோடு நிலைத்திருக்கும் திரிகோணமலையின் இதய பூமி, சோழ மன்னர்களின் காலடிபட்ட சொர்க்க பூமி, அவர் ஆட்சிக் காலக் கல்வெட்டுகள் காணப்படுகின்ற வரலாற்றுப் புகழ் மிக்க இந்தப் பிரதேசம் பேரினவாதப் பிடியில் சிக்கி காணாமல் போய்விடும். இதைத் தடுத்து நிறுத்தி இந்தப் பேராபத்தில் இருந்து இந்தப் பிரதேசத்தைக் காப்பதற்கும், நாம் மீண்டும் குடியேறி இயல்பு வாழ்வை மீட்டுக் கொள்வதற்கும் தங்களின் தயவை எதிர்பார்க் கின்றோம். இந்திய அரசுடன் தாங்கள் கொண்டுள்ள உறவையும், காங்கிரஸ் கட்சிக்குள் தங்களுக்குள்ள தனித்துவமான செல்வாக்கையும் பயன்படுத்தி, இந்த இக்கட்டான நிலையில் இருந்து எம்மை மீட்பதற்கு உடனடியாக நடவடிக்கை எடுத்து உதவுமாறு கேட்டுக்கொள்கிறோம். நம்பிக்கையுடன் காத்திருக்கின்றோம்' என்று அக்கடிதம் நிறைவடை கிறது.

திரிகோணமலையில் இப்படியான சிங்கள ஆக்கிரமிப்புகள் நடந்து விடும் என்று அந்தச் சங்கம் எச்சரித்தவை இன்று நடந்தேறி விட்டன. தமிழர்களின் இதய பூமி நாசகதி ஆக்கப்பட்டுள்ளது. அனல் மின்நிலைய நில ஆக்கிரமிப்பிற்காக 2006-ல் புலிகள் மீதான தாக்குதல் என்ற பெயரில் சம்பூர் மக்கள்மீது செல்குண்டு தாக்குதல் நடத்தப்பட்டு உயர் பாதுகாப்பு வளையமாக தமிழர் கிராமங்கள் மாற்றப்பட்டன. அந்த இடத்தில் நிற்கிறேன்!

17
சம்பூர்

உலக சுரங்க நிறுவனங்களின் பொருளாதார வளத்தினை உயர்த்த காடு களைத் தாரை வார்த்துவிட்டு பழங்குடிகளை வெளியேற்றிவரும் இந்திய அரசு, மற்றொரு நாட்டின் உள்நாட்டுப் பிரச்னையில் எப்படித் தலையிடுவது என்று சொல்லியவாறே இங்கு தமிழ் மக்களின் நிலங் களை ஒப்பந்தமிட்டுப் பறித்துள்ளது.

அதைப் பற்றிய நிலவரங்களை அறிய, அரசியல் சார்ந்த நண்பர் ஒருவரைச் சந்தித்தேன். அவர், '2006 காலப் பகுதியில் சம்பூரில் ஆக்கிரமிக்கப்பட்ட இந்த நிலங்கள், அனல் மின் நிலையக் கட்டுமானத் துக்காக என அப்போது கூறப்பட்டது. ஆனால், இந்த ஆறு வருட கால ஓட்டத்தில் 10 ஆயிரம் ஏக்கர் ஆக்கிரமிக்கப் பட்டு விட்டன. இலங்கை யின் மின்சார சபையோடு இணைந்து இந்திய நிறுவனம் ஒன்றும் அனல் மின் நிலையப் பணிகளில் ஈடுபடும் என்று சொல்லப் பட்டது. அதற் கான செலவுகளை இந்தியாவும் இலங்கையும் சரிபாதியாகப் பகிர்ந்து கொள்ளும் என்று ஒப்பந்தங்களும் கையெழுத்தானது. ஆனால், அந்த ஆக்கிரமிப்புப் பகுதிகள் ராணுவத்துக்குச் சொந்த மானதாக மாறி விட்டதே தவிர, எந்த அனல் மின் நிலையப் பணிகளும் இப்போதுவரை நடப்பதாகத் தெரியவில்லை.

அங்கிருந்து நாங்கள் துரத்தி அடிக்கப்படும்போது, நிராதரவாக ஓடி வந்தோம். இந்த ஆக்கிரமிக்கப்பட்ட காணிகளில் அனல் மின் நிலையம் கட்டி அதில் கிடைக்கும் லாபத்தைவிட பல மடங்கு லாபத்தை விவசாயத்திலும் மீன் பிடியிலும் எடுக்கலாம். அந்த அளவுக்கு வளமான விவசாய பூமி இது. இங்கிருந்த எங்கள் வீடுகள், கோயில்கள், பள்ளிகள், பொதுக் கட்டடங்கள் எல்லாமே இடிக்கப்பட்டு விட்டன. இந்தப் பகுதி களைப் பார்ப்பதற்குக்கூட அனுமதி கிடையாது. எங்கள் சொந்தக் கிராமங்களை விட்டு அகதி முகாம்களில் இன்று இருக்கிறோம். பொட்டல் காணிகளைக் காட்டி அரசும் ராணுவமும் அங்கு குடியேறச் சொல்கிறது. ‘எங்கள் காணிதான் எங்களுக்கு வேண்டும். நாங்கள் ஏன் அடுத்தவர் காணியில் இருக்க வேண்டும்?’ என்று ஆறு ஆண்டுகளாகப் போராடுகிறோம். அதனால், எங்களுக்குக் கொடுத்துவந்த நிவாரணப் பொருட்களையும் நிறுத்தி விட்டனர். நிதிகளும் நிறுத்தப்பட்டு விட்டன. எப்படியெல்லாமோ எங்களைத் துரத்த வழி தேடுகிறது அரசு. இத்தனை காலம்தான் எங்களை வாழவிடவில்லை. இப்போதுமா? நாங்கள் இந்தியாவுக்கு என்ன பாவம் செய்தோம். இந்தியாவை எங்கள் நாடுபோலத்தானே பார்த்தோம்? இப்போதும்கூட எங்கள் வீட்டுச் சுவர்களில் இந்திய சுதந்திரத்துக்காகப் போராடியவர்களின் படங்களே மாட்டப்பட்டிருக்கின்றன. ஆனால், ஆறுதலுக்குக்கூட எங்களுக்கு இந்தியா நல்லது செய்ய விரும்பவில்லை’ என வெதும்பினார். கூடவே தன் பங்குக்கு வானமும் கண்ணீர் சிந்த ஆரம்பித்தது.

மழையிலேயே அங்கிருந்து கிளம்பினோம். வழியில் புலிகள் நிர்வகித்து வந்த நீதிமன்றம் ஒன்றைக் கண்டோம். அது சேதம் அடைந்து இருந்தது. அதன் முன் சுவற்றில் காரல் மார்க்ஸின் தத்துவ வரிகள் எழுதப்பட்டு இருந்தன.

புலிகள் நிர்வகித்த தமிழீழ நீதித்துறையின் செயல்பாடு 1993 ஆம் ஆண்டு யாழ்ப்பாணத்தில் தொடங்கியது. ‘மனுதாரரோ அல்லது எதிர் மனு தாரரோ தனக்காகத் தானே ஆஜராகி வாதாட முடியும். அப்படி வாதாட முடியாத ஒருவர் தனக்காக ஒரு சட்டத்தரணியை அமர்த்திக்கொள்ள லாம். அதேவேளை சிறீலங்கா நீதிமன்ற நடைமுறைகளைப்போல சட்டத்தரணியை அமர்த்தும் ஒருவர் தனிப்பட்ட முறையிலோ ரகசிய மாகவோ பணக்கொடுப்பனவுகளைச் செய்ய முடியாது. நீதிமன்ற நிர்வாகத்தின் மூலமே சட்டத்தரணிக்குரிய பணத்தைச் செலுத்த முடியும். பணத்தொகை எவ்வளவு என்பதை நீதிமன்ற நிர்வாகமே நிர்ணயிக்கும். இதேவேளை, தனது கட்சிக்காரர் உண்மையிலேயே குற்றவாளி தான் என உறுதியாகத் தெரிந்த பின்பும் அவருக்காக நீதிமன்றத்தில் ஆஜராகி குற்றவாளியைப் பாதுகாக்க ஒரு சட்டத்தரணி முயல்வது குற்றமாகும். அத்தகைய சட்டத்தரணி மீது ஒழுங்கு

சம்பூர் IDP முகாம்

திரிகோணமலை பேருந்து நிலையம்

நடவடிக்கை எடுக்க சட்டம் அனுமதித்துள்ளது' என்கிற தமிழீழ நீதித்துறையின் வரைவிலக் கணம் அவர்களின் நீதி அமைப்பிற்கான சான்று.

திரிகோணமலை நகரத்தை நெருங்கினோம். திரிகோணமலை, தமிழீழத்தின் தலைநகரம் என்று புலிகளால் அறிவிக்கப்பட்ட நகரம். இந்தத் தலைநகரின் துறைமுகத்தை அமெரிக்கா, புலிகளிடம் கேட்ட தாகக் கூறப்படுகின்றது. உலகின் மிக முக்கிய இயற்கைத் துறைமுகங் களுள் திரிகோணமலைத் துறைமுகமும் ஒன்று. இது இரண்டாம் உலகப் போரின்போது தென்கிழக்கு ஆசியத் தலைமையகமாகச் செயல் பட்டது. இங்கிலாந்திடம் இருந்து இலங்கை சுதந்திரம் பெற்ற பிறகும், இங்கு இங்கிலாந்தின் கடற்படைத் தளம் இருந்தது. 1957-க்குப் பிறகே அது அகற்றப்பட்டது. அதேவேளையில், 1951-ல் இலங்கையுடனான ஒப்பந்தப்படி, 'வாய்ஸ் ஆஃப் அமெரிக்கா நிகழ்ச்சிகள்' சிலோன் ரேடியோ மூலம் தொடர்ந்து ஒலிபரப்பப்பட்டது. இதன் மூலம் ஆசியக் கண்டத்துடனான தன் தொடர்பை அமெரிக்கா தக்கவைத்து இருந்தது.

1987-ல் ஜெயவர்த்தனே-ராஜீவ் காந்தி ஒப்பந்தத்தில் திரிகோணமலை துறைமுகம் பற்றிய குறிப்புகள் முக்கியமானவை. 'இந்திய நலனுக்குக் குந்தகம் விளையும் என்பதால், திரிகோணமலையோ அல்லது வேறு எந்த இலங்கைத் துறைமுகமோ, எந்த அயல்நாட்டின் ராணுவ உபயோகத்துக்கும் தரப்படக் கூடாது' என்கிறது அந்தக் குறிப்பு.

இலங்கையின் துறைமுகங்கள் மற்ற நாட்டுக்குச் சென்றால், இந்தியா வின் பாதுகாப்புக்கு ஆபத்து என்று அன்றே எண்ணப்பட்டது. ஆனால் இன்று, இலங்கையின் பல துறைமுகங்கள் சீனாவின் வசம். இப்படி ஒப்பந்தத்தை மீறி இந்திய பாதுகாப்புக்கு ஆபத்தாக சீனாவுக்கு இடம் அளித்துள்ள இலங்கையே இந்தியாவுக்கு நட்பு நாடு எனப்படுகிறது.

18

மட்டக்களப்பு

திரிகோணமலையை அடையும்போது மழை சற்று ஓய்ந்திருந்தது. கடற்கரையை ஒட்டிய பகுதியில் தமிழீழ விடுதலை இயக்கத்தால் (டெலோ) நிறுவப் பட்ட 'வெலிக்கடைத் தியாகிகள் நினைவுத் திறந்த வெளி அரங்கம்' இருந்தது. அந்த எழுத்துக்கள் இலங்கையின் 65-வது சுதந்திரத் தினத்தின்போது அழிக்கப்பட்டுவிட்டன.

திரிகோணமலையில் உள்ள திருக்கோணேஸ்வரம் ஆலயம் இலங்கை யில் உள்ள மிக முக்கிய கோயில் களுள் ஒன்று. மலையில் ஆலயமும் ராவணன் வெட்டும் கீழே கடலும் தென்படும். ஆலயத்தின் நுழைவுப் பகுதி முழுமையும் ராணுவ முகாம்கள் இருந்தன. கடவுள் இல்லாத இடமே இல்லை என்பது போல் 'இங்கு ராணுவம் இல்லாத இடமே இல்லை' என்கிறார்கள் ஈழத்தமிழர்கள். மத வேறுபாடற்ற சுற்றுலாத்தல மாகவும் இது காணப்படுகிறது.

அன்று மாலை மட்டக்களப்புக்குப் புறப்பட்டேன். வழிகளில் காடுகளை நோக்கி ராணுவம் துப்பாக்கி ஏந்தி நின்றிருந்தது. மாவீரர் நாளை எங்காவது கொண்டாடிவிடுவார்களா என்ற எச்சரிக்கை உணர்வு. ராணுவ ஆதிக்கத்தால் தமிழ் மக்கள் மாவீரர் நாளை மறக்க நேரிட்டாலும், ராணுவம் மறக்கவிடாது போலும். மாவீரர் நாளும் கார்த்திகை விளக்கீடும் ஒரே

நாளில் வருவதால் விளக்குகள் ஏற்றப்படும் என்ற பதற்றம் ராணுவத்திடம் இருந்தது. மட்டக்களப்பை வந்தடைந்தேன்.

விடுதிகளில் அன்று தங்குவது சிரமம். 'உங்கள் பெயர் தமிழ்ப் பிரபாகரன் என்று இருக்கிறது. இந்தப் பெயருக்கு அறை கேட்டால், சந்தேகத் தோடு பார்ப்பார்கள். ஒருவேளை அவர்கள் ராணுவத்துக்குக்கூட தகவல் தர நேரிடும்' என்று என்னை இரவு தங்கவைப்பதற்கு உடனிருந்த நண்பர் மிகவும் சிரமப்பட்டார். நண்பர் இப்படி அஞ்சியதற்குக் காரணம் ராணுவத்தோடு இங்கு கருணா மற்றும் பிள்ளையான் பிரிவைச் சேர்ந்த வர்களும் தனி மனித பாதுகாப்பிற்கு ஆபத்தாக இருப்பதுவே.

மாவீரர் நாளும் விடிந்தது. பேராசிரியர் ஒருவரைச் சந்திக்கச் சென்றோம். அவர், 'போருக்குப் பின்னால சமாதானம் என்று சொல்லப்படுகின்றது. மக்கள் ஒற்றுமையா இருக்காங்கள், நிம்மதியா இருக்காங்கள், சமாதானத் தோடு இருக்காங்கள், போராட்டம் இல்லாம இருக்காங்கள் என்று வெளியில் சொல்கிறார்கள். ஆனால், சமாதானம் என்ற பெயரில் மிகத் திட்டமிடப்பட்ட அரச பயங்கரவாதம் தமிழர் பகுதிகளில் நடக்கிறது. தமிழர்களுக்கு இன்னும் சரியான தீர்வு கொடுக்கப்படவில்லை. தீர்வைக் கொடுக்காது எந்தளவுக்கு இழுத்தடிக்க முடியுமோ மூடி மறைக்க இயலுமோ அந்தளவுக்குத் தமிழர்கள் ஏமாற்றப்படுகிறார்கள். இப்போது விடுதலைப் புலிகள் இல்லை, அதிகாரத்தைத் தர வேண்டிய அவசியமும் இல்லை என்கிற தொனியே இருக்கிறது .

இப்போது கிழக்கு பல்கலைக்கழகத்தில் சிங்கள மாணவர்கள், சிங்கள நிர்வாகம் என சிங்களத் தரப்பு ஆக்கிரமிப்புகள் அதிகமாக்கப்பட்டுள்ளது. தமிழ்ப் பல்கலைக்கழகமாக இருந்தது இன்று சிங்களமயமாக்கப்பட்டு இருக்கிறது. வர்த்தகங்கள், மருத்துவம் என அனைத்து வேலையிலும் மட்டக்களப்பில் சிங்கள மயம்.

இன்னைக்கு வடகிழக்கு முழுக்க போலீஸ் ஸ்டேஷன் இருக்கு. ஒரு ஸ்டேஷன்லகூட தமிழ்ல கதைச்சுப் புகார் கொடுக்க முடியாது. இவர்களின் நோக்கம் எல்லாம் தமிழர்களைத் தனித்து வாழவிடக் கூடாது. தனித்து வாழவிட்டால் மீண்டும் போராட்டம் வரும். மீண்டும் உரிமை கேட்பார்கள் என்பதை எண்ணி இந்த வேலை நடக்கிறது. ஒரே குடும்பம் என்று சொல்லிக்கொண்டு, எப்படியெல்லாம் எங்களை அழிக்கணுமோ அப்படியெல்லாம் அழிக்கும் வேலைகள் நடக்கிறது. தமிழனைத் தலையெடுக்க விடாமல் விழுந்தவனை அப்படியே புதைக் கும் வேலையை இன்று சிங்கள தேசம் செய்கிறது. தமிழர்களாகிய நாங்கள் இன்று அனாதைகளாக உள்ளோம்.

திருக்கோணேஸ்வரம் ஆலயம்

மட்டக்களப்பில் இப்போது உள்ள சுற்றுலாப் பகுதிகள் மிரட்டப்பட்டு, மகிந்த ராஜபக்ஷே குடும்பத்தால் பறிக்கப்படுகிறது. பாசிக்குடா என்ற இடம், மிகவும் அழகான கடற்கரைப் பகுதி. இது மாதிரியான இடங்கள் ராஜ பக்ஷே குடும்பத்தால் மிரட்டி வாங்கப்பட்டு, பெரிய பெரிய சுற்றுலா விடுதிகள் கட்டப்பட்டுள்ளது. பணம் பெருகும் எல்லா இடத்திலும் ராஜபக்ஷே குடும்பம் இருக்கும் அல்லது கருணா, பிள்ளையான் கும்பல் இருக்கும்.

இந்த நிலத்தில் நாங்கள் 24 மணி நேரக் கண்காணிப்பின் கீழ் வாழ்கிறோம். இன்றைய அளவில் மட்டக்களப்பில் மட்டும் 26 ஆயிரம் விதவைகள் இருக்கின்றனர். வடகிழக்கை மொத்தமாக எடுத்துக் கொண்டால் 89 ஆயிரம் தமிழ்ப் பெண்கள் விதவைகளாக உள்ளனர். இவர்களில் இப்பவும் பல பேர் பாலியல் துஷ்பிரயோகத்துக்கு ஆளாகிறார்கள். பெண்களுக்கு பாதுகாப்பு என்பதே இல்லை. இவர்களை விதவைகளாக்கியது சிங்கள அரசப் பயங்கரவாதம். ராஜபக்ஷேவுக்குப் பின்னால்கூட சிங்கள அரச துவேஷத்திடம் இருந்து எங்களுக்கு விடிவோ, உரிமையோ கிடைக்காது.

என்னோட சிறிய வயதில் நடந்த சில கொடூரமான சம்பவங்கள் மனதில் நீங்காத் துயராக, ராணுவத்தின் மிருகத்தனத்தை தினமும் எனக்கு உணர்த்திக் கிட்டே இருக்கு. 1990 காலப்பகுதியில் பெரும்பாலான படுகொலை சம்பவங்கள் நடந்துச்சு. கொக்குவில் என்ற கிராமத்தைச் சுற்றி வளைச்சு மக்களை கொன்று அங்கேயே புதைத்தாங்கள். 1990 ஜூன் மாதத்தில் தமிழ் மக்கள் 50 ஆயிரம் பேர் அகதிகளாக கிழக்கு பல்கலைக்கழகத்தில் தங்கி இருந்தனர். அந்த மாதத்தில் ஒருநாள் விடியற்காலை ராணுவம் பல்கலைக்கழகத்தைச் சுற்றி வளைச்சு, பெண்களையும் ஆண்களையும் தனிமைப்படுத்தினார்கள். ஆண்களை மட்டும் விளையாட்டு மைதானத்துக்கு அழைத்துச் சென்று வரிசையாக உட்காரவைத்தார்கள். நானும் ஒருவனாய் அங்கு உட்கார்ந்திருந்தேன். மைதான நுழைவாயிலில் ஆறு தலையாட்டிகள் (முகமூடி அணிந்த காட்டிக்கொடுப்பவர்கள்) வரிசையாக நிறுத்தப்பட்டார்கள். ஒருவர் ஒருவராக நகர்த்தப்பட்டோம். இந்தச் சோதனையில் ஒரு தலையாட்டி தலையாட்டினாலும், சட்டையைக்

கழட்டிக் கைகளையும் கண்களையும் கட்டி ராணுவப் பேருந்தில் ஏற்றுவார்கள். தலையாட்டிகளை நெருங்கினேன். ராணுவ ஆள் ஒருவர் என்னை தலையாட்டிகளின் முன் தள்ளினார். ஐந்து தலையாட்டிகள் என்னை சந்தேகிக்கவில்லை. கடைசித் தலையாட்டியிடம் வரும்போது என் இதயம் நடுங்கியது. என்னை சந்தேகப் பார்வையிலேயே பார்த் தான். நீ சென்ட்ரல் காலேஜ்தானே என்றான். நான் இல்லை என்பதற் குள், என்னைத் தள்ளிவிட்டான். என் உயிர் தப்பியது. ஆனால், இந்த தலையாட்டிகள் சொன்னதால் 153 பேர் ராணுவப் பேருந்தில் ஏற்றப்பட்டனர். முனாப் என்ற ராணுவ அதிகாரி தான் இந்த ராணுவப் பிரிவுக்கு தலைமைத் தாங்கினார். ஏற்றப்பட்ட யாருமே விடுதலைப் புலிகள் இல்லை. எல்லாருமே சாதாரண மானவர்கள், அப்பாவிகள். இவர்கள் நாவலடி என்ற பகுதிக்குக் கொண்டு சென்றதாகத் தகவல். அங்கு 153 பேரும் சித்திரவதை செய்யப் பட்டு மயக்கமுற்ற நிலையில், உயிரோடு டயர்கள் அடுக்கப்பட்டு எரிக்கப்பட்டனர். இது மட்டக்களப்பின் அதி பயங்கர சம்பவங்களுள் ஒன்று.

வெலிக்கடைத் தியாகிகள் நினைவரங்கம் - திரிகோணமலை

இளைஞர்களை அழிப்பதன் மூலம் போராளிகள் உருவாகாமல் தடுக்கலாம் என்று சிங்கள ராணுவம் எண்ணியது. இவர்கள் எல்லோரும் பின்னர் காணாமல்போனோர் பட்டியலில் சேர்க்கப்பட்டார்கள். பல்கலை கழகத்தில் நடந்த இச்சம்பவத்துக்கு விசாரணைகள், விசாரணை கமிஷன் என்று எதுவுமே கிடையாது. மனித உரிமை அமைப்புகள் எதுவும் வாய் திறக்கவில்லை. இதைப்போல் ஆயிரக் கணக்கான சம்பவங்கள் இந்த மண்ணில் நடந்துவிட்டன. நாடு அமைதியாகிவிட்டது என்கிறார்கள். அமைதியாகவில்லை. மயானமாகிவிட்டதால் அமைதியாய் தெரிகிறது' என்றார்.

சந்திப்பு முடிந்து வெளியேறுகையில் சாயங்காலமாகி விட்டது. வீடுகளிலும் கோயில்களிலும் கடைகளிலும் விளக்குகள் ஏற்றப் பட்டிருந்தன.

19

இலங்கை நாடாளுமன்றம்

ஆண் சிங்கம், பெண் மனுசி... இந்தக் கலப்பில் தோன்றியதே சிங்கள இனம் என்கிறது மகாவம்சம்.

மகாவம்ச வரலாற்றினைப் பற்றி பயண இடைவெளி களில் பேசி வந்தார் நண்பர்.

‘இந்தியாவில் வங்க மக்களுக்குச் சொந்தமான நாட்டிலிருந்த அரசன், கலிங்க நாட்டு அரசனின் மகளை மணக்கிறான். அவர்களுக்குப் பிறந்த பெண் பருவம் அடையும்போது சோதிடம் கணிக்கப்படுகிறது. சோதி டர்கள் அரசனுக்குக் கூறிய செய்தியால் அவன் அதிர்ச்சி யடைகிறான். ‘இந்தப் பெண் காமத்தின் மிகுதியால் மிருகத்துடன் உறவு கொள்வாள்’ என்று சோதிடர்கள் கணித்ததுதான் அரசனின் அதிர்ச்சிக்குக் காரணம். அதன்பிறகு, மகளை அரசன் கண்டுகொள்வதே இல்லை. பிறகு, அவள் ஒரு நாடோடி கும்பலோடு சேர்ந்து ஒரு காட்டைக் கடக்கிறாள். அப்போது அந்தக் கூட்டத்தை மறித்த சிங்கம் எல்லோரையும் விரட்டி யடிக்கிறது. ஆனால் அவள் மட்டும் செல்லாமல் அங்கேயே இருக் கிறாள். சிங்கத்தைப் பின்தொடர்ந்து சோதிடர்கள் கணித்ததுபோல் சிங்கத்தோடு உறவு கொள்கிறாள். சிங்கபாகுவும் சிங்கவல்லியும் அவளுக்குக் குழந்தைகளாகப் பிறக்கின்றனர்.

அவர்களை சிங்கம் குகையிலேயே வைத்திருக்கிறது. சிங்கபாகுவின் கைகள் மற்றும் கால்கள் சிங்கத்துடையது போலவே உள்ளது. சிங்கபாகுவுக்கு 16 வயதாகும்போது தன் தாயிடம், 'ஏன் அம்மா நீயும் அப்பாவும் மிகுந்த வித்தியாசத்தோடு இருக்கிறீர்கள்?' என்று கேட்க அவள் நடந்தவற்றை விவரிக்கிறாள். அதன்பின் சிங்கத்தின் குகையில் இருந்து அவள், சிங்கபாகு, சிங்கவல்லி மூவரும் தப்பிச் செல்கின்றனர். இலைத்தழைகளை ஆடைகளாக உடுத்திக்கொண்டு அவர்கள் காட்டில் செல்கின்றனர். தன் அப்பாவின் படையில் படைத்தலைவனாக இருந்த தன் மாமன் மகனைக்கண்டு அவனோடு செல்கிறாள் சிங்கபாகுவின் தாய். சிங்கத்தை மறந்து மாமன் மகனைத் திருமணம் செய்கிறாள்.

குகைக்குத் திரும்பிய சிங்கம் தன் மனைவியையும் பிள்ளைகளையும் காணாமல் கோபமுற்று கிராம மக்களைத் தாக்குகிறது. இதை அரசனிடம் மக்கள் கூற, சிங்கத்தை வீழ்த்தினால் பரிசு என்று அறிவிக்கப் படுகிறது. பயத்தால் யாரும் சிங்கத்தைக் கொல்ல முன்வரவில்லை. சிங்கபாகு முன்வருகிறான். சிங்கத்தைக் கொன்றால் என் ராஜ்யத்தையே தருகிறேன் என்று அரசன் சிங்கபாகுவிடம் உறுதியளிக்கிறான். கொல் வதற்காக சிங்கபாகு வந்துள்ளான் என்பதை அறியாத சிங்கம் மகன் எனும் பாசத்தில் அருகில் வருகிறது. தந்தையான சிங்கத்தைக் கொன்றது மட்டுமின்றி தலையைப் பிடறியுடன் வெட்டி எடுத்து வருகிறான். ராஜ்யத்தை வென்ற சிங்கபாகு தன் தாயிடமும் அவளது புதிய கணவனிடமும் ராஜ்யத்தை ஒப்படைக்கிறான். மீண்டும் காட்டுக்கே சிங்கபாகுவும் அவன் தங்கை சிங்கவல்லியும் செல்கின்றனர்.

காட்டுக்குள்ளேயே நகரத்தை அமைத்து அண்ணனும் தங்கையும் திருமணம் செய்துகொண்டு 16 முறை இரட்டைக் குழந்தைகளைப் பெறுகின்றனர். அதில் மூத்தவன் விஜயன். விஜயனின் அடாவடியால் தொல்லையுற்ற மக்கள் சிங்கபாகுவிடம் விஜயனை கொல்லச் சொல் கின்றனர்.

விஜயனுக்கும் அவனுடைய கூட்டாளிகள் 700 பேருக்கும் பாதித் தலை மயிரை சிரைக்கச் செய்து கப்பலில் நாட்டைவிட்டு அனுப்பி விடு கிறான் சிங்கபாகு. இறுதியாக விஜயனும் அவனுடன் வந்தவர்களும் தம்பபாணி (இலங்கை) என்ற இடத்தில் கரையேறுகிறார்கள். மனித கண்களுக்குப் புலப்படாத இயக்கர்களின் ராஜ்யம் இங்கு உள்ளது. விஜயன் கரையேறிய அன்றே புத்தர் நிர்வாணமடைவதற்காக ஆல மரத்தடியில் அமர்கிறார். தியானத்தின் உச்சநிலையிலிருந்து புத்தர் இந்திரனிடம், 'சிங்கபாகுவின் மகன் விஜயன் 700 பேர்களுடன் இலங்கைக்கு வந்திருக்கிறான். தேவர்கள் தலைவனே! இலங்கையில் என்னுடைய மதம் நிலைநிறுத்தப்படுவதற்காக அவனையும் அவனைச் சேர்ந்தவர்களையும் இலங்கையையும் கவனமாகப் பாதுகாத்து வருவாயாக' என வேண்டுகிறார்.

பின் இயக்கர் குல இளவரசி குவேனியுடன் கூடி இயக்கர்களை அழித்து அவர்கள் ராஜ்யத்தை கைப்பற்றுகிறான்.

அதே நேரம் உயர் குலப்பெண்ணை ராணியாகக் கொண்ட பிறகே முடி சூட்ட வேண்டும் என எண்ணம் கொண்டிருந்த விஜயன், இரண்டு பிள்ளைகளை கொண்டிருந்த குவேனியை வெளியேற்றிவிட்டு பாண்டிய மன்னனின் மகளை திருமணம் செய்கிறான். விஜயனோடு இருந்தவர்களும் பாண்டிய நாட்டுப் பெண்களை திருமணம் முடிக்கின்றனர்.

அவன் வழியே சிங்கள இனம் இலங்கையில் விருத்தியடைந்து புத்தம் வேரூன்றுகிறது' -இந்தக் கதை கொண்ட மகாவம்சம் சிங்களர்களின் புனித நூல்.

சிங்கள பேரினவாத ஆதிக்கம் இந்த மாயை மிகுந்த வரலாற்றின் மீது கட்டமைக்கப்பட்டுள்ளது. இலங்கை கொடியில் சிங்கம் வாளேந்தியுள்ளது சிங்பாகு தொடர்ச்சியாகவே பார்க்கப்படுகிறது. முள்ளிவாய்க்கால் படுகொலைகளும் தமிழர் நிலங்களில் புத்தர்கள் முளைத்து வருவதும் இதன் வழிநிலையே.

2006ல் திரிகோணமலையில் நடந்த ஐந்து தமிழ் மாணவர்கள் கொலை, மூதூரில் நடந்த 17 தொண்டு நிறுவன ஊழியர்கள் படுகொலை இலங்கை படையினரின் அதிபயங்கர படுகொலை பட்டியலில் முதன்மையானது. இப்போது ஐ.நா. மனித உரிமைப் பேரவையில் நடந்துவரும் 22-வது கூட்டத்தொடரில் இதைப்பற்றி பேசியுள்ள மகிந்த சமரசிங்க, 'திரிகோணமலை மாணவர்கள் கொலை மற்றும் மூதூரில் தொண்டு நிறுவன ஊழியர்கள் கொலை ஆகிய சம்பவங்கள் தொடர்பாக விசாரணைகளில் முன்னேற்றம் ஏற்பட்டுள்ளது. குற்றவாளிகளுக்கு உரிய தண்டனை விதிக்கப்படும்' எனத் தெரிவித்துள்ளார்.

மட்டக்களப்பில் இருந்து புறப்படும் முன், திரிகோணமலையைச் சொந்த ஊராகக் கொண்ட மனித உரிமை செயல்பாட்டாளர் ஒருவரைச் சந்தித்தேன். அவர், '2006 ஜனவரி 2, மாலை கடற்கரைக்குச் சென்ற 20 வயதுக்கும் உட்பட்ட தமிழ் மாணவர்களை ராணுவம் கொன்றது. அது என் வாழ்க்கையில் அறிந்த கொடுமையான சம்பவங்களுள் ஒன்று. மாணவர்கள் மாலை நேரத்தில் கடற்கரைக்குச் சென்றுள்ளனர். அந்த வேளையில் ராணுவம் அவர்களை சுட்டுக் கொன்றுள்ளது. அதில் லோகிதாசன் ரோகாந், யோகராஜா ஹேமச்சந்திரன், ரஜிகர் மனோகரன், சஜேந்திரன் சண்முகநாதன், சிவானந்தா தங்கவடிவேல் என ஐந்து மாணவர்கள் இறந்துபோனார்கள். 'யோகராஜா பூங்குழலோன், பரராஜசிங்கம் கோகுலராஜ் என இரண்டு மாணவர்கள் உயிர் தப்பினர். அந்தச் சம்பவம் பற்றிச் செய்தி வெளியிட்ட ராணுவம், கை எறி குண்டு தவறுதலாக வெடித்ததால் நேர்ந்த விபத்து என்றது. பிரேதப் பரிசோதனை

செய்த மருத்துவர் கமினி குணதுங்க, மாணவர்கள் துப்பாக்கிச் சூட்டில் அடைந்த காயத்தால் இறந்துள்ளனர் என்றார். தப்பித்த மாணவர்களின் வாக்குமூலத்தில், மூன்று சக்கர வாகனத்தில் வந்த முகம் அறியா நபர் கை எறிகுண்டை வீசியதாகவும், அந்த வாகனத்தின் பின்னே வந்த ராணுவம் தங்களைச் சுட்டதாகவும் குறிப்பிட்டுள்ளனர். அப்படியென் றால் ராணுவம் திட்டமிட்டுக் கொன்றுள்ளது. கை எறிகுண்டு தவறு தலாக வெடித்தது என்று வைத்துக்கொண்டால்கூட, மாணவர்களின் உடலில் எப்படித் தோட்டாக்கள் பாய்ந்தன?' என்றார்.

அண்மையில் நடந்த மாணவர்களின் நினைவு தினத்தின்போது பேசிய இறந்த மாணவர் ஒருவரின் தந்தையான டாக்டர் மனோகரன், 'என் குடும்பத்துக்கும் எனக்கும் ஒரே ஆறுதல், இந்தக் கொலைச் சம்பவத்தின் மீதான விசாரணைக்கு நண்பர்களும் சில அமைப்புகளும் ஆர்வத்தோடு இருப்பதுதான். என் மகனைக் கொன்ற கொலைக்காரர்கள் இலங்கை யில் சுதந்திரமாகத் திரிகிறார்கள்' என்று வேதனையைக் கொட்டியுள்ளார்.

இரவு 9 மணிபோல் கொழும்புக்குக் கிளம்பினேன்.

அடுத்த நாள் இலங்கை நாடாளுமன்றத்திற்குச் சென்றேன். அன்று, வெளி விவகாரம் மற்றும் வெளிநாட்டுடனான உறவுகள் பற்றிய விவாதம். அதில் ஐக்கிய தேசியக் கட்சியைச் சேர்ந்த சஜித் பிரமேதாசா, ஜெனிவாவில் இலங்கை பாதிக்கப்படுவதைப் பற்றி அரசாங்கத்துக்கு கேள்வி எழுப்பினார். 'இந்தியா, இலங்கைக்கு ஆதரவாக வாக்களிக்கும் என்றீர்களே... வாக்களித்ததா? இதுதான் அரசாங்கத்தின் வெளியுறவுக் கொள்கையா?' என்று சர்வதேச அளவில் இலங்கை சந்தித்து வரும் நெருக்கடியைப் பற்றி பேசினார். இப்படியான நெருக்கடிகளுக்கு அடிப்படையான நிகழ்த்தப்பட்ட படுகொலைகளுக்கு நீதி, ராணுவ மயமாக்கப்படும் தமிழர் பிரதேசம், தொடரும் ராணுவ அத்துமீறல்கள் பற்றி ஆறுதலுக்குக்கூட பேசவில்லை.

ஏன் இந்தியா வாக்களிக்கவில்லை?

நாடாளுமன்ற விவாதங்களில் தமிழ் மக்கள் விவகாரங்களை பேசத் தொடங்கினாலே, சிங்கள உறுப்பினர்களின் கூச்சல் ஒலிக்கின்றது. தண்ணீர், நிலம், வணிகம், வாழ்வாதாரம் என எந்த பிரச்னையைப் பேசினாலும் தமிழர் தரப்பின் வாதத்தை முடக்க சிங்கள உறுப்பினர்கள் கூச்சலிடும் முதல் வார்த்தை... எல்.டி.டி.ஈ. அன்றும் அப்படியொரு சம்பவம். தமிழ் உறுப்பினர் ஒருவர் பேசிக்கொண்டு இருந்தார். மகிந்த ராஜபக்ஷேவின் அண்ணன் சமல் ராஜபக்ஷே நாடாளுமன்றத்தின் சபாநாயகர். நாமல் ராஜபக்ஷே தாமதமாக உள்ளே நுழைவதைப் பார்த்த ஆளும் தரப்பின் முஸ்லிம் உறுப்பினர், தமிழ் உறுப்பினரின் பேச்சை கிண்டலடித்து சிரித்துக் கொண்டிருந்தார். இன்னொரு

உறுப்பினர் பேச்சை இடைமறித்து எல்.டி.டி.ஈ. பற்றி சகட்டுமேனிக்குத் திட்டி ஏதோ வீர உரை நிகழ்த்தியதுபோல் நாமலிடம் திரும்பி 'எப்படி?' என்று கேட்க... நாமலோ, 'யெஸ்' எனக் கைகாட்டுகிறார். இப்படியே தமிழர் தரப்பு வாதங்கள் நாடாளுமன்றத்தில் கை கழுவப்படுகின்றன.

ராணுவம் கொன்ற மாணவர்களின் நினைவு தினத்தின்போது...

போரின் முடிவுக்குப் பின்னரும் இலங்கையிலிருந்து படகு வழியாக ஆஸ்திரேலியாவுக்கு செல்வோரின் எண்ணிக்கை அதிகரித்துள்ளது.

2012 வருடத்தில் 6500க்கும் மேற்பட்டோர் ஆஸ்திரேலியாவுக்குச் சென்றுள்ளதாகக் கணக்கிடப்பட்டுள்ளது. 2011ல் வெறும் 211 பேர் மட்டுமே சென்றுள்ளனர். ராணுவமயமாக்கப்பட்ட பிரதேசத்தில் இவ்வளவு பெரிய கணக்கு இடைவெளியில் ஆட்கடத்தல் நிகழ்வது அதிகார ஆதரவின்றி சாத்தியமற்றது. இதற்காக வடகிழக்கில் ஆட்கடத்தல் ஏஜெண்டுகள் பலர் செயல்பட்டு வருகின்றனர். ஒரு நபருக்கு சுமார் இரண்டு லட்சம் ரூபாய். இந்தக் கடத்தலில் நாமல் ராஜபக்ஷே தொடர்புடைய ஏஜெண்டுகள் நம்பத்தகுந்த வட்டாரமாக அறியப்படுகிறது. இவர்கள் வழியே செல்லக்கூடியவர்கள் பெரிய கப்பல்களில் அழைத்துச் செல்லப்பட்டு ஆஸ்திரேலிய கரையருகே சிறிய படகுகளில் இவர்களை விட்டுவிடுவதாகச் சொல்லப்படுகிறது. உள்நாட்டில் பாதுகாப்பற்ற சூழல் தொடர்வதால் பல ஈழத்தமிழர்கள் இதன் வழியே வெளியேற முயற்சித்து வருகின்றனர். இதில் பலர் பணத்தை இழந்த சம்பவங்களும் விசாரணையில் சிக்கிய சம்பவங்களும் இருக்கின்றன.

இந்தக் குற்றச்சாட்டுகளை மறுத்துள்ள நாமல் ராஜபக்ஷே, 'சிலோன் டுடே' விற்கு அளித்துள்ள பேட்டியில், தான் வடக்கு கிழக்கின் பல வளர்ச்சி திட்டங்களில் பங்கு கொண்டுள்ளதாகவும் குறிப்பாக இளைய தலைமுறையின் புனர்வாழ்விற்காகச் செயல்படுவதாகத் தெரிவித்துள்ளார். ஆட்கடத்தல் பிரச்னையால் இலங்கையோடு ஆஸ்திரேலியா மேலும் நெருங்கிச் செயல்படத் தொடங்கியது.

இந்தியாவிலிருந்து தோட்டத்தொழிலுக்காக இடம்பெயர்ந்த மலையகத் தமிழர்களின் பகுதிகளை நோக்கி நகர்கிறேன்.

20

மலையகம்

ஆங்கிலேயர் ஆட்சியில் தேயிலை தோட்டங்களுக்கு கூலிகளாக அழைத்து வரப்பட்ட தமிழகத் தமிழர்களே மலையகத் தமிழர்கள் என அழைக்கப்படுகின்றனர். நூறாண்டுகளுக்கு மேலான இவர்களின் உழைப்பு இலங்கையை உலகத் தேயிலை வர்த்தகத்தின் முன்னணி நாடு என்ற தகுதிக்கு முன்னேற்றி இருக்கிறது.

1815 முதல் இலங்கைக்கு அழைத்து வரப்பட்ட தமிழர்கள் ராமேஸ்வரம் வழியாக மன்னாரை அடைந்து பின் கண்டி, ஹட்டன் போன்ற மலை யகத்தின் பிற பகுதிகளை அடைவார்கள். இலங்கை யின் சுதந்திரத் துக்குப் பிறகு, மலையகத் தமிழர்களை அடிமைப்படுத்தும் விதம் ஆங்கிலேயரிடம் இருந்து சிங்களர்களிடமும் தோட்ட முதலாளிகளிடமும் மாறியது.

'இலங்கை சிங்கள தேசம், சிங்களர்களே இலங்கை மண்ணின் மைந்தர் கள்' என்ற கற்பனை வடிவத்தில் பீடித்துள்ள பேரினவாத குரோதத்திற்கு செயலூக்கம் கொடுக்கப்பட்டு ஒரு நூற்றாண்டுக்கு மேலாகிறது.

கிறிஸ்துவ மதத்தவரை நோய்களைப் பரப்புகிற மூடப் போதகர்கள் என 1887ல் கிறிஸ்துவ-பௌத்த மத கலவரம் உருவாக்கப்பட்டது. வணிகத் தொழில் செய்து வந்த நாட்டுக்கோட்டை செட்டியார்களும் முஸ்லிம் களும் பம்பாய்காரங்க,தென்னிந்திய தெருப்

தேயிலைத் தோட்ட மலையகத் தமிழர்கள் - 1

பொறுக்கிகள் என்று தாக்கப்பட்டனர். அதுவே 1915 முஸ்லிம்-சிங்கள கலவரத்தினை தோற்றுவித்தது. 1920 காலக்கட்டத்தில் இலங்கை தொழிற் சங்கங்களில் வேரூன்றி செயல்பட்ட இந்திய மலையாளிகள் அடுத்த இலக்காகினர். உணவ கங்கள், தேநீர் கடைகள், கள் இறக்குதல், வீட்டு வேலை, துறைமுக பணிகள், புகைவண்டி பராமரிப்பு பணி என பல நிலைகளில் பணியாற்றிக் கொண்டிருந்தவர்கள் படிப்படியாக வெளியேற்றப் பட்டனர். இங்கிலாந்திடமிருந்து இலங்கை சுதந்திரம் பெற்ற ஒரு வருடத்திற் குள் ஏழு லட்சம் இந்திய தமிழர்களின் குடியுரிமை பறிக்கப்பட்டது.

நுவரெலியா நோக்கிச் செல்லும்போது 50 வயது மதிக்கத்தக்க ஒரு தமிழரைச் சந்தித்தேன். அவர், 'நான் பிறந்து வளர்ந்தது எல்லாம் இங்க தான். எங்களுக்கு நடந்துவரும் கொடுமைய, நான் பிறந்ததில் இருந்து பார்த்துவர்றன். அந்தக் கொடுமைகள் இன்றும் நிற்கல. எங்கள ஏமாற்றிக்கொண்டே இருக்கிறார்கள். எங்களுக்குக் கிடைக்கும் தலைவர்கள் எல்லோரும் இப்படித்தான் இருக்காங்கள். எங்கள் ஊரு அரசியல் வாதி ஒருவரைப் பார்த்து, என்ன சார் ஊர் பக்கமே வரதில்லன்னு கேட்டேன். அதுக்கு அவர் வேல அதிகமா இருக்குன்னு சொல்றார். அவர், தேர்தல் நேரத்துல எங்கள் ஊரே கதின்னு கிடந்தவர். மத்த அரசியல்வாதி மாதிரி இல்லாம நிலமைய மாத்திக்காட்டறன்னு வாக்குறுதி கொடுத்தாரு. அத நம்பி ஓட்டுப்போட்ட எங்கள இப்ப பாக்கக்கூட நேரமில்லன்னு சொல்றாரு. கொடுத்த போன் நம்பரையும் மாத்திட்டாரு' என்று வேதனையில் வெம்பினார்.

இவரைப்போல் மலையகம் அன்றும் இன்றும் சந்தித்த பிரச்னைகளின் நிலையை, கண்டுகொள்ளப்படாத மலையக மக்களின் வாழ்வைப் பற்றி மனித உரிமை செயற்பாட்டாளர் ஒருவர் பல விஷயங்களைக் குறிப்பிட்டவாறு விளக்கினார். அவர், '1948-ம் ஆண்டுக்குப் பிறகு (இலங்கை சுதந்திரம் பெற்ற பின்) திட்டமிட்ட ரீதியாக மலையகத் தமிழர்களின் குடியுரிமை பறிக்கப்பட்டது. சிங்கள அரசின் கொடுங் கோல் அடக்குமுறைகள், முதன் முதலில் மலையகத் தமிழர்களை

நோக்கித்தான் பாய்ந்தது, அவர்கள் மீதான தாக்குதல்களைத் தொடர்ந்து தான் வடகிழக்கு மக்கள் மீதான தாக்குதலை நடத்தியது சிங்கள அரசு. இலங்கையின் சுதந்திரத்துக்குப் பிறகு, அவர்களின் குடியுரிமை பறிக்கப் பட்டதை இந்தியாவோ உலகமோ தட்டிக் கேட்கவில்லை. *1948* முதல் *1983* வரை நடந்த இன வன்முறைகளில் இவர்களும் அதிகம் பாதிக்கப் பட்டனர். இவர்கள் தனி நாடு எதுவும் கேட்காதவர்களாக இருந்தாலும், தமிழர்கள் என்ற ரீதியில் இவர்களும் தாக்கப்பட்டனர். அந்த இன வன்முறைகளில் இவர்கள் கொஞ்சம் கொஞ்சமாக வடகிழக்கை நோக்கி நகர்ந்தனர்.

தேயிலைத் தோட்ட மலையகத் தமிழர்கள் - 2

1977-ல் ஐக்கிய தேசியக் கட்சி ஆட்சியில் இருந்தபோது, மிக மோசமான வன்முறைகள் நடந்தன. அதில் பெரும் அளவிலான மலையக மக்கள் இடம் பெயர்ந்தனர். அப்போது ஜனாதிபதியாக இருந்த ஜே.ஆர். ஜெயவர்த்தன, மலையகத்தில் உள்ள தமிழர்களுக்கு கொஞ்சம் பணம் கொடுத்து இந்தியாவுக்கு அனுப்புவது அல்லது இலங்கையின் வட கிழக்குக்கு நகர்த்துவது நல்லது என்று நினைத்தார். அப்படி வடகிழக்குக்குச் சென்றவர்கள் சிரமப்பட்டாலும், உழைப்பை உறிஞ்சும் மலையகத் தோட்டப்புறச் சூழலில் இருந்து அவர்கள் விடுதலை பெற்றிருந்தனர். தேயிலைத் தோட்டத்திலும் ரப்பர் தோட்டத்திலும் கூலித் தொழிலாளர்களாக வேலைசெய்தவர்கள், வடகிழக்குக்குச் சென்று விவசாய நிலத்தில் வேலைசெய்தனர். அப்படி இடம்பெயர்ந்த மலையகத் தமிழர்களுள் பலர் வடகிழக்கில் செயல்பட்டு வந்த விடுதலை இயக்கங்களிலும் இணைந்திருந்தனர்.

அதன்பிறகு, வடகிழக்கில் போர் நடக்கையில் கொல்லப்படும் ராணுவத்தினரின் உடல் தென்னிலங்கைக்கு வரும் போதெல்லாம் இங்கு வாழும் குறைந்தளவிலான தமிழர்கள் தாக்கப்படுவார்கள். வடகிழக்கில் நிகழ்வதைப் போலவே இவர்களும் விசாரணைக்கு இழுத்துச் செல்லப்படுவார்கள்; சந்தேக வழக்கில் பிடித்துச் செல்லப்படுவார்கள்.

போர் சமயத்தில் தமிழர்கள் வாழ்ந்த அனைத்துப் பகுதிகளும் ராணுவ கண்காணிப்புக் கட்டுப்பாட்டுக்குள் இருந்தன. போரில் மலையகத்தில்

இருந்து இடம்பெயர்ந்த தமிழர்களும் பாதிக்கப்பட்டனர் என்பதை பெரும்பாலானோர் ஏற்றுக்கொள்வது இல்லை.

மலையகத் தமிழர்களுக்கு வெளிநாடுகளுக்கு இடம்பெயர்ந்தவர் களோடு உள்ள தொடர்பு மிகவும் சொற்பம். போருக்கு முன்னர் இரணைமடு போன்ற பகுதிகளில் அவர்கள் மீன் பிடியிலும், வடகிழக்கில் இன்னும் பிற தொழில்களையும் செய்துவந்தனர். முகாம் களில் இருந்து மீள்குடியேற்றம் செய்யப்பட்ட மலையகத் தமிழர்கள் முன்பு இடம்பெயர்ந்து வாழ்ந்த பகுதிகளுக்கு அனுமதிக்கப்படுவது இல்லை. அவர்களை ராணுவம் திரும்பவும் மலையகத்தின் தோட்டங் களுக்கே போகச் சொல்கிறது. வடகிழக்குக்கு இடம்பெயர்ந்த மலையகத் தமிழர்கள் முகாம்களில் இருந்தபோது, தென்னிலங்கையில் இருந்த அவர்களின் உறவினர்களே வந்து பார்க்க மாட்டார்கள். வந்தால், ராணுவத்திடம் சிக்கிக்கொள்வோமோ என்ற பயத்தால் அவர்கள் முகாம்களில் இருந்த உறவினர்களோடு தொடர்பையே துண்டித்துக் கொண்டனர். இந்தியா முன்வைத்த 13-வது சட்டத்திருத்தத்திலும் தோட்டத் தொழிலாளர்களை எந்த வகையிலும் உள்ளடக்கவில்லை. இந்தியாவைச் சேர்ந்த இவர்களையே கைவிட்டுவிட்டு, வடகிழக்கில் உள்ள மக்களை இந்தியா காப்பாற்றப்போகிறதா?' என்று கேள்வி எழுப்பினார்.

1964ல் மலையகத் தமிழர்கள் தொடர்பாக இந்திய பிரதமர் லால் பகதூர் சாஸ்திரி - இலங்கை பிரதமர் பண்டாரநாயக்க இடையே ஒப்பந்த மொன்று கையெழுத்தானது. மொத்தம் இருந்த 9,75,000 மலையகத் தமிழர்களில் 5,25,000 பேரை இந்தியாவுக்குத் திரும்ப அழைப்பது என்றும் மீதம் இருந்தவர்களுக்கு இலங்கை குடியுரிமை வழங்குவது என்றும் தீர்மானிக்கப்பட்டிருந்தது. இதுவும் முறையாக நடைமுறைப் படுத்தப்படவில்லை.

தமிழர்களை சிறுசிறு குழுக்களாகப் பிரிப்பது/வெளியேற்றுவது மூலமாகவும் சிங்களர்களைப் பரவலாக்குவதன் வழியாகவும் சிங்கள தேசம் என்ற தோற்றத்தினை தக்க வைக்க முயல்கிறது இலங்கை அரசு.

மாவீரர் தினத்தை அனுசரித்த யாழ்ப்பாண பல்கலைக்கழக மாணவர் களை ராணுவமும் போலீஸும் தாக்கியதற்காக 'பேச்சுரிமையையும் வாழ்வுரிமையையும் கொடு' என்ற போராட்டம் நடைபெற இருந்தது. இந்த நிகழ்விற்காக யாழ்ப்பாணம் நோக்கி விரைகிறேன்.

21

யாழ்ப்பாணப் பல்கலைக்கழகம்

'இளைஞர்களே இப்போது ராணுவக் கண்களின் இலக்கு' என்பதை உறுதிப்படுத்தும் விதத்தில் அரங்கேறி இருக்கிறது யாழ்ப்பாணப் பல்கலைக்கழக மாணவர்கள் மீதான தாக்குதல். பிரபாகரன் பிறந்த நாளன்று நான் திரிகோணமலையில் இருந்தபோதும், மாவீரர் தினத்தின் போது மட்டகளப்பில் இருந்த போதும் அங்கு இருந்த அதே ராணுவப் பதற்றமும் கண்காணிப்பும் யாழ்ப்பாணத்திலும் இருந்தது.

மாவீரர் நாளில் விளக்கேற்றும் நேரமான மாலை 6:05 நெருங்க நெருங்க, ராணுவம் யாழ்ப்பாணப் பல்கலைக் கழகத்தை நெருங்கியது. மாலை 5 மணிக்கெல்லாம் ஆண்கள் விடுதிக்குள் ஆயுதங்களோடு புகுந்து, துப்பாக்கியைக் காட்டி மாணவர்களை மிரட்டி யுள்ளனர். அதே சமயம் மாலை 6:05 ஆனதும் பெண்கள் விடுதியில் விளக்கேற்றப்பட்டு விட்டது. ஆவேசத்துடன் பெண்கள் விடுதியின் பூட்டுகளை உடைத்துக் கொண்டு நுழைந்த ராணுவம் அறைகளில் இருந்தவற்றை அடித்து நொறுக்கி பெண்களைத் தாக்கியுள்ளனர்.

ஆயுதத்தோடு இருந்த ராணுவத்தையும் மீறி ஆண்கள் விடுதியில் விளக்குகள் ஏற்றப்பட அங்கும்

தாக்குதல்கள் நடத்தியுள்ளனர்.

தமிழ் மாணவர்களைத் தாக்கும் போலீசும் ராணுவமும்

மாவீரர் நாள் முடிந்தும் பதற்றம் தீரவில்லை. பல்கலைக்கழகத்துக்குள் நுழைந்த ராணுவத்தைக் கண்டித்து வாயில் கறுப்புத் துணிக் கட்டி மாணவர்கள் போராட்டம் நடத்தினர். 'மாணவர்களைப் பாதுகாக்காத துணை வேந்தர் இங்கு எதற்கு? உள்ளே நுழைந்த ராணு வத்தினரை, நிர்வாகம் ஏன் தடுக்கவில்லை? துணைவேந்தரால் ராணுவத்தைத் தடுக்க முடியாவிட்டால், வீதியில் இருக்கும் படைச்சிப்பாயை துணைவேந்தர் பதவியில் அமர்த்திவிடுவதுதானே?' என்று மாணவர் களின் போராட்டக் குரல்கள் ஒங்குகிறது. ராணுவத்துக்கு எதிரான குரல் களோடு பல்கலைக்கழகத்தின் ஒரு நுழைவாயிலில் இருந்து மற்றொரு நுழைவாயிலுக்கு மாணவர்கள் நகர்கின்றனர். மாணவர் களைத் தடுத்து நிறுத்திய காவல் துறை. நீங்கள் வெளியே வர அனுமதி இல்லை என்கிறது. பேசிக்கொண்டிருந்த காவல்துறை திடீரென தாக்க, ராணுவமும் சேர்ந்துகொண்டு மாணவர்களைத் தாக்கியது. இதில் யாழ்ப் பாணத்தின் உதயன் பத்திரிகை ஆசிரியரும் தாக்கப்பட்டார். காவல் துறையும் ராணுவமும் மாணவர்களைத் தேடித் தேடிப் பிடித்துச் சென்றது. ஓர் அமைதிப் போராட்டத்தை ரத்தப்போராட்டமாக ராணுவத்தின் தூண்டுதல் மாற்றிவிட அடுத்தடுத்த நாட்களில் மாணவப் பிரதிநிதிகள் கைதுசெய்யப்பட்டனர். விடுதலைப் புலிகளுக்கு புனர்வாழ்வு கொடுத்ததுபோல மாணவர்களுக்கும் புனர்வாழ்வு அளிக்கப்படும் என ராணுவம் பிரச்னையைத் திசைமாற்றியது.

யாழ்ப்பாணப் பல்கலைக்கழகத்தில் தமிழ் மாணவர்கள் மீதான தாக்குதல் பற்றி சமூக ஊடகமொன்றில் கருத்து தெரிவித்திருந்த சிங்கள மாணவி, 'நாங்கள் புலிகளை அழிக்கிறோம் என்று தமிழ் மாணவர் களைப் புலிகளாக்கி இருக்கிறோம். நவம்பர் 26-ம் தேதி மாலையில் இருந்து சக தமிழ் மாணவிகளின் கண்களில் ஒருவிதமான தாக்கம் இருந்தது. ஆண் மாணவர்களை ராணுவத்தினர் தாக்கியபோது மாணவி களே புலிகளுக்கான விளக்குகளை ஏற்றினர். தாமுண்டு தமது படிப்புண்டு என்று திரிந்த தமிழ் மாணவிகள் அன்று திடீரெனப் புலிகளாக மாறி

யிருந்தனர். அவர்கள் கைகளில் துப்பாக்கி மட்டுமே இல்லை, உணர்வால் புலிகளாகவே இருந்தனர்' என்கிறது அம்மாணவியின் பதிவு.

யாழ்ப்பாணப் பல்கலைக்கழக மாணவர்கள் மீதான போலீஸ் தாக்குதல்

மாணவர்கள் மீது இலங்கை ராணுவம் நடத்திய தாக்குதலினை கண்டித்து அரசியல் கட்சிகள் டிசம்பர் 4-ம் தேதி ஓர் அமைதி ஆர்ப்பாட்டத்தினை அறிவித்திருந்தனர். கிட்டத்தட்ட 100 பேர் ஆர்ப்பாட்டத்தில் பங்கு கொண்டிருந்தனர். ராணுவத்தினர் ஆயுதத்தோடு குறுக்கும் நெடுக்கும் நடந்துகொண்டிருந்தனர். ராணுவ அதிகாரி ஒருவர் யுனிசெப் மகிழுந்தில் வந்து ஆர்ப்பாட்டத்தைப் பார்வையிட்டுச் சென்றார். வழக்கத்தைவிட புகைப்படம் எடுப்பவர்களின் கூட்டம் அதிகமாக இருந்தது. நான் அருகில் இருந்த நண்பரிடம், 'யாழ்ப்பாணத்தில் இவ்வளவு பத்திரிகையாளர்கள் இருக்காங்களா?' என்று கேட்க... அவர், 'படம் எடுக்கிறவர்களில் பெரும்பாலானோர் ராணுவத்துக்கும் அரசுக்கும் பணத்திற்காக உளவு பார்க்கிறவர்கள்' என்றார். இதுவரை மாணவர்கள் மீது நடத்தப்பட்ட தாக்குதல்களை விவரிப்பதோடு ஆர்ப்பாட்டம் முடிவுற்றது.

யாழ்ப்பாணப் பயணத்தின் முடிவில் மீனவப் பிரதிநிதி ஒருவரிடம் இலங்கைத் தமிழ் மீனவர்கள் மற்றும் தமிழக மீனவர்களிடையே நிலவி வரும் பிரச்னைகள் குறித்துப் பேசினேன்.

'வடகிழக்கில் நிலவிவரும் 30 வருடங்களுக்கும் மேலான இனப் பிரச்னையில் மீன்பிடி தொழிலும் கடுமையாக பாதிக்கப்பட்டுள்ளது. அந்தக் காலகட்டங்களில் பெருமளவில் நாங்கள் மீன்பிடியில் ஈடுபடவே இல்லை. இப்போது சிங்கள கடற்படை எவ்வளவோ கட்டுப்பாடுகளோடும் பாஸ் நடைமுறையோடும்தான் மீன் பிடிக்க அனுமதிக்கிறது. இன்று இங்குள்ள மீனவர்கள் கொஞ்சம் கொஞ்சமாகப் பணம் சேர்த்து, அதன் மூலம் வாங்கிய வலைகளை கடலில் விரிக்கின்றனர். ஆனால், அந்த வலைகளை எங்கள் சொந்தங்களான தமிழக மீனவர்களே அறுத்துவிட்டுச் செல்வது வேதனையிலும் வேதனை. அதையும் மீறி தமிழக மீனவர்கள் பயன்படுத்தும் இழுவைப் படகுகளும் அதன் மடிமுறையும் தங்கூசி வலைகளும் மொத்தக் கடல்

வளத்தையும் சுரண்டுகின்றன. இந்த இழுவைப் படகுகளின் மடிகள், டிராக்டரைப்போல் கடலின் கீழ் பாகத்தில் இருக்கும் மொத்த வளத்தையும் அள்ளிச் செல்லும். இது முழுமையாக தமிழக கடலோரத்தின் வளத்தை அழித்துவிட்டது. அதனால், அவர்கள் எல்லை தாண்டி மீன் பிடிக்க வேண்டியுள்ளது. சிங்களக் கடற்படையினர் அதைக் காரணமாக வைத்துக்கொண்டு அவர்களைத் தாக்குகிறார்கள்; கொல்கிறார்கள். எங்களுக்கு உதவுவதுபோல் கடற்படை நடித்து தமிழக மீனவர்களுக்கும் எங்களுக்கும் பிரச்னையைத் தூண்டத் திட்டமிடுகின்றனர்.

எங்கள் அப்பன் காலத்திலும் என் பால்ய காலத்திலும் தமிழக மீனவர் களும் நாங்களும் கடலில் பார்த்துப் பேசியபடி மீன் பிடித்துள்ளோம். அப்போது கடல் வளத்தை அழிக்காத வலைகளைப் பயன்படுத்தி னோம். இன்றோ தமிழக மீனவர்கள் பயன்படுத்துகிற இழுவைப் படகுகள் கடல் வளத்தை அழிக்கிறது. தங்கூசி வலைகள் நாங்கள் விரித்திருக்கும் வலையை அறுத்துச் செல்கிறது. எங்களின் நிலைமை யைப் புரிந்துகொள்ளுங்கள் என்று சிங்கள அரசிடமா நாங்கள் கேட்க முடியும்? எங்கள் சொந்தங்களான தமிழக மீனவர்களிடம்தானே கேட்க முடியும். இழுவைப் படகுகள் நம் எதிர்காலக் கடல் வளத்தை அழிக்கும். எதிர்காலத்தில் இங்கு மீன் பிடிக்கப்போவது நம் சந்ததி தானே?' என்றவரிடம் 'இதற்குத் தீர்வுதான் என்ன?' என்றபோது, 'இழுவைப் படகுகள் தடைசெய்யப்பட வேண்டும். தமிழகக் கடல் வளம் தொடர்பாக ஆய்வுகள் செய்யப்பட வேண்டும். தங்கள் கடல் எவ்வளவு அழிந்துள்ளது என்பதை தமிழக மீனவர்களுக்கு இந்த ஆய்வுகள் உணர்த்தும். கடல் வளம் அழிந்தால் நம் நிலமும் அழியும் என்பதை ஏன் புரிந்துகொள்ள மறுக்கிறோம்?' என்று தனது ஆதங்கத்தை வெளிப்படுத்தினார்.

இலங்கை கடற்படையின் உதவியோடு தமிழ் பகுதிகளில் தென் இலங்கை மீனவர்களுக்கு நவீன மீன்பிடிப்பிற்கான வசதிகள் ஏற்படுத்தி தரப்படுவதும் பாதுகாப்பு வழங்கப்படுவதும் இங்கு கவனிக்கப்பட வேண்டியது. போதிய பொருளாதார வசதிகள் இல்லாததால் தமிழ் மீனவர்கள் தொடர்ந்து குறுகிய எல்லைக்குள்ளேயே மீன்பிடித்து வருகின்றனர்.

இந்த நிலையில் சிங்கள மீனவர்கள் இந்திய எல்லைக்குள் வருவதும், இந்திய தமிழ் மீனவர்கள் இலங்கை எல்லைக்குள் செல்வதும் தொடர்ந்து இருநாட்டுக் கடல் பகுதிகளிலும் நடந்துகொண்டு இருக்கின்றன.

இப்படி மே 28, 2011 ஆந்திர மாநிலம் காக்கிநாடா கடல் பகுதி அருகே பத்து சிங்கள மீனவர்கள் ஐயாயிரம் கிலோ மீனுடன் இந்திய படையின

ரால் கைது செய்யப்படுகின்றனர். அதே சமயம் ஏப்ரல் 2, 2011 அன்று ராமேஸ்வரத்தைச் சேர்ந்த விக்டஸ், அந்தோணி, ஜான்பால், மாரிமுத்து என்ற நான்கு தமிழ் மீனவர்கள் இலங்கை கடற்படையினரால் சுட்டுக் கொல்லப்படுகின்றனர்.

யாழ்ப்பாணத்திலிருந்து எடுத்துக்கொண்டால் இலங்கைக்கும் காக்கி நாடாவிற்கும் 554 நாட்டிகல் மைல் தூரம். அதுவே ராமேஸ்வரத்திற்கும் இலங்கைக்குமான தூரம் 47 நாட்டிக்கல் மைல். கச்சத்தீவினை இந்தியா இலங்கைக்கு விட்டுக்கொடுத்த பின்னர் 12 நாட்டிக்கல் மைல்கள் மட்டுமே தமிழ் மீனவர்கள் மீன் பிடிப்பதற்கான எல்லையாகி விடுகிறது. இந்தச் சூழலில் குறுகிய எல்லையில் மீன் பிடிப்பவர்கள் கொல்லப்படுவதும் பெருகிய எல்லையில் மீன் பிடிப்பவர்கள் கைது செய்யப்படுவதும் என்ன மாதிரியான கொள்கை?

ஆனால் இந்திய தமிழ் மீனவர்கள் மீது நிகழ்த்தப்படும் வன்முறைகளை அதற்கும் மேல் பார்க்க வேண்டியுள்ளது. கடல் வளம் இழப்பு, எல்லைப் பிரச்னை என்பதற்கு அப்பால் இந்தியா-இலங்கை இடையே நடந்த உலகக்கோப்பை கிரிக்கெட் இந்தக் கொலைகளுக்கு காரணமாகி உள்ளது. இந்தியா உலகக்கோப்பை வென்ற இரவே நான்கு தமிழ் மீனவர்கள் கொல்லப்பட்டிருக்கின்றனர். இந்தக் கொலைகள் வழக்கத் துக்கு மிகவும் மாறாக கை-கால்கள் உடைக்கப்பட்டு, தலை சிதைக்கப் பட்டு உடல்கள் கடலில் வீசப்பட்டுள்ளன. இந்திய வேசி மகன்களே எனத் துரத்தியதாக தப்பித்த மீனவர்கள் தெரிவிக்கின்றனர். இப்படி 1983 முதல் இலங்கை கடற்படை செய்து வரும் மீனவர்கள் படுகொலை களுக்கு புலிகள், ஆயுதக் கடத்தல் போதை மருந்து கடத்தல் எனப் பல்வேறு காரணங்கள் சொல்லியாகி விட்டன. போருக்கு பிறகும் அந்த கதைகளின் பெயரில் கொலைகள் நடப்பதும், திட்டமிடப்பட்ட சித்ரவதைகள் செய்யப்படுவதையும் இனப்படுகொலையின் நீட்சியாகவே பார்க்க வேண்டி உள்ளது. இப்படி உயிர்க் கொலைகள் சாதாரண நிகழ்வாக அன்றாட செய்தியாக மாறிவிட்டன. மீன் தேடும் கடலில், தமிழனின் உயிர் தேடுகிறது இலங்கை கடற்படை.

25 நாட்கள் இலங்கைப் பயணத்தை முடித்துக்கொண்டு, விமான நிலையம் நோக்கி விரைகிறேன்.

22

ஆக்கிரமிக்கப்பட்ட நிலம்

போர் நடத்துவதே குற்றம். அதில், நெறிமுறைகளை மீறுவது அதை விடப் பெரிய குற்றம்.

உலகத்தின் குற்றவாளிக் கூண்டில் இலங்கை இன்று நிறுத்தப்பட்டுள்ளது. அங்கே வாழும் மக்களின் மனநிலையை, போருக்கு பிறகான சூழலை அறிவதற் காகவே எனது பயணம் திட்டமிடப்பட்டது. இங்கு நான் கண்டதும் அறிந்ததும் ஈழத்தின் கொடுமைகளில் கடுகளவே. இலங்கை இனவாதத்தின் சிறு அளவே. போரில் மனித வேட்டை நிலமாக இருந்த முள்ளி வாய்க்கால், இன்றும் அந்த சோகத்தை அப்பிக் கொண்டுள்ளது. வடகிழக்கு நிலம் கண்காணிப்புப் படைகளின் அத்துமீறல்களால் இன்னும் அழுது கொண்டே இருக்கிறது. மலையகத் தோட்டங்களை நம்பியுள்ள இலங்கையின் சர்வதேசப் பொருளாதாரம், தமிழர்களின் ரத்தத்தை உறிஞ்சிக் குடிக்கிறது. அனாதை யான இந்த நிலத்துக்கும் மக்களுக்கும் இனியும் ஒன்று பட்ட இலங்கைதான் தீர்வு என்றால், உலகமும் ஐ.நா-வும் எஞ்சிய தமிழர்களையும் கொன்று புதைத்து விட்டு ராஜபக்ஷேவை சுடுகாட்டின் ராஜாவாக்கி விடலாம். இலங்கையை உலகின் வியாபார நிலமாக்கிக்கொள்ளலாம்.

கொடூரங்கள் நடந்தது, ராணுவம் ரத்தத்தில் குளித்தது, பிணங்கள்கூட பாலியல் பண்டங்களாக சித்ரவதை களுக்குள்ளாகியதாக வரிசையாக போர்க் குற்றங்களின்

காணொலிகள் வெளியாகின்றன. இப்படியான போர்க் குற்றங்கள் நடந்த வன்னி நிலப்பரப்பில் பணியாற்றிய பத்திரிகையாளர் ஒருவர் உடைந்த மனதோடும் கண்ணீரோடும் தகவல்களை பகிர்ந்துகொண்டார்.

'வன்னியின் போர்ச் சூழலில் பணியாற்றிய ஊடகங்களில் இரண்டு முக்கியமானவை. ஒன்று 'புலிகளின் குரல்', மற்றொன்று, 'ஈழநாதம்' நாளிதழ். புலிகளின் குரல் வானொலி தொடங்கப்பட்ட காலத்திலிருந்து 20-க்கும் மேற்பட்ட தாக்குதல்கள் நடத்தப்பட்டுள்ளன. அதற்காகப் பணியாற்றிய பல அறிவிப்பாளர்கள், பணியாளர்கள் உயிரிழந்துள்ளனர். போரின் இறுதிக்கட்டமான மே 16 வரை ஒலிபரப்பாகிக்கொண்டே இருந்தது. ஒலிபரப்பு நிலையம் என்பது ஒரு சிறிய ரக வேன் மட்டுமே. மக்கள் இடம்பெயரும்போது மக்களோடு மக்களாக அந்த வேனும் இடம்பெயரும். வழிகளில் இருக்கும் மரங்களின் கிளைகளில் ஆன்டெனா பொருத்தப்பட்டு, மரத்தின் கீழேயே வாகனம் நிறுத்தப் பட்டு செய்தியும் போர் தொடர்பான தகவல்களும் ஒலிபரப்பப்படும். அந்த நேரத்தில் வாகனத்தின் அருகிலேயே செல்களும் குண்டுகளும் விழும். அந்தச் சத்தம் வானொலி கேட்கிறவர்களுக்கு நன்றாகக் கேட்டிருக்கும். அந்த வானொலியில் பணியாற்றியவர்களில் பெரும் பாலானோர் சாதாரண மக்கள் தான்.

'தமிழீழத் தேசியத் தொலைக்காட்சி' பரந்தனின் ராணுவ ஆக்கிரமிப் புக்குப் பின்னர் செயலிழந்த பிறகும் 'புலிகளின் குரல்' வன்னியில் செயல்பட்டது. அதேபோல் தான் 'ஈழநாதம்' பத்திரிகையும். வன்னி மக்களுக்கு தொலைத் தொடர்பு முற்றும் துண்டிக்கப்பட்ட பிறகு, மக்களிடையேயான தொடர்புகளை 'ஈழநாதம்' பேணியது. அதாவது, 'புலிகளின் குரல்', 'ஈழநாதம்' வழியாகவே ஒருவர் இறந்துபோனார், காணாமல் போனார் என்ற செய்தியைத் தெரிந்துகொள்ள முடியும். இதற்கான செய்தி சேகரிப்பின்போது, தாக்குதலில் பல செய்தியாளர்கள் கொல்லப்பட்டுள்ளனர்.

ஈழநாதமும் மக்களோடு மக்களாகவே இடம்பெயர்ந்தது. ஒரு கனரக வாகனத்தில் அச்சு இயந்திரம், கணினி, ஜெனரேட்டர் பொருத்தப் பட்டிருக்கும். அதன் வழியாகவே செய்தித்தாள்கள் அச்சிடப்பட்டு வெளியிடப்படும். அந்த போர்ச் சூழலிலும் யார் கொல்லப்பட்டார், அவர் வசித்த பகுதி, பெயர் எனக் கிடைக்கும் விவரங்களை சரிபார்த்து வெளியிட்டது. மிகுந்த இக்கட்டான சூழலினை நெருங்க நெருங்க... காகிதத் தட்டுப்பாடும் ஏற்பட்டது. அதனால், செய்திகளைக் கிடைத்த காகிதங்களில் (ஒரு பக்கம் பயன்படுத்தப்பட்ட காகிதம்) எல்லாம் அச்சிட்டனர். அந்த அளவிற்கு தனது ஊடகப் பணியை 'ஈழநாதம்' செய்தது. இந்தப் போரில் மேரி கெல்வின் போன்ற பல வெளிநாட்டுப் பத்திரிகையாளர்கள் கூட அக்கறையோடு செயல்பட்டனர். தமிழ்நெட்

போன்ற இணையதளங்களும் செய்திகளை ஆதாரப்பூர்வமாக வெளியிட்டு வந்தன. இப்போது யுத்த காலக் காணொலிகள் பல வெளியாகின்றன. ஆனால், அந்தக் காணொலிகளை வெளியில் கொண்டுசெல்லப் பணியாற்றிய பத்திரிகையாளர்களின் நிலைமை களை அறிய அதிகம் வாய்ப்பில்லை. அவர்களின் செய்தி சேகரிப்புகளே தமிழர்கள் அழிக்கப் பட்டதற்கான சாட்சிகள்.

2009-ல் நடந்தது ரத்தப் படுகொலைகள். இன்று நடப்பதோ திட்டமிடப் பட்ட இன அழிப்பு. இது மொழி, கல்வி, கலாசாரம், பண்பாடு என எல்லாவற்றிலும் பாகுபாடு இல்லாமல் படர்கிறது. கிளிநொச்சி - முல்லைத் தீவு மாவட்டங்களில் உள்ள 250 சிறுவர் பள்ளிகளும் பாதுகாப்பு அமைச்சகத்தின் கட்டுப்பாட்டின் கீழ் கொண்டுவரப் பட்டுள்ளது. அதாவது இந்தப் பள்ளிகளுக்கு தலைமை, அரசு பள்ளிக் கல்வித் துறை அல்ல. ராணுவத்தை வழிநடத்தும் பாதுகாப்புச் செயலகம்தான். பாதுகாப்புச் செயலகத்தின் குடிமக்கள் பாதுகாப்புப் படையே இந்த ஆசிரியர்களுக்கும் பள்ளிகளுக்கும் தலைமை வகிக்கும். இதுவரை 3,500 ரூபாய் சம்பளம் வாங்கிய ஆசிரியர்களுக்கு இனி சம்பளம் 19,500 ரூபாய். மாதத்தின் முதலாவது, மூன்றாவது திங்கள்கிழமைகளில் படைப்பிரிவின் பணியகத்தில் கையெழுத்திட வேண்டும். ஒருமுறை அதில் கையெழுத்திடத் தவறினால், மாதச் சம்பளத்தில் 4,500 ரூபாய் பிடித்தம் செய்யப்படும். இந்த ஆசிரியர்கள் வகிக்கும் பதவி நிலை, குடிமக்கள் பாதுகாப்பு அதிகாரிகள் என்பதுவே. மதியம் 12 மணி வரை பள்ளியில் பணியாற்றிவிட்டு அதன்பின் குடி மக்கள் பாதுகாப்புப் படை கொடுக்கும் பணியைச் செய்ய வேண்டும். விசுவமடுவில் உள்ள குடிமக்கள் பாதுகாப்புப் படையின் 430-வது படையணியின் தலைமையகம் இதற்கான கட்டுப்பாடு தலைமையாக உள்ளது. இந்தப் படையணியின் கட்டளை அதிகாரியான கேணல் ரத்னபிரிய, துணைக் கட்டளை அதிகாரி மேஜர் ரஞ்சித் மல்லவராச்சி இவர்களுக்கான தலைமை அதிகாரிகள்.

இன்னும் பத்தாண்டுகளில் தமிழர் பகுதிகள் முழுமையாக சிங்கள மயமாகிவிடும். தமிழர் என்பதே தமிழருக்கு நினைவில்லாமல் போகும் அளவிற்கு வேலைகள் நடக்கின்றன. சீனா-பாகிஸ்தானை கொண்டு இந்தியாவை அடக்குவதுவே இலங்கையின் திட்டமாக இருக்கிறது. அதற்கான முழுக் கட்டுமானத்தையும் கொழும்பில் இருந்து கச்சத் தீவு வரை கட்டியெழுப்பிவிட்டது இலங்கை அரசு' என்றவர் சிங்களர் களிடையே உள்ள இந்திய எதிர்ப்புணர்வை சுட்டிக்காட்டினார்.

மேலும் பேசிய அவர், 'சிங்கள அரசின் பார்வை இப்போது முஸ்லிம் களை நோக்கித் திரும்பியுள்ளது. அன்பைப் போதிக்கும் பிக்குகள், ராணுவத்தினரைப்போல் முஸ்லிம்களின் கடைக்குள் புகுந்து சூறையாடு

கின்றனர். இது புத்த தேசம், சிங்களர்களுக்கே சொந்தம் என்று கோஷ மிடுகின்றனர். குரான் ஓதும்போது ஆயுதங்களையும் தாருங்கள் என முஸ்லிம்கள் பிரார்த்தனை செய்ய மாட்டார்களா? என்று ஒரு நாட்டின் ஜனாதிபதி பேசுகிறார் என்றால், முஸ்லிம்களும் இலங்கையில் ஆயுதம் ஏந்த வேண்டும் என்று அவர் எதிர்பார்க்கிறாரா?' என்றார் அந்தப் பத்திரிகையாளர்.

பொதுபல சேனா என்ற புத்த இனவெறி அமைப்பின் பிரதிநிதியாகவே இலங்கை அதிபர் மகிந்த ராஜபக்ஷே தன்னுடைய செயல்பாடுகளில் காட்டிக் கொள்கிறார்.

'புத்த பிக்குகளே இந்த நாட்டை, மதத்தை, இனத்தைக் காக்கின்றனர். இவர்கள்மீது எவரும் சந்தேகப்படக்கூடாது. பிக்குகளை ஊக்குவிப் பதற்காகவே இங்கு வந்துள்ளோம்' என சமீபத்தில் நடைபெற்ற புத்த தலைமைத்துவ மையத் திறப்பு விழாவில் பேசியுள்ளார் பாதுகாப்புச் செயலர் கோத்தபய ராஜபக்ஷே. அதோடு இந்த நேரத்தில் இது முக்கிய மானது என்பதை உணர்ந்ததால் இந்த நிகழ்வில் கலந்துகொண்டதாகக் குறிப்பிட்டுள்ளார்.

கடந்த 2012 ஆம் ஆண்டு தம்புள்ள நகரத்தின் மைய பகுதியில் உள்ள மசூதியை ராணுவம்-காவல்துறையின் கண்முன்பே சேதப்படுத்தினர் புத்த பிக்குகள். இது புத்த மதத்தின் புனித இடத்தில் அமைந்துள்ளதாக விளக்கம் சொன்னார்கள். அரசாங்கத்தின் அங்கமாகவே முஸ்லிம் அமைப்புகள் தங்களை காட்டிக் கொண்டாலும் பேரினவாதத்தின் முகம் அதன் குணத்தை காட்டத் தவறுவதில்லை.

பள்ளிவாசல்கள் இடிக்கப்பட்ட பிறகும் ஹலால் உரிமை பறிக்கப்பட்ட பின்னரும் பாகிஸ்தான் போன்ற முஸ்லிம் நாடுகள் இலங்கையின் பக்கம் நிற்கிறது என்றால் முஸ்லிம்களின் பாதுகாப்பு நிலையும் கேள்விக்குறியானதே?!

தமிழர்கள் மட்டுமல்ல, எந்தவொரு இனமும் சிங்கள இனவாதத்தோடு ஒன்றி வாழ முடியாது என்பதை கடந்தகால இனவெறிக் கலவரங்கள் நிரூபித்துள்ளன.

தமிழீழ விடுதலை கோரி ஆயுதமேந்தி போரிட்ட புலிகளும் அவர்களின் பலமும் சமரசத்துக்கு இடமின்றி அழிக்கப்பட்டுள்ளது. கிணற்றின் பெரும் பாதியைக் கடந்து விட்டதாக நம்பப்பட்ட தனி நாடு கோரிக்கை பெரும் இனப்படுகொலைப் போரில் மூழ்கடிக்கப்பட்டுள்ளது. சம்பவங்களாகவும் கடந்த காலங்களாகவுமே இன்று புலிகளை மீட்க முடிகிறது.

பயங்கரவாத ஒப்பனைக் கொண்டு நடத்தப்பட்ட இனவாதப் போர் லட்சக்கணக்கான தமிழ் மக்களை கொன்று முடித்தும் அதன் வெறி தீராமல், ஒட்டு மொத்த தமிழர் நிலப்பரப்பையும் தனதாக்கிக் கொள்ள வேண்டும் என ராணுவமயமாக்கலையும் அதன் வழியே சிங்கள மயமாக்கலையும் வேகமாக நடத்தி வருகின்றது. முள்ளிவாய்க் காலோடு போர் முற்று பெறவில்லை. சிங்கள காலனி மயமாக்கலை நிறைவுசெய்வதை நோக்கி இனவாத அரசின் போர் தமிழ் மக்களுக்கு எதிராக நாளும் நிகழ்த்தப்பட்டுக்கொண்டே இருக்கிறது.

23

நான்காம் மாடி நரகம்

இலங்கையில் 'உயிர்' என்ற மூன்றெழுத்தை உறையவைக்கும் மூன்றெழுத்து 'டீ.ஐ.டி.' (T.I.D.- தீவிரவாத விசாரணை மையம்). ஒவ்வொரு சாதாரண இலங்கை வாழ் குடிமகனையும் நடுங்க வைக்கும் சொல் இது. தமிழர் பகுதிகளில் இளைஞர்களை துடைத் தெடுக்க வேண்டும் என்பது இம்மையத்தின் பிரதான செயல்திட்டம். இதை 'நான்காம் மாடி விசாரணை' என்றும் அழைப்பார்கள். இதேபோல் சந்தேக வழக்கில் கைது செய்யப்படும் தமிழ் இளைஞர்களும் புலி உறுப்பினர்களும் உள்ள இரு கோரமான முகாம்கள் 'பூசா' மற்றும் 'ரம்பகுள முகாம்'. இங்கு நடக்கும் விசாரணைகள் உயிரை அணு அணுவாய் பறிக்கும், எந்த வித வழக்குமின்றி விலங்குகளைப்போல தமிழர்களை அடைத்து வைத்திருக்கும் முறைகள். இந்த விசாரணை களில் சிக்கியவர்கள் இன்றுவரை கொஞ்சம் கொஞ்சமாகச் செத்துக் கொண்டிருக்கிறார்கள்.

நான்காம் மாடி விசாரணைகளில் 'என்ன நடக்கும்?' என விவரிக்கும் பி.யூ.சி.எல். அமைப்பின் பொது செயலாளர் வி.சுரேஷ், 'நான்காம் மாடி விசாரணை என்று குறிப்பிடப்படும் டீ.ஐ.டி. விசாரணை மையம் அமைக்கப்பட்டது மகிந்த ராஜபக்ஷே ஆட்சி காலத்தில்தான். அதாவது 2007 காலக்கட்டத்தில் டீ.ஐ.டி.க்கு தனி அதிகாரம் வழங்கப்பட்டு, ஒரு நபர்

டீ.ஐ.டி.யால் விசாரணைக்கு பிடித்துச் செல்லப்பட்டால் எந்தவொரு காவல் நிலையத்திலோ நீதிமன்றத்திலோ அல்லது ஜனநாயக முறைப்படியோ எந்தக் கேள்விகளையும் வழக்கையும் பதிவு செய்ய முடியாது. இப்படியொரு எழுதப்படாத சட்டத்தை விதியாக வைத்துக்கொண்டுதான் டீ.ஐ.டி. போர் முடிந்து நான்கு ஆண்டுகள் கடந்தும் இன்றும் செயல்பட்டு வருகிறது.

எந்த மனித உரிமை அமைப்புகளுக்கும் ஆதாரங்கள் கிடைக்காத விதத்தில் நுணுக்கமாகச் செயல்படும் 'டீ.ஐ.டி.'யில் மூன்று விதமான பிரிவுகள் உள்ளன. அது 'உளவியல், உணர்ச்சி மற்று உடல் ரீதியான தாக்குதல்'. இதில் உள்ள அத்தனை பிரிவுகளுக்கும் தனித் தனியாக நிபுணர்கள் உள்ளனர். இவர்கள் செய்வது 'அங்கொன்று இங்கொன்றாக ஆட்களைப் பிடித்துச் சென்று பயத்தை ஏற்படுத்துவது, இளைஞர்களை மட்டும் குறிவைத்துப் பிடிப்பது, கொல்வது. கொல்வதென்றால் சாதாரணமாக நடக்கும் கொலைகளைப் போல அல்ல, உயிரோடு உள்ள ஒருவரை மின்சார எரியூட்டிக்குள் செலுத்தி அப்படியே சாம்பலாக்குவது. காணாமல் போனோர் என்று குறிப்பிடப்படும் 99 சதவிகிதம் பேர் நிச்சயம் இப்படித்தான் கொல்லப்பட்டிருப்பார்கள். ஆனால் அரசு இவர்கள் தப்பித்துவிட்டார்கள் என்கிறது. இப்படி ஏற்படுத்தும் பயத்தில் தமிழ் மக்கள் குழம்புக்கு உபயோகப்படுத்தும் 'புளி' என்பதைக்கூடச் சொல்ல அஞ்சி 'டாம்ரங்' என்று ஆங்கிலத்தில் சொல்லும் நிலைமை அங்குள்ளது. இவர்களின் எண்ணம் 'புலி' களை அழிப்பதாக இல்லை. தமிழ் இளைஞர்களை அழிப்பதாக இருக்கிறது.' ஒரு நாட்டில் ராணுவமோ விசாரணை மையமோ இருக்கிறதென்றால் அங்குதான் அடாவடித்தன மான அதிகாரிகள் இருப்பார்கள். ஆனால் இலங்கையில் அரசே ஓர் அடாவடித்தனமானதாகத்தான் இருக்கிறது!' என்றார்.

பூசா முகாமில் வதைப்பட்ட ஒரு விடுதலைப் புலி உறுப்பினரைச் சந்தித்தேன். அவர், 'மே 18 முள்ளிவாய்க்காலில் அனைத்துக் கொடூரங்களும் கொலைகளும் நடந்து முடிந்த பிறகு சிக்கிய எல்லோரையும் புலிகள் - மக்கள் என ஒட்டுமொத்தமாகப் பேருந்தில் ஏற்றி ஓமந்தையில் இறக்கினார்கள். அங்கு வைத்து இயக்கத்தில் இருந்தவர்கள் தனியாக வந்து கையெழுத்திட்டுச் செல்லுங்கள் என்றும் மக்கள் தனியாக கையெழுத்திட்டுச் செல்லுங்கள் என்றும் சிங்கள ராணுவம் அறிவுறுத்தியது. மீண்டும் ராணுவம், 'இயக்கத்தில் இருந்தவர்கள் தயங்க வேண்டாம். உங்களை நாங்கள் எதுவும் செய்ய மாட்டோம். போர் முடிந்துவிட்டது. நீங்கள் வந்து கையெழுத்திட்டு விட்டு உங்கள் குடும்பத்தோடு சென்று விடலாம்.' என்றார்கள். எல்லாம் முடிந்த நிலையில் இயக்கத்தில் இருந்த பெரும்பாலானோர் ஓமந்தையில் ராணுவத்தால் தரம் பிரிக்கப்பட்டார்கள். அப்படி கையெழுத்திடச் சென்றவர்களை ஒட்டுமொத்தமாக எல்லோரையும்

ஒரு பகுதிக்குள் அழைத்துச் சென்று அங்கு ஓர் 'தலையாட்டியை (காட்டிக் கொடுப்பவன்) வைத்து , 'தலைவர் (பிரபாகரன்) பாதுகாப்பு ஆட்கள், தலைவர் குடும்பத்தின் பாதுகாப்பு ஆட்கள், இன்னும் பிற மூத்த தளபதிகளின் பாதுகாப்பு ஆட்கள் என தனித்தனியாகப் பிரித்து எடுத்தார்கள். அப்படி மொத்தமாக என்னோடு கிட்டத்தட்ட 1200 பேரை 'மருதமடு'வுக்கு அழைத்துச் சென்று பின்னர்தான் 'பூசா' முகாமுக்கு அழைத்து சென்றது ராணுவம். அப்படிக் கொண்டு சென்ற எங்களை காண 'ரெட்கிராஸ்' ஆட்களுக்குக்கூட பல மாதங்கள் அனுமதி வழங்கப் படவில்லை. நான் செல்வதற்கு முன்னரே அங்கு பல பேர் இருந்தனர். நான் போகிற வேளை ஒருவர் 'தூக்கு போட்டுக்கொள்ள முயற்சித்து ராணுவத்திடம் சிக்கிவிட்டார். சிக்கிய அவரை ஒரு பந்தைப் போல் அடித்து விளையாடினார்கள் ராணுவத்தினர். நாங்கள் இருந்த முகாமில் மாலை நேரங்களில் ராணுவம் விளையாடுவதற்காக நேரம் ஒதுக்கப்படும். அப்போது பெண் பிரிவைச் சேர்ந்த ராணுவத்தினர் ஓடி வந்து அவர்கள் விளையாட்டுக்கு எங்களை எட்டி உதைப்பார்கள்.

என்னை வைத்திருந்த பூசா முகாம் பகுதியில் 'ஏ1, ஏ2, ஏ3, ஏ4' என நான்கு செல்கள் இருந்தது. அதில் ஏ4 முழுக்க பெண்கள் செல். அதில் கிட்டத் தட்ட 150 தமிழ் பெண்கள் அடைத்து வைக்கப்பட்டிருந்தார்கள். இந்தப் பெண்களை பெண் ராணுவத்தினர் விசாரிப்பது மிகக் குறைவு. ராணுவத்தைச் சேர்ந்த ஆண்கள் தான் விசாரிப்பார்கள்.

என்னை அடைத்து வைத்திருந்த அறையின் அகலம் 5 அடி, நீளம் 8 அடி. இதில் நான் மட்டுமல்ல என்னோடு 7 பேர் அடைக்கப்பட்டிருந்தனர். எங்களுக்கு குளிக்கவும் உடுப்பு தோய்க்கவும் ஒன்றரை லிட்டர் தண்ணீர் மட்டும்தான். இரவு 10 மணிக்கு மேல் டாய்லேட் செல்லமுடியாது. அப்படி மீறி செல்லணும் என்றால் ஏ1ல் உள்ள 25 செல்களில் கடைசி செல்லில் உள்ள நான், டாய்லேட் போகணும் என்றால் செல்லின் கம்பியைத் தட்ட வேண்டும், அடுத்த செல் அடுத்த செல் என்று முதல் செல்லில் உள்ள காவலாளிக்கு சத்தம் கேட்டால்தான் திறப்பார்கள். ஒரு வேளை அடுத்த அடுத்த செல்லில் உள்ள ஆட்கள் கம்பியை தட்டாமலோ காவலாளி தூங்கிவிட்டாலோ இருக்கிற குறுகிய அறைக்குள்ளே எல்லாத்தையும் கழிக்க வேண்டியதுதான். அறைக்குள் படுக்கவும் இடம் கிடையாது, காலை குறுக்கி உட்கார்ந்துதான் தூங்க வேண்டும். சமயத்தில் மேல் செல்லில் இருந்து டாய்லேட் செல்ல வெளியில் அனுமதிக்கப்படாதவர்கள் பாட்டிலில் பிடித்து வைத்திருக்கும் மூத்திரம் கூட எங்கள் மீது கொட்டியுள்ளது.

6 மாதத்துக்குப் பிறகு விசாரணைக்கு அழைத்துச் சென்றார்கள். தலைகீழாகத் தொங்கவிட்டு தலை கால் பார்க்காமல் அடித்தார்கள். அதில் என் மண்டை பிளவுபட்டது. பெரும்பாலும் காயப்படும் எல்லோரையும் ஹராபிட்டி வைத்தியச் சாலைக்குத்தான் கொண்டு

செல்வார்கள். அங்கும் ராணுவ மருத்துவர்தான். என்னையும் அப்படி அழைத்துச் சென்றார்கள். துன்புறுத்துகிறார்களா? என்று கேட்டார்கள். நான் எதும் சொல்லவில்லை. சொன்னாலும் சொல்லா விட்டாலும் ராணுவ உயர் அதிகாரி சொல்வதைத்தான் மருத்துவர் எழுதிக் கொடுத்து அடுத்த கட்ட விசாரணைக்கு அனுப்புவார். ஒவ்வொருவரையும் வித விதமாகக் கொடுமைப்படுத்துவார்கள். அதில் குறிப்பிடத்தக்கது, 'நெகங்களைப் பிடுங்கி, கண் சிமிரை (இமை முடிகள்) பிடுங்கிக் கொடுமைப் படுத்துவது. அடுத்து மின்சாரத்தை உடலில் கொஞ்ச கொஞ்சமாகப் பாய்ச்சுவது. இதைத்தான் நிறைய பேருக்குச் செய்வார்கள். அந்த விசாரணையின்போது என்னை அடைத்து வைத்திருந்த அறை அளவு 50 x 50 - இதில் 180 பேர் இருந்தோம். ஓர் இரவுக்குக் குடிக்கத் தண்ணீர் என்பது மொத்தமாக 50 லிட்டர்தான். இதைப் பிரித்துப் பார்த்தால் ஓர் ஆளுக்கு 200 மில்லி தண்ணீர் கூடக் கிடைக்காது. களுதுறை சிறையில் 60 x 60 அடி அறையில் 120 பேர் அடைத்து வைக்கப்பட்டிருந்தோம். 18 மாதத்துக்குப் பிறகு வெலிக்கடை சிறையில் கொண்டு சென்று அடைத்தார்கள். பூசா முகாமில் இருந்தபோது ஒவ்வொரு மூன்று மாதத்துக்கும் ஜனாதிபதி கையெழுத்திட்டு 'எங்களை அடைத்துவைத்திருப்பதற்கான ஆணை கடிதம்' வரும். எல்லாம் முடிந்து 2011 இறுதி காலக்கட்டத்தில்தான் என்னை புனர்வாழ்வுக்கு அனுப்பினார் கள்!' என்றார் விரக்தியாக.

இது போன்ற டீ.ஐ.டி. விசாரணைகளில் சிக்கி உயிர் தப்பி வருபவர்களின் எண்ணிக்கை மிக மிகச் சொற்பம். பலரை மின்சாரத்துக்குள் செலுத்தி சாம்பலாக்குவதுபோல, வெளியில் விடுபவர்களுக்கும் சில உயிர் பறிக்கும் முறைகளைப் பயன்படுத்து கிறார்கள். அதில் முக்கியமானது 'நரம்புகளைச் செயலிழக்க வைக்கும் ஊசிகள், உளவியல் ரீதியாக மனதை பாதிக்க வைக்கும் மருந்துகள், விசாரணையின்போது மாட்டு உறுப்பைச் சூடாக்கி அந்த 'ரப்பர்' தன்மை கொண்டதையே ஆயுதமாக்கி அதைக்கொண்டு அடிப்பது - அப்படி அடிக்கும்போது உடலில் மேல் காயம் எதுவும் படாது, ஆனால் வலி உயிர் போகுமாம். அதே போல் இந்த விசாரணைகளில் முதலில் தலையில்தான் அடிப்பார்கள். இதனால் தலையின் உள் பகுதியில் ரத்தக் கசிவுகள் ஏற்படும். உயிர் போகும் வலியை ஏற்படுத்தக்கூடிய அந்த அனைத்துக் காயங்களும் உள் காயங்கள், அப்படி அடி வாங்கிய நபர்கள் வெளியில் விடப்பட்டாலும் எந்தக் கடினமான வேலைகளையும் செய்ய முடியாது. ஐந்து, பத்து ஆண்டுகளிலே அவர்கள் இறந்து விடுவார்கள். இதே போல் உடல் ரீதியாக நடத்தப்படும் தாக்குதலுக்கு உபயோகிக்கப்படுவது சூடாக்கப்பட்ட இரும்பு கம்பிகள். இந்தத் தாக்குதல் முழுக்க ஒரு நபரின் முதுகுப் பகுதியில் நடக்கிறது. இதனால்

அந்த நபரின் தண்டுவடம் முழுக்க பாதிக்கப்பட்டு ஒரு செயலிழந்த உடல் தன்மையை அடைகிறார்.

இப்படி அடிபட்டு அடிபட்டுதான் ஈழச் சமூகம், 'விதவைகளின் சமூகமாக' இருக்கிறது. டீ.ஐ.டி. எனப்படும் இந்த தீவிரவாத புலனாய்வுத் துறையால் இன்றும் வெள்ளை வேன் சம்பவங்கள் இலங்கையில் நிகழ்ந்து கொண்டுதான் இருக்கின்றன. அரசாங்கத்துக்கு எதிராக இலங்கையர் ஒருவர் செயல்பட்டாலோ பேசினாலோ அவர்களுக்கு நிகழும் நிலைமை இதுவே. பயங்கரவாதம் இலங்கையில் தோற்கடிப்பட்டு விட்டதாக ஆரவாரமிட்டு, அதன் பின் இலங்கை சுதந்திர தினத்தை நான்கு முறை கொண்டாடிவிட்ட பிறகும், இன்னும் யதார்த்தத்தில் 'பயங்கரவாத தடைச் சட்டம்'தான் இலங்கையை ஆள்கிறது.

பின்னிணைப்புகள்

இலங்கை இனச்சிக்கல்கள் தொடர்பான
கூடுதல் புரிதல்களுக்காக சில
முக்கிய ஆவணங்கள் இணைக்கப்பட்டுள்ளது.

சிறிலங்கா ஜனநாயக சோசலிஸ குடியரசு அரசாங்கத்திற்கும் தமிழீழ விடுதலைப் புலிகளிற்கும் இடையிலான போர் நிறுத்த ஒப்பந்தம் 2002

முகவுரை

சிறிலங்கா ஜனநாயக சோசலிஸ குடியரசு அரசாங்கத்தினதும் தமிழீழ விடுதலைப் புலிகளினதும் ஒட்டுமொத்தமான நோக்கம் இலங்கையில் தற்போதுள்ள இன மோதலுக்கு பேச்சுவார்த்தை மூலம் தீர்வு காண்பதாகும். இந்தத் தரப்பினர் (இந்த தரப்பினர் என்று இந்த ஒப்பந்தத்தில் குறிப்பிடுவது சிறிலங்கா அரசாங்கத்தையும் விடுதலைப் புலிகளையும் ஆகும்) பகைமைகளுக்கு ஒரு முடிவு கட்டி, மோதலினால் பாதிக்கப்பட்டிருக்கும் அனைத்து குடிமக்களதும் வாழ்க்கை நிலைமையை சீருயர்த்துவதன் முக்கியத்துவத்தை அங்கீகரிக்கின்றனர். பகைமைகளுக்கு முடிவு கட்டுவது எனும்போது, நிரந்தரத் தீர்விற்கான பேச்சுவார்த்தைகளை நோக்கிய மேலதிக நடவடிக்கைகளை எடுக்கக்கூடியதாக ஒரு சாதகமான சூழ்நிலையை உருவாக்குவதாக இந்தத் தரப்பினரால் கவனிக்கப்படுகின்றது.

மோதலில் நேரடியாக சம்பந்தப்படாத குழுக்களும் இதன் பாதிப்புக்களால் துன்பப்படுகின்றனர் என்பதையும் இந்தத் தரப்பினர் மேலும் அங்கீகரிக்கின்றனர். குறிப்பாக முஸ்லிம் மக்களைப் பொறுத்த வரையில் இது பொருந்தும், ஆகவே, பொதுமக்களினதும் அவர்களின் சொத்துக்களதும் பாதுகாப்புப் பற்றிய இந்த ஒப்பந்தத்தின் விதிகள் அனைத்துக் குடிமக்களுக்கும் செல்லுபடியாகும். இந்த நிலைமை களைக் கருத்தில்கொண்டு, போர் நிறுத்தம் ஒன்றில் ஈடுபடவும், நல்ல நோக்கங்களைப் பாதிக்கக்கூடிய அல்லது ஒப்பந்தத்தின் சாரத்தை முறிக்கக்கூடிய செயற்பாடுகளைத் தவிர்த்துக் கொள்ளவும், கீழ்வரும்

பிரிவுகளில் சொல்லப்பட்டிருப்பது போன்று நம்பிக்கையைக் கட்டியெழுப்பும் நடவடிக்கைகளைச் செயற்படுத்தவும் இந்தத் தரப்பினர் ஒப்புக்கொண்டுள்ளனர்.

விதி 1 - போர் நிறுத்தத்தின் முறைகள்

இந்தத் தரப்பினர் தமது ஆயதப் படைகளுக்கு இடையே போர் நிறுத்தம் ஒன்றை பின்வருமாறு அமுல் செய்ய ஒப்புக்கொண்டுள்ளனர்.

1.1. நோர்வேயின் வெளிவிவகார அமைச்சரினால் விதி 4.2 இன் பிரகாரம், டி-தினம் என்று இதன் பின்னர் குறிக்கப்படும் தினம் அறிவிக்கப்பட்டதும் அத்தினத்தில் சிறிலங்கா அரசாங்கத்திற்கும் விடுதலைப் புலிகளிற்கும் இடையே கூட்டாக ஒப்புக்கொள்ளப் பட்ட போர் நிறுத்தம் ஒன்று அமுலுக்கு வரும். *(இந்த விதியின் கீழ் 23.02.2002 ஆம் திகதி 00.00 நேரத்தை நோர்வேயின் வெளிவிவகார அமைச்சர் பிரகடனம் செய்து போர் நிறுத்தம் அமுலுக்கு வந்திருப்பது குறிப்பிடத்தக்கது.)*

இராணுவ நடவடிக்கைகள்

1.2. வலுத்தாக்குதல் இராணுவ நடவடிக்கைகளில் எந்தத் தரப்பினரும் ஈடுபட இயலாது. முற்று முழுதாக சகல இராணுவ நடவடிக்கைகளையும் நிறுத்துவதை இது கோருகின்றது. பின்வரும், ஆனால், மட்டுப்படுத்தப்படாத நடவடிக்கைகளை இது உள்ளடக்கின்றது.

அ. நேரடியானதும் மறைமுகமான ஆயுதங்களினால் சுடுதல், ஆயுதங்களுடன் முற்றுகைத் தேடுதல், பதுங்கியிருந்து தாக்குதல், கொலைகள், ஆட் கடத்தல், பொதுமக்களது அல்லது இராணுவத்தினது சொத்துக்களை அழித்தல், நாசகார செயல்கள், தற்கொலைத் தாக்குதல் நடவடிக்கைகள், ஆழ ஊடுருவும் குழுக்களின் செயற்பாடுகள்.

ஆ. வான்வழி குண்டு வீச்சுக்கள்

இ. கடலில் வலுத்தாக்குதல் நடவடிக்கைகள்

1.3. விடுதலைப் புலிகளுக்கு எதிரான வலுத்தாக்குதல் நடவடிக்கைகளில் ஈடுபடாத வகையில், சிறிலங்காவின் ஆயுதப் படைகள் சிறிலங்காவின் இறைமையையும் பிராந்திய ஒருமைப் பாட்டையும் பாதுகாக்கும் சட்டப்படியான நடவடிக்கைகளை தொடர்ந்து நிறைவேற்றலாம்.

படைகளைப் பிரித்து வைத்தல்

1.4. முன்னணி காவலரண்கள் அமைக்கப்பட்டிருக்கும் பகுதிகளில், குறைந்தது 600 மீற்றர் தூரம் இடைவெளி பிரித்து சிறிலங்கா அரசாங்கத்தின் ஆயுதப் படைகளும் விடுதலைப் புலிகளின் போரிடும் படைகளும் தமது கள நிலையை வைத்திருக்கலாம். எனினும் ஒவ்வொரு தரப்பினரும் தமது காவல் நிலையிலிருந்து 100 மீற்றர் தூரம் தங்களுக்குள் உள்ளவாறு நடமாடுவதற்கான உரிமையைக் கொண்டிருப்பர். 400 மீற்றருக்குக் குறைவான இடைவெளி உள்ள தற்போதுள்ள நிலைகள் விடயத்தில் இந்த நடமாடும் உரிமை செல்லாது. தமது துருப்பினர் இடையே முடிந்தளவு கூடுதலான இடைவெளியை உறுதிப்படுத்த இந்தத் தரப்பினர் ஒப்புக்கொள்கின்றனர்.

1.5. பகுதிகள் தெளிவாக வரையறுக்கப்படாத இடங்களில் 1.6 விதியில் குறிப்பிடுவது போன்று நிலவரையறை செய்யப்படும் வரை 2001 டிசம்பர் 24ம் திகதியில் இருந்தவாறு சிறிலங்கா அரசாங்கத்தாலும் விடுதலைப் புலிகளாலும் கட்டுப்படுத்தப்படும் பகுதிகள் அவ்வாறே இருந்து வரலாம்.

1.6. சிறிலங்கா கண்காணிப்புக் குழுவினருக்கு 3ம் விதியின் பிரகாரம் சிக்கலுக்குரிய சகல பகுதிகளினதும் காவலரண் நிலைகள் பற்றிய தகவல்களை இந்தத் தரப்பினர் வழங்கலாம். ஆகக் குறைந்தது டி-தினம் 30ற்கு உள்ளாக நிலவரையறைக் கோடுகளை வரைவதில் இந்தத் தரப்பினருக்கு காண்காணிப்புக் குழுவினர் உதவுவர்.

1.7. மற்றைய தரப்பினரின் கட்டுப்பாட்டில் உள்ள பகுதிக்குள் ஆயுதங்கள், வெடிபொருட்கள் மற்றும் இராணுவ தளபாடங்கள் என்பனவற்றை இந்தத் தரப்பினர் நகர்த்த முடியாது.

1.8. சிறிலங்கா அரசாங்கம் தமிழ் ஆயுதக்குழுக்களிடம் இருந்து ஆயுதங்களை ஆகக் குறைந்தது டி-தினம் 30ற்கு உள்ளாக களைய வேண்டும். வடக்கு-கிழக்கிற்கு அப்பாற்பட்ட பகுதிகளில் சேவைக்கென சிறிலங்கா ஆயுத படைகளின் கட்டுப்பாட்டின் கீழ் மேற்படி குழுக்களில் இருக்கும் தனிநபர்களை சேர்த்துக்கொள்ள சிறிலங்கா அரசாங்கம் முன்மொழியலாம்.

நடமாடும் சுதந்திரம்

1.9. இந்தத் தரப்பினரின் படைகள் 1.4 மற்றும் 1.5 விதிகளில் சொல்லப்பட்டிருப்பது போன்று ஆரம்பத்தில் தங்கள் கட்டுப்பாட்டில் உள்ள பகுதிகளில் தங்கியிருக்க வேண்டும்.

1.10. ஆயுதமேந்தாத சிறிலங்கா துருப்பினர் டி-தினம் 60ற்குப் பின்னர் யாழ்ப்பாணத்திற்கும் வவுனியாவிற்கும் இடையே யாழ்-கண்டி (ஏ9) வீதியை பாவித்து மட்டுப்படுத்தப்படாத அளவில் பயணம் செய்ய அனுமதிக்கப்பட வேண்டும். இந்தச் செயல்முறைகள் இந்தத் தரப்பினரால் சிறிலங்கா கண்காணிப்புக் குழுவினரின் உதவியுடன் வகுக்கப்பட வேண்டும்.

1.11. டி-தினத்தில் இருந்து போராளிகளான தனிநபர்கள் தமது பிராந்திய தளபதியின் சிபார்சின் பெயரில் ஆயுதமில்லாமலும் சாதாரண உடையிலும் தமது குடும்பத்தவர் மற்றும் நண்பர்கள் ஆகியோரை மற்றத் தரப்பின் கட்டுப்பாட்டுப் பகுதிக்குச் சென்று பார்த்துவர அனுமதிக்க வேண்டும். குறைந்தளவு தூர வீதியால் பயணம் செய்யும் நேரத்தை கணக்கில் எடுக்காது ஒவ்வொரு இரண்டு மாதத்தில் ஆறு நாட்களுக்கென இத்தகைய பயணங்கள் மட்டுப்படுத்தப்படும். இந்த நோக்கத்திற்கு யாழ் - கண்டி வீதியை விடுதலைப் புலிகள் வசதி செய்து கொடுப்பர். குறிப்பிட்ட இராணுவப் பகுதிக்குள் நுழைவதற்கு மறுப்புத் தெரிவிக்கும் உரிமையை இந்தத் தரப்பினர் கொண்டிருப்பர்.

1.12. போராளிகளான தனிநபர்கள் டி-தினத்தில் இருந்து இரண்டுமாத கட்டுப்பாட்டைக் கவனத்தில் கொள்ளாது தமது நெருங்கிய (மனைவி, பிள்ளைகள், பாட்டனார், பெற்றோர், உடன்பிறப்புக்கள்) திருமணம், இறுதி அஞ்சலி போன்றவற்றிற்கு ஆயுதமில்லாமலும், சாதாரண உடையிலும் சென்றுவர அனுமதிப்பதென இந்தத் தரப்பினர் ஒப்புக் கொள்கின்றனர். குறிப்பிட்ட இராணுவப் பகுதிக்குள் நுழைவதற்கு மறுப்புத் தெரிவிக்கும் உரிமை இங்கு செல்லுபடியாகும்.

1.13. ஆயுதமேந்தாத 50 விடுதலைப் புலி உறுப்பினர்கள் டி-தினம் 30ல் இருந்து வடக்கு கிழக்கில் சிறிலங்கா அரசாங்க கட்டுப்பாட்டில் உள்ள பகுதிகளுக்குள் அரசியல் பணிகளுக்கென சுதந்திரமாக நடமாட அனுமதிக்கப்படுவர். டி-தினம் 60ல் இருந்து மேலும் ஆயுதம் ஏந்தாத 100 விடுதலைப்புலி உறுப்பினர்கள் சுதந்திரமாக நடமாட அனுமதிக்கப்படுவர். டி-தினம் 90ல் இருந்து சகல ஆயுதம் ஏந்தாத விடுதலைப் புலி உறுப்பினர்களும் வடக்கு கிழக்கில் சுதந்திரமாக நடமாட அனுமதிக்கப்படுவர். விடுதலைப் புலி உறுப்பினர்கள் அடையாளப் பத்திரங்களை வைத்திருக்க வேண்டும். குறிப்பிட்ட இராணுவப் பகுதிக்குள் நுழைவதற்கு சிறிலங்கா அரசாங்கம் மறுப்பு தெரிவிக்க உரிமை இங்கு செல்லுபடியாகும்.

விதி 2 இயல்பு நிலையைத் தோற்றுவிக்கும் நடவடிக்கைகள்

சிறிலங்காவின் சகல குடிமக்களுக்கும் இயல்புநிலை வாழ்க்கையை மீளமைப்பதற்காக பின்வரும் நம்பிக்கையை வளர்க்கும் நடவடிக்கைகளை இந்தத் தரப்பினர் மேற்கொள்வர்.

2.1. சர்வதேச சட்டங்களுக்கு அமைவாக இந்தத் தரப்பினர் சித்திரவதை நெருக்கடி, ஆட் கடத்தல், கட்டாய வரி வசூலித்தல், தொந்தரவு என்பன உள்ளிட்டதான பகைமை நடவடிக்கைகளை பொது மக்களுக்கு எதிராக மேற்கொள்வதைத் தவிர்த்துக் கொள்வர்.

2.2. கலாசார, மத உணர்வுகளை புண்படுத்தக்கூடிய நடவடிக்கைகள், கொள்கை பரப்புதல் என்பனவற்றில் ஈடுபடுவதில் இருந்து இந்தத் தரப்பினர் தம்மைத் தவிர்த்துக் கொள்வர். எந்தத் தரப்பினதும் படைகளால் தற்போது வைத்திருக்கப்படும் வழிபாட்டு இடங்களில் (கோவில்கள், தேவாலயங்கள், பள்ளிவாசல்கள் மற்றும் ஏனைய புனிதத் தலங்கள் என்பன) இருந்து டி-தினம் 30 அளவில் படையினர் வெளியேறுவதுடன் அவை பொது மக்கள் சென்றுவரக்கூடியதாயிருக்க வேண்டும். உயர் பாதுகாப்பு வலயங்களில் உள்ள வழிபாட்டுத் தலங்களில் இருந்து, அவை பொதுமக்கள் சென்று வர முடியாததாயிருப்பினும் ஆயுதமேந்திய சலக துருப்பினரும் வெளியேறுவதுடன் பொதுசன தொண்டர்களால் அவை நல்ல நிலையில் பரிபாலிக்கப்பட வேண்டும்.

2.3. இந்த ஒப்பந்தம் அமுலுக்கு வரும் நாளில் இருந்து எந்தத் தரப்பினராலும் ஆக்கிரமிக்கப்பட்டிருக்கும் பாடசாலைக் கட்டிடங்கள் விடுவிக்கப்பட்டு அவற்றின் நோக்கங்களுக்கு பாவிக்கவென திரும்பக் கொடுக்கப்பட வேண்டும். ஆகக் குறைந்தது டி-தினத்திலிருந்து 160 நாட்களுக்குள் இந்த நடவடிக்கைகள் பூர்த்தி செய்யப்பட வேண்டும்.

2.4. ஏனைய சகல பொதுக் கட்டிடங்களும் அவற்றின் நோக்கங்களுக்கென திரும்ப ஒப்படைக்கப்படுவதன் கால அட்டவணை இந்தத் தரப்பினரால் தயாரிக்கப்பட்டு ஆகக் கூடியது டி-தினம் 30ற்குள் வெளியிடப்பட வேண்டும்.

2.5. பாதுகாப்பு நடவடிக்கைகளையும் சோதனைச் சாவடிகளின் அமைப்பையும் குறிப்பாக நெருக்கமாக குடிசனங்கள் உள்ள நகரங்களிலும் பட்டணங்களிலும் பொதுமக்கள் தொந்தரவு

செய்யப்படுவதைத் தவிர்க்கும் வகையிலான முறைகளை புகுத்துவதற்காக இந்தத் தரப்பினர் மீளாய்வு செய்வர். டி-தினம் 60ல் இருந்து இத்தகைய முறை அமுலில் இருக்க வேண்டும்.

2.6. விடுதலைப் புலிகளின் கட்டுப்பாட்டில் உள்ள பகுதிகளுக்கும் அங்கிருந்தும் இராணுவ பாவனைக்கில்லாத பொருட்கள் தங்குதடையின்றி கொண்டு செல்லப்படுவதை உறுதிப் படுத்துவதென இந்தத் தரப்பினர் ஒப்புக்கொள்கின்றனர். இணைப்பு 'அ' வில் உள்ள சில பொருட்கள் இதற்கு விதிவிலக் காயிருக்கும். பொருட்களின் அளவு சந்தையின் தேவையைப் பொறுத்தே நிச்சயிக்கப்படும். இராணுவ பாவனைக்கல்லாத பொருட்கள் மீது எஞ்சியுள்ள கட்டுப்பாடுகளை படிப்படியாக அகற்றுவதற்காக சிறிலங்கா அரசாங்கம் தொடர்ச்சியாக இந்த விடயத்தை மீளாய்வு செய்து வரும்.

2.7. பொருட்கள் கொண்டு செல்லப்படுவதையும் பொதுமக்களின் நடமாட்டத்தையும் வசதிப்படுத்துவதற்காக இந்தத் தரப்பினர் தமது கட்டுப்பாட்டு கோட்டு பகுதியில் இணைப்பு (அ) வில் கூறப்படும் இடங்களில் சோதனைச் சாவடிகளை அமைக்க ஒப்புக்கொள்கின்றனர்.

2.8. திருமலை-ஹபரணை வீதி பயணிகளின் போக்குவரத்து 24 மணிநேரமும் டி-தினம் 10ல் இது திறந்திருப்பதை உறுதிப் படுத்தும் விதமாக இந்தத் தரப்பினர் நடவடிக்கைகளை எடுக்க வேண்டும்.

2.9. மட்டக்களப்பு பாதையில் ரயில் சேவை வெலிகந்த வரை விஸ்தரிக்கப்படுவதற்கு இந்தத் தரப்பினர் வசதி செய்வர். மட்டக்களப்பு வரை சேவையை விஸ்தரிப்பதற்கு திருந்த பராமரிப்பு பணிகளை சிறிலங்கா அரசாங்கம் மேற்கொள்ள வேண்டும்.

2.10. கண்டி-யாழ்ப்பாணம் (ஏ9) வீதியை இராணுவ பயணமல்லாத பயணிகளதும் பொருட்களினதும் போக்குவரத்திற்கு இந்தத் தரப்பினர் திறந்து விட வேண்டும். இதுபற்றித் திட்டவட்டமான முறைகள் இந்தத் தரப்பினரால் நோர்வே அரசாங்கத்தின் உதவியுடன் ஆகப்பிந்தியது டி-தினம் 30ற்குள் வகுக்கப்பட வேண்டும்.

2.11. மீன்பிடி கட்டுப்பாட்டை படிப்படியாகத் தளர்த்துவது டி-தினத்தில் இருந்து ஆரம்பமாக வேண்டும். பின்வரும் சில விதிவிலக்குகளை தவிர்த்து டி-தினம் 90 அளவில் சகல இரவு, பகல் மீன்பிடி கட்டுப்பாடுகளும் விலக்கப்பட்டிருக்க வேண்டும்.

i) கரையில் பாதுகாப்புப் படைகளது சகல முகாம்களில் இருந்தும் இரு பக்கமாகவும் கரைப்புறமாக ஒரு கடல் மைல் தூரமும், கடல்புறமாக இரு கடல் மைல் தூரமும்,

ii) துறைமுகங்கள், துறை முகங்களுக்குச் செல்லும் வழிகள், கரையோரமாகவுள்ள குடாக்கள், களப்புக்கள் என்பவற்றில் மீன் பிடிக்க அனுமதிக்கப்படமாட்டாது.

2.12. பயங்கரவாத தடுப்புச் சட்டத்தின் கீழ் தேடுதல்கள், கைது செய்தல் என்பன நடக்கக்கூடாது என இந்தத் தரப்பினர் ஒப்புக் கொள்கின்றனர். கைது செய்யப்படுவதானது கிரிமினல் சட்டக் கோவைக்கு அமைந்ததாக முறையான சட்ட ஒழுக்குப்படி நடத்தப்பட வேண்டும்.

2.13. தடுத்து வைக்கப்பட்டிருப்பவர்களை அவர்களது குடும்பத்தவர்கள் சென்று பார்ப்பதற்கு டி-தினம் 30ற்குள் அனுமதிப்பதென இந்தத் தரப்பினர் ஒப்புக் கொள்கின்றனர்.

விதி 3 சிறிலங்கா கண்காணிப்புக்குழு

இந்த ஒப்பந்தத்தின் ஒழுங்குகள் நிபந்தனைகள் மீறப்படும் எந்தவொரு சம்பவத்தையும் விசாரிப்பதற்குப் பொறுப்பாக சர்வதேச கண்காணிப்புக் குழு ஒன்றை அமைப்பதென இந்தத் தரப்பினர் ஒப்புக் கொண்டுள்ளனர். எந்தவொரு மோதலும் தமது தரப்பால் ஏற்படும் போது அவற்றைச் சரிப்படுத்துவதற்கு இரு தரப்பும் முற்றாக ஒத்துழைப்பு வழங்க வேண்டும். இந்த ஒப்பந்தத்தில் ஒப்புக் கொண்டவற்றை நிறைவேற்றுவதில் களத்தில் இருந்து சர்வதேச கண்காணிப்பை இந்தக் குழு பின்வரும் முறையில் மேற்கொள்ளும்.

3.1. இந்தக் கண்காணிப்புக் குழுவின் பெயர் சிறிலங்கா கண்காணிப்புக்குழு.

3.2. இந்தக் தரப்பினரின் ஒப்புதலைப் பெற்று, சிறிலங்கா கண்காணிப்புக் குழுவின் தலைவரை நோர்வே அரசாங்கம் நியமிக்கும். அவரே இந்த ஒப்பந்தத்தின் விளக்கம் தொடர்பாக இறுதி அதிகாரத்தைக் கொண்டிருப்பார்.

3.3. சிறிலங்கா கண்காணிப்புக்குழு இந்தத் தரப்பினருடன் தொடர்பு வைத்திருப்பதுடன் நோர்வே அரசாங்கத்திற்கு அறிக்கை சமர்ப்பிக்கும்.

3.4. சிறிலங்கா கண்காணிப்புக் குழுவின் தலைவர் கண்காணிப்புக் குழுவின் நடவடிக்கைகள் ஆரம்பமாகும் தினத்தை தீர்மானிப்பார்.

3.5. சிறிலங்கா கண்காணிப்புக் குழு, நோர்டிக் நாடுகளின் (டென்மார்க், பின்லாந்து, ஐஸ்லாந்து, நார்வே, சுவீடன்) பிரதிநிதிகளைக் கொண்டு அமைக்கப்படும்.

3.6. சிறிலங்கா கண்காணிப்புக் குழுவின் தலைவர் தெரிவு செய்யும் இடத்தில் குழுவின் தலைமை அலுவலகம் அமைக்கப்படும். சிறிலங்கா அரசாங்கத்துடனும் விடுதலைப் புலிகளுடனும் தொடர்புகொள்ள கொழும்பிலும் வன்னியிலும் அலுவலகங்கள் அமைக்கப்படும். யாழ்ப்பாணம், மன்னார், வவுனியா, திரிகோணமலை, மட்டக்களப்பு, அம்பாறை ஆகிய மாவட்டங்களில் சிறிலங்கா கண்காணிப்புக் குழுவினர் பிரசன்னமாக இருப்பார்கள்.

3.7. யாழ்ப்பாணம், மன்னார், வவுனியா, திரிகோணமலை, மட்டக்களப்பு, அம்பாறை ஆகிய மாவட்டங்களில் கண்காணிப்புக் குழுக்கள் அமைக்கப்படும். ஒவ்வொரு குழுவிலும் ஐந்து அங்கத்தவர்கள் இருப்பார்கள். அவர்களில் இருவர் சிறிலங்கா அரசாங்கத்தாலும் இருவர் விடுதலைப் புலிகளாலும் நியமிக்கப்படுவதுடன் ஒரு சர்வதேச கண்காணிப்பாளர் சிறிலங்கா கண்காணிப்புக் குழுவின் தலைவரால் நியமிக்கப்படுவார். சர்வதேச கண்காணிப்பாளர் இந்த குழுவிற்குத் தலைமை தாங்குவார். சிறிலங்கா அரசாங்கத்தினதும், விடுதலைப் புலிகளினதும் நியமனதாரிகள் ஓய்வுபெற்ற நீதிபதிகள், பொதுச்சேவை உத்தியோகத்தர்கள், சமயத் தலைவர்கள் மற்றும் அத்தகைய பொதுஜனத் தலைவர்கள் ஆகியோர் மத்தியிலிருந்து தெரிவு செய்யப்படலாம்.

3.8. சிறிலங்கா கண்காணிப்புக் குழுவினரின் பாதுகாப்பு மற்றும் பாதுகாப்பு ஏற்பாடுகள் என்பனவற்றிற்கு இந்தத் தரப்பினர் பொறுப்பாயிருப்பார்கள்.

3.9. சிறிலங்கா கண்காணிப்புக் குழுவினர் தமது கடமையை நிறைவேற்றுவதற்கென அவர்களின் நடமாடும் சுதந்திரத்தை உறுதிப்படுத்த இந்தத் தரப்பினர் ஒப்புக் கொள்கின்றனர். ஒப்பந்தம் மீறப்பட்டுள்ளதாக குற்றம் சாட்டப்படும் பகுதிக்கு உடனடியாகச் செல்வதற்கு கண்காணிப்புக் குழுவினர் அனுமதிக்கப்பட வேண்டும். அத்தகைய பகுதிகளில் மேற்படி ஆறு மாவட்ட குழுக்களின் அங்கத்தவர்களும் முடிந்தளவு கூடுதலாக புழங்குவதற்கு வசதி செய்வதென இந்தத் தரப்பினர் ஒப்புக் கொள்கின்றனர்.

3.10. ஒப்பந்தத்தின் எந்தத் தரப்பினரும் செய்யும் எந்த முறைப் பாடுகள் குறித்தும் உடன் நடவடிக்கை எடுப்பதும், அவற்றை விசாரிப்பதும், அத்தகைய முறைப்பாடு தொடர்பாக எழும் எந்தப் பிணக்கையும் தீர்த்து வைப்பதில் இந்தத் தரப்பினருக்கு உதவுவதும் சிறிலங்கா கண்காணிப்புக் குழுவினரின் பொறுப்பாகும்.

3.11. முடிந்தளவு அடிமட்டத்தில் பிணக்கைத் தீர்க்கும் நோக்குடன் சிறிலங்கா அரசாங்கத்தின் ஆயுதப் படைகளது தளபதிகள், விடுதலைப் புலிகளின் பிராந்தியத் தலைவர்கள் ஆகியோருக்கு மத்தியில் தொடர்புகளை, பிணக்குகளுக்கு உரிய பகுதிகளில் பிரச்சினையைத் தீர்க்க உதவுவதற்காக ஏற்படுத்த வேண்டும்.

3.12. சிறிலங்கா கண்காணிப்புக் குழுவின் செயற்பாடு குறித்த வழிமுறைகள் பிறிதொரு தனியான ஆவணத்தில் உருவாக்கப்பட வேண்டும்.

விதி 4 இந்த ஒப்பந்தம்

அமுலுக்கு வருதல் மற்றும் திருத்தங்கள் முடிவிற்கு வருதல்

4.1. இந்த ஒப்பந்தத்திற்குக் கட்டுப்பட்டு தமது விருப்பத்தை ஒவ்வொரு தரப்பும் சிறிலங்கா அரசாங்கத்தின் சார்பில் பிரதமர் ரணில் விக்கிரம சிங்கவும் விடுதலைப் புலிகளின் சார்பில் வேலுப்பிள்ளை பிரபாகரனும் முறையே கையெழுத்திட்டு நோர்வேயின் வெளிவிவகார அமைச்சருக்கு கடிதம் மூலமாக அறிவிக்க வேண்டும்.

4.2. நோர்வேயின் வெளிவிவகார அமைச்சர் அறிவிக்கும் தினத்தில் இந்த ஒப்பந்தம் அமுலுக்கு வரும்.

4.3. இரு தரப்பினதும் பரஸ்பர இணக்கத்துடன் இந்த ஒப்பந்தம் திருத்தவும் மாற்றப்படவும் இயலும். அத்தகைய திருத்தங்கள் எழுத்து மூலமாக நோர்வீஜிய அரசாங்கத்திற்கு அறிவிக்கப்பட வேண்டும்.

4.4. எந்தத் தரப்பினராலும் ஒப்பந்தத்தை முடிவுக்குக் கொண்டு வருவதாக நோர்வே அரசாங்கத்திற்கு அறிவித்தல் கொடுக்கப் படும்வரை இந்த ஒப்பந்தம் அமுலில் இருக்கும். அத்தகைய முன்னறிவித்தல் முடிவிற்கு வரும் தினத்திற்கு 14 தினங்களிற்கு முன்னதாக கொடுக்கப்பட வேண்டும்.

இணைக்கப்பட்டவை

இணைப்பு ஏ: பொருட்களின் நிரல்

இணைப்பு பி: சோதனை நிலையங்கள்.

இணைப்பு ஏ

a. இராணுவ ஆயுதம் அல்லாத ரவைகள், குண்டுகள்.
b. வெடி பொருட்கள்
c. தூர இருந்து இயக்கும் கருவி
d. முள்ளுக்கம்பி
e. தூரதிருஷ்டி கண்ணாடிகள்
f. காற்று அழுத்தி மிஷன்
g. பென்டோஜ் பற்றரி
h. டீசல், பெற்றோல் சீமேந்து, இரும்புக் கம்பிகள் என்பவை கீழ்க்காணும் வழி முறைப்படியும் தொகைப்படியும் கட்டுப்படுத்தப் படும்.

டீசல், பெட்ரோல்

அரசாங்க அதிபர்கள் விடுதலைப்புலிகளின் வட்டாரத்திலுள்ள வாகனங்கள், டிராக்டர்கள், மோட்டார் சைக்கிள் ஆகியவற்றைப் பதிவு செய்வார்கள். அவர், இவற்றிற்குப் பின்வருமாறு ஒரு கிழமை அவசியப்படும் எரிபொருளைக் கணிப்பிட்டு வழங்குவார்.

டிறக் பேருந்துகள் 250 லீட்டர் கிழமைக்கு

4 சில்லு உழவு இயந்திரம் 350 லீட்டர் கிழமைக்கு

2 சில்லு உழவு இயந்திரம் 40 லீட்டர் கிழமைக்கு

பெற்றோல் வாகனம் 30 லீட்டர் கிழமைக்கு

மோட்டர் சைக்கிள் 7 லீட்டர் கிழமைக்கு

மீன்பிடி வள்ளம் 400 லீட்டர் கிழமைக்கு

சீமேந்து

அரசாங்க அதிபரினால் வழங்கப்படும் அனுமதிப்பத்திரத்தின் அடிப்படையில் தொடர்புள்ள நிறுவனங்களின் கீழ் அரச கட்டிடங் களை புனரமைத்தல், பதிவு செய்யப்பட்ட கூட்டுறவு சங்கங்கள் அல்லது இலங்கை அரசாலும் சர்வதேச அரச சார்பற்ற நிறுவனங்

களாலும் சமூகத்தில் செல்வம் படைத்த உறுப்பினர்களாலும் அமுல் படுத்தப்படும் வீடமைப்புத் திட்டங்கள் ஆகியவற்றறிற்குத் தேவைப்படும் சீமேந்து வழங்கப்படும். திட்டமிட்ட மற்றும் அறிவிக்கப்படும் திட்ட முன்னேற்றங்களின் அடிப்படையில் மாதாந்த தேவைகளை அரசாங்க அதிபர் குறிப்பிடுவார்.

தனிப்பட்டவர்கள் பாவனைக்கு, வியாபாரிகளிற்கு, வீடு கட்டுபவர் களுக்கு கூட்டுறவுச் சங்கங்கள் மூலம் வர்த்தக ரீதியில் வழங்கப்படும் இதற்கு ஏற்ப முதல் மாதம் 5000 மூட்டைகளும் அதன் பின் ஒவ்வொரு மாதமும் 10,000 மூட்டைகளும் தனிப்பட்ட விற்பனை, கூட்டுறவு சங்கங்களின் மூலம் பதிவு செய்யப்பட்டு 25 மூட்டைகள் ஒவ்வொரு வீட்டிற்கும் கொடுக்கப்படும்.

இரும்புக் கம்பிகள்

இரும்புக் கம்பிகள் விடுதலைப்புலிகளின் கட்டுப்பாட்டில் உள்ள பிரதேச பாவனைக்கு அரசாங்க அதிபர் அவர்களின் அனுமதியுடன் வழங்கப்படும்.

இணைப்பு பி

உடன்படிக்கையின் பிரிவு 2.7ல் ஒப்புக் கொள்ளப்பட்ட சோதனைச் சாவடிகள் பினவருமாறு:-

- மண்டூர்
- களுதாவெளி வள்ளத்துறை
- மண்முனை வள்ளத்துறை
- கரும்பாலம்
- கிரான் பாலம்
- வாழைச்சேனை
- மகிந்தபுரம்
- உயிலங்குளம்
- பட்டிருப்பு
- அம்பலந்தீவு வள்ளத்துறை
- வவுணத்தீவு
- சித்தாண்டி படகுத்துறை
- கிண்ணியடி படகுத்துறை
- மாங்கேணி
- மூதூர்
- ஓமந்தை

தமிழீழ விடுதலைப்புலிகள் அளித்த இடைக்காலத் தன்னாட்சி அதிகார அவைத் திட்டம் 2003

இலங்கைத் தீவின் வடக்கு - கிழக்கில் இடைக்காலத் தன்னாட்சி அதிகார அவையை [Interim Self - Governing Authority (ISGA)] நிறுவுவதற்கான ஓர் உடன்படிக்கைக்குத் தமிழ் மக்கள் சார்பாகத் தமிழீழ விடுதலைப் புலிகள் முன்வைத்த ஆலோசனைகள்.

சட்டத்தின் ஆட்சிக்கான கோட்பாடுகள், மனித உரிமைகள், அனைத்து மக்களின் சமத்துவம் மற்றும் மக்களது சுயநிர்ணய உரிமைக்கு அமைவாகவும்,

இலங்கைத் தீவின் அனைத்து மக்களுக்கும் நிலையான அமைதியைக் கொண்டு வருவதற்கு உறுதி பூண்டும்,

இத்தீவில் அமைதியைக் கொண்டுவருவதற்கு மாண்புமிகு நோர்வே அரசும், நோர்வே மக்களும் அனைத்துலக சமூகமும் ஆற்றும் சேவைகளை பாராட்டி ஏற்றுக்கொண்டும்,

தமிழ் மக்களுக்கும் சிங்கள மக்களுக்கும் இடையிலான அமைதி நடவடிக்கைகள், சவால்கள் நிறைந்த வரலாறாக அமைந்திருந்தாலும் அமைதி வழியிலான தீர்வுக்கு உண்மையான வாய்ப்பு இருப்பதை இனம்கண்டும்,

இறுதித் தீர்வை அடைவதற்கான செயல்முறை தொடர்ந்து நடைபெற்றுக் கொண்டிருக்க சட்டங்களையும் கொள்கைகளையும் வகுத்து, வடக்கு-கிழக்கிலே மீள்குடியமர்வு, புனர்வாழ்வு, புனரமைப்பு, அபிவிருத்தி ஆகிய பணிகள் அனைத்தையும் செயல்திறனுடன்

விரைவாக நிறைவேற்றுவதன் மூலம் வடக்கு-கிழக்கு மக்களது உடனடித் தேவைகளை வழங்குவதற்காக வடக்கு-கிழக்கு பிராந்தியத்திற்கு ஓர் இடைக்கால தன்னாட்சி அதிகார அவையை நிறுவுவதற்கு உறுதிபூண்டும்,

தமிழ் மக்களுக்கும் சிங்கள மக்களுக்கும் இடையிலான இணக்க முயற்சி வரலாறு, வாக்குறுதியை மீறிய ஒரு செயல்முறை தொடராக இருந்தமையையும் இலங்கை அரசாங்கத்திற்கும் தேர்தல் மூலம் தெரிவான தமிழ்மக்களின் பிரதிநிதிகளுக்கும் இடையே காத்திரமாக செய்துகொள்ளப்பட்ட ஒப்பந்தங்களும் உடன்படிக்கைகளும் அடுத்தடுத்து பதவிக்கு வந்த இலங்கை அரசுகளினால் ஒருதலைப் பட்சமாக மதிக்கப்படாது முடிவுக்கு கொண்டுவரப்பட்டமையையும் கவனத்திலெடுத்தும்,

அடுத்தடுத்து பதவிக்கு வந்த அரசுகள் அனைத்துமே தமிழ்மக்களுக்கு எதிராக மேற்கொண்ட இன அடிப்படையிலான துன்புறுத்தல்கள், பாராபட்சம், அரச வன்முறைகள் மற்றும் அரசுகள் பின்னிருந்து நடத்திய வன்முறைகள் ஆகியனவற்றை மனதில் நிறுத்தியும்,

1976ஆம் ஆண்டு மேற்கொள்ளப்பட்ட வட்டுக்கோட்டைத் தீர்மானத்தை தொடர்ந்து நடைபெற்ற தேர்தலில் சுதந்திர, இறைமை யுள்ள, மதச்சார்பற்ற ஓர் அரசை தமிழ்மக்களுக்காக அமைக்குமாறு தேர்தல் மூலம் தெரிவுசெய்யப்பட்ட தமது பிரதிநிதிகளுக்கு தமிழ் மக்கள் ஆணை வழங்கியிருந்தமையை கவனத்திலெடுத்தும்,

நாற்பதாண்டுகளுக்கும் மேலாக வன்முறையின்றி அமைதி வழியில் மேற்கொண்ட அரசியலமைப்பு வரையறைக்குள் நிகழ்த்தப்பட்ட போராட்டங்கள் பயனற்றதென மெய்ப்பித்து, முரண்பாடுகளை அமைதி வழியில் தீர்ப்பதற்கான வழிகள் இல்லாமல் போன பின்னர்தான், ஒரு தற்காப்பு நடவடிக்கையாகவும் தமிழ் மக்களினது தன்னுரிமையை பெற்றுக்கொள்வதற்கான ஒரு வழிமுறையாகவும் தமிழ் மக்களினது ஆயுதப்போராட்டம் ஆரம்பமானது என்பதை மனதில் நிறுத்தியும்,

முதலில் டிசம்பர் 2000 ஆம் ஆண்டிலும் பின்னர் டிசம்பர் 2001ஆம் ஆண்டிலும் ஒருதலைப்பட்சமாக போர்நிறுத்தத்தைச் சாற்றி நெடுஞ்சாலைகளை திறந்து வணிகத்திற்கும் மக்களது சுதந்திரமான நடமாட்டத்திற்கும் வாய்ப்பு நல்கி இயல்புநிலை திரும்புவதற்கான ஒரு உகந்த சூழ்நிலையையும் முரண்பாட்டிற்கு ஒரு நீதியான தீர்வையும் காணும் நம்பிக்கையோடு சமாதான பேச்சுகளுக்குள் நேர்மையாக

இறங்கி, சமாதானத்தை நோக்கிய நடவடிக்கைகளை தமிழீழ விடுதலைப் புலிகளே முதலில் முன்னெடுத்தார்கள் என்பதனை மீளநினைவுபடுத்தியும்,

2001 போர்நிறுத்த அறிவிப்பிற்கு மதிப்பளித்து தற்போதைய இலங்கை அரசு தானும் ஓர் போர்நிறுத்தத்தை அறிவித்துள்ள அரசியல் துணிவை கவனத்தில் கொண்டும்,

இலங்கைத்தீவிலுள்ள வடக்கு - கிழக்குப் பகுதியின் சமூக, பொருளாதார ஆட்சி மற்றும் கட்டடக் கட்டுமானங்களுக்கு அழிவு களை விளைவித்த போர் வடக்கு - கிழக்கிற்கே பிரதானமாக மட்டுப் படுத்தப்பட்டிருந்ததோடு வடக்கு-கிழக்கே இலங்கைத்தீவின் போரினால் பாதிக்கப்பட்ட நிலப்பகுதியாகத் தொடர்ந்தும் என்பதையும் உணர்ந்தும்,

2000 ஆம் ஆண்டு நடைபெற்ற பொதுத்தேர்தலில் வடக்கு-கிழக்கில் உள்ள பெரும்பான்மையான தமிழ் மக்கள் தமது செயல்களின் மூலம் தமிழீழ விடுதலைப் புலிகளை தங்களுடைய அதிகாரபூர்வமான பிரதி நிதிகளாக ஏற்றுக்கொண்டே தங்களுடைய வாக்கை வழங்கினார்கள் என்பதை இனங்கண்டும்,

இலங்கைத்தீவின் வடக்கு-கிழக்கின் பெரும்பான்மையான நிலப் பகுதிகளின் மீது தமிழீழ விடுதலைப் புலிகளின் ஆட்சி ஆதிக்கமும் கட்டுப்பாடும் செயல்திறனுடன் நடைமுறையாக உள்ளதை கருத்தில் கொண்டும்,

பேச்சுவார்த்தை மூலமாக ஒரு இறுதித் தீர்வை அடைவதும் அதனை நிறைவேற்றுவதும் ஒரு நீண்டகால பணியாக அமையலாம் என்பதை உணர்ந்தும்,

ஏதிலிகளானோர், இடம்பெயர்ந்தோர் அனைவரும் பாதுகாப்பாகவும் தன்னிச்சையாகவும் தத்தம் இடங்களுக்கு மீள்வதற்கான கட்டா யத்தையும் அவர்கள் வடக்கு-கிழக்கிலுள்ள தங்கள் வீடுகளுக்கு தங்கு தடையின்றிச் சென்று, தரையிலும் கடலிலும் தமது வாழ்வாதாரங்களை பெற்றுக்கொள்வதற்கான அவர்களது உடனடித்தேவைகளை வலியுறுத்தியும்,

இலங்கை அரசின் நிறுவனங்களும் அவை வழங்குகின்ற சேவைகளும் வடக்கு - கிழக்கு மக்களது உடனடித்தேவைகளை நிறைவேற்றுவதற் குப் போதுமானவையல்ல என உணரப்பட்டுள்ளமையை மனதிற் கொண்டும்,

அவசர மனிதாபிமான புனர்வாழ்வுத் தேவைகளுக்காக அமைதிப் பேச்சுவார்த்தைகளின்போது அமைக்கப்பட்ட துணைக் குழுவும் (சிரான்- SIHRN) ஏனைய துணைக் குழுக்களும் தோல்வியுற்றமை யையும் மீண்டும் மீண்டும் செயலற்ற நிலைக்கு இட்டுச் சென்ற இந்தத் துணைக் குழுக்களது அமைப்பு முறையே அந்தத் தோல்விகளுக்குக் காரணம் என்பதையும் இனங்கண்டும்,

தற்போதைய இலங்கை அரசு தனது 2000 ஆம் ஆண்டுத்தேர்தல் அறிக்கையில் குறிப்பிட்டவாறு ஓர் இடைக்கால அதிகார அவைக்கான தேவையை அங்கீகரித்துள்ளமைக்கு மதிப்பளித்தும்,

சட்டம், ஒழுங்கைப் பேணுவதும் நீதியானதும் தன்னிறைவுற்றதுமான சமூகத்திற்கு இன்றியமையாத ஒரு கூறு என்பதை உணர்ந்தும்,

போரினால் சிதைந்துள்ள வடக்கு-கிழக்கு நிலப்பரப்பில் மீள்குடி யேற்றம், புனர்வாழ்வு, புனரமைப்பு மற்றும் பொருளாதார வளர்ச்சி என்பதற்கு நிலத்தின் மீதான கட்டுப்பாடு முக்கியம் என்பதை இனங்கண்டும்,

1972 ஆம், 1977 ஆம் ஆண்டு அரசியலமைப்புக்களது உருவாக்கத்தில் தமிழ் மக்கள் பங்கு பெறவில்லை என்பதையும் அவை பாகுபாடான ஆட்சியியலை நிறுவனப்படுத்தி தீர்மானம் எடுக்கும் செயல்முறையில் காத்திரமான பங்கினை தமிழ்மக்களுக்கு வழங்க மறுத்ததையும் மனதிற்கொண்டும்,

இனங்களுக்கிடையிலான முரண்பாடுகளை தீர்க்க புதுமையானது பரந்த சிந்தனையுடையதுமான நடைமுறைகளூடே சமத்துவத்தின் அடிப்படையில் முரன்பட்ட தரப்புகளுக்கிடையே உடன்படிக்கையினை ஏற்படுத்துவதன் மூலமாக கடந்த பத்தாண்டு காலப்பகுதியில் உலகெங்கும் ஏற்பட்டு வரும் சிறந்த வழமைகளை கவனத்தில் கொண்டும்,

இலங்கைக் கண்காணிப்புக் குழுவின் (SLMM) பணியை உள்ளடக்கிய போர் நிறுத்த ஒப்பந்தம் (SIHRN) மற்றும் வடக்கு-கிழக்கு மீள்கட்டுமான நிதியம் (NERF) அமைக்கப்பட்டமை போன்ற நடைமுறைகள் இத்தகைய ஒழுங்குகளை ஏற்படுத்துவதற்குரிய பெறுமதியான முன்னுதாரணங்களாக அமைகின்றன என்பதை கவனத்தில் கொண்டும்,

மேலே கூறியவற்றின் அடித்தளத்தில் பேச்சுவார்த்தையில் ஈடுபட்டுள்ள தரப்பினரான தமிழீழவிடுதலைப்புலிகளும் இலங்கை அரசும் கீழ்வரும் ஏற்பாடுகளுக்கு இதன்மூலம் இணங்குகின்றன.

1. இடைக்காலத் தன்னாட்சி அதிகார அவை (ISGA **)**

பேச்சுவார்த்தை மூலமான இறுதித்தீர்வு எட்டப்பட்டு நடைமுறைக்கு வரும்வரை, வடக்கு-கிழக்கிலுள்ள அம்பாறை, மட்டக்களப்பு, யாழ்ப்பாணம், கிளிநொச்சி, மன்னார், முல்லைத்தீவு, திரிகோணமலை மற்றும் வவுனியா ஆகிய எட்டு ஆட்சி மாவட்டங்களையும் உள்ளடக்கி ஓர் இடைக்காலத் தன்னாட்சி அதிகார அவை [Interim Self & Governing Authority (ISGA)] நிறுவப்படும். இதில் முஸ்லிம் சமூகத்தின் பங்கை உருவாக்கம் செய்வதில் கலந்துகொள்வதற்கு அவர்களது பிரதி நிதிகளுக்கு உரிமை உண்டு.

2. ISGA-**யின் உறுப்பமைப்பு**

2.1. இந்த உடன்படிக்கைக்கு தொடர்பான இருதரப்பினராலும் தீர்மானிக்கப்படும் எண்ணிக்கையிலான உறுப்பினர்களை இடைக் காலத் தன்னாட்சி அதிகார அவை கொண்டிருக்கும்.

2.2. ISGA-யில் கீழ்வருமாறு அமையும்.

2.2. (அ) தமிழீழ விடுதலைப்புலிகள் நியமிக்கும் உறுப்பினர்கள்,

2.2. (ஆ) இலங்கை அரசு நியமிக்கும் உறுப்பினர்கள்,

2.2. (இ) வடக்கு-கிழக்கிலுள்ள முஸ்லீம் சமூகத்தினர் நியமிக்கும் உறுப்பினர்கள்.

2.3. கீழ்வருவனவற்றை உறுதிசெய்யக்கூடிய விதத்தில் உறுப்பினர்களின் எண்ணிக்கை தீர்மானிக்கப்படும்.

2.3. (அ) ISGA-யில் தமிழீழ விடுதலைப் புலிகள் நியமித்த உறுப்பினர்களே அறுதிப்பெரும்பான்மை எண்ணிக்கையினராக இருப்பார்கள்.

2.3. (ஆ) மேலுள்ள துணை விதி (அ)விற்குப் பங்கம் ஏற்படாத வகையில் வடக்கு-கிழக்கிலுள்ள முஸ்லீம் மற்றும் சிங்கள சமூகங்கள் ISGA-யில் பிரதிநிதித்துவத்தைக் கொண்டிருக்கும்.

2.4. தலைவர் (Chairperson) ISGA-விலுள்ள உறுப்பினர்களின் பெரும்பான்மை வாக்குகளால் தெரிவாகி ISGA-வின் பிரதான நிறைவேற்று அதிகாரியாகச் செயல்படுவார்.

2.5. வடக்கு கிழக்கிற்கான தலைமைச் செயலாட்சியரையும் அவரது கடமைகளை ஆற்றுவதில் உதவுவதற்குத் தேவையான ஏனைய அதிகாரிகளையும் தலைவரே நியமிப்பார். இந்த நியமனம்

எதனையும் இடைநிறுத்துவதற்கோ அல்லது முடிவுக்குக் கொண்டு வருவதற்கோ தேவையான அதிகாரங்களையும் தலைவர் கொண்டிருப்பார்.

3. தேர்தல்கள்

விதிகள் 2.2 மற்றும் 2.3இன் ஏற்பாடுகள் ISGA-விற்கான தேர்தல்கள் நடக்கும்வரை தொடரும். இந்த ஒப்பந்தம் நடைமுறைக்கு வந்து ஐந்தாண்டுகளின் முடிவில் இறுதித்தீர்வு எதுவும் எட்டப் படாமலும் நிறைவேற்றப்படாமலும் இருப்பின் இந்த ஐந்தாண்டுக் காலப்பகுதி முடிவடைகையில் தேர்தல்கள் நடத்தப்படும். ISGA-வினால் நியமிக்கப்படும் ஒரு தன்னதிகாரமுள்ள தேர்தல் ஆணைக்குழு, சுதந்திரமானதும் நேரடியானதுமான தேர்தல்களை அனைத்துலகக் கண்காணிப்பின் கீழ் அனைத்துலக மக்களாட்சிக் கோட்பாடுகள் மற்றும் நியமனங்களுக்கு அமைவாக நடத்தும்.

4. மனித உரிமைகள்

அனைத்துலக மனித உரிமைகள் பட்டயத்தில் கூறியுள்ள அனைத்து உரிமைகளையும் வடக்கு-கிழக்கில் உள்ள மக்கள் பெற உரிமையுடையவர்கள். ISGA-வினால் இயற்றப்படும் சட்டம், ஒழுங்குமுறை, தீர்ப்பு, கட்டளை, தீர்மானம் எல்லாம் மனித உரிமைகள் பாதுகாப்பிற்கென அனைத்துலகம் ஏற்ற நியமங்களுக்கு அமைவாக இருத்தல் வேண்டும். ISGA-வினால் நியமிக்கப்படும் ஒரு தன்னதிகார ஆணைக் குழு இந்த மனித உரிமைகளுக்கான கட்டுப்பாடுகள் யாவும் பேணப்படுவதை உறுதி செய்யும். மனித உரிமைகளை பாதுகாப்பதற்கு ஒரு காத்திரமான ஒழுங்கமைப்பை நிறுவுவதற்கு இந்த ஆணைக்குழு அனைத்துலக மனித உரிமைகள் அமைப்பின் உதவியை நாடும். இந்த ஆணைக்குழு எந்தவொரு தனிநபரிடமிருந்தும் முறைப்பாடுகளை ஏற்று விசாரணை செய்து பாதிக்கப்பட்ட ஒவ்வொரு தனிநபருக்கும் வழங்கப்படவேண்டிய இழப்பீட்டை பரிந்துரைத்தது அவர்களின் உரிமைகள் மீள நிலைநிறுத்தப்படுவதை உறுதிசெய்யும்.

5. மதச்சார்பின்மை

வடக்கு-கிழக்கில் எந்தவொரு மதத்திற்கும் சிறப்பிடம் இல்லை.

6. பாகுபாட்டிற்கு எதிரான தடை

இன, மத, சாதி, தேசிய அல்லது பிராந்தியம், வயது, அல்லது ஆண், பெண் என்பனவற்றின் அடிப்படையில் வடக்கு கிழக்கில் பாகுபாடு காட்டப்படாதிருப்பதை ISGA உறுதிசெய்யும்.

7. லஞ்ச ஊழலை தடுத்தல்

ISGA தனது ஆட்சியில் அல்லது தனது ஆட்சியின் கீழ் கையூட்டு அல்லது ஊழல் எதுவும் இடம்பெறாததை உறுதிசெய்யும்.

8. அனைத்து சமூகங்களின் பாதுகாப்பு

பண்பாடு அல்லது மதம் தொடர்பாக ஒரு சமூகத்திற்கு வழங்காத தனிச்சலுகைகளை அல்லது அவர்கள்மீது திணிக்காத இன்னல்களை இன்னொரு சமூகத்திற்கு வழங்கும் அல்லது திணிக்கும் சட்டம், ஒழுங்குமுறை, விதி, கட்டளை அல்லது தீர்மானம் எதையும் ISGA மேற்கொள்ளாது.

9. ISGA-யின் ஆட்சி வரைவு

9.1. மீள்குடியமர்வு (Resettlement), புனர்வாழ்வு (Rehabilitation), புனரமைப்பு (Reconstruction) மற்றும் தற்போதுள்ள சேவை களையும் வசதிகளையும் மேம்படுத்தி உயர்த்துதல் உள்ளடங்களான வளர்ச்சி (Development) (இதன் பின்னால் RRRD என்ற சொல்லால் குறிப்பிடப்படு றது). வரிவிதித்தல் உள்ளடங்கலான வருவாய் ஈட்டல், வருமானம், தீர்வையும் சுங்கவரியும் சட்டமும் ஒழுங்கும் மற்றும் காணி தொடர் பான அதிகாரங்கள் உள்ளடங்கலான வடக்கு-கிழக்கை ஆளுகை செய்வதற்கு வேண்டிய அனைத்து அதிகாரங்களையும் ISGA கொண்டிருக்கும். இந்த அதிகாரங் களுக்குள் வடக்கு-கிழக்கிலும் வடக்கு- கிழக்கிற்காகவும் மாகாண ஆட்சி தொடர்பாக இலங்கை அரசினால் செயல்படுத்தப்படும் அனைத்து அதிகாரங்களும் செயல்பாடுகளும் உள்ளடங்கும்.

9.2. இவ்வாறான அதிகாரங்களை நடைமுறைப்படுத்தவும் செயல் பாடுகளை செயல்படுத்துவதற்குமான விரிவான வழிமுறைகள் இந்த ஒப்பந்தத்திற்கு தொடர்புடைய இருதரப்பினராலும் மேலும் பேசி முடிவெடுக்கப்படும்.

10. நீதி

10.1. அதிகாரங்களை வகை பிரித்தல்

வடக்கு-கிழக்கில் நீதி நடைமுறைக்கான தனியான அமைப்புகளை உருவாக்கி அந்த அமைப்புகளுக்கு நீதி அதிகாரங்கள் உரித்தாக்கப்படும், நீதிபதிகளது தன்னதிகாரத்தை உறுதி செய்வதற்கு ISGA பொருத்தமான நடவடிக்கைகளை எடுக்கும்.

இந்த ஒப்பந்தத்தின் விதி மற்றும் மனித உரிமைகள் இதற்கு பிணக்கு தீர்த்தல் பங்கம் ஏற்படாதவாறு இந்த விதியின் கீழ் உருவாகும் அமைப்புகளே இந்த உடன்படிக்கையின் மெய்ப்பொருளை தெரிந்து நிறைவேற்றுவதில் எழும் அனைத்து பிணக்குகளையும் இந்த உடன்படிக்கையில் அல்லது இந்த உடன்படிக்கையின் கீழ் அல்லது இந்த உடன்படிக்கையின் ஏதெனும் ஏற்பாட்டில் தனித்துவமான ஆட்சியுரிமையை கொண்டிருக்கும்.

11. நிதி

ISGA வருடாந்தர வரவு-செலவு திட்டம் ஒன்றைத் தயாரிக்கும்.

ISGAவினால் நியமிக்கப்படும் உறுப்பினர்களைக் கொண்ட நிதி ஆணைக்குழு ஒன்று அமைக்கப்படும். இந்த உறுப்பினர்கள் நிதி, ஆட்சி அல்லது வணிகம் போன்ற துறைகளில் உயர் பதவி வகித்தவர் களாகவோ அல்லது இத்துறைகளில் சிறப்புத் தேர்ச்சி பெற்றவர்கள் என இனங் காணப்பட்டவர்களாகவோ இருக்க வேண்டும். இலங்கை அரசின் ஒன்றுதிரட்டிய நிதியத்திலிருந்து (Consolidated Fund) வடக்கு-கிழக்கிற்கு ஒதுக்கப்பட வேண்டிய நிதியின் அளவை இந்த ஆணைக் குழு பரிந்துரைக்கும். இந்த பரிந்துரைகளைச் செயல்படுத்த இலங்கை அரசு நல்லெண்ண முயற்சிகளை மேற்கொள்ளும்.

சமவிகிதத்தில் பகிர்ந்தளிப்பதற்கு உரிய கவனம் செலுத்தி ISGA தன் வசமுள்ள நிதியங்களை எப்படிப் பயன்படுத்துவதெனத் தீர்மானிக்கும். ISGA வசமுள்ள நிதிகளுள் வடக்கு-கிழக்கு பொதுநிதியம், வடக்கு-கிழக்கு மீள்கட்டுமான நிதியம், சிறப்பு நிதியம் ஆகியன உள்ளடங்கி யிருக்கும்.

வடக்கு-கிழக்கில் அல்லது வடக்கு-கிழக்கிற்காக இலங்கை அரசு செய்யும் அனைத்துச் செலவுகளும் ISGA வின் கட்டுப்பாட்டின் கீழ் வருகிறது என்பதை இலங்கை அரசு ஏற்றுக்கொள்கிறது.

11.1. வடக்கு - கிழக்கு பொது நிதியம்

வடக்கு-கிழக்கு பொது நிதியம் ISGAவின் கட்டுப்பாட்டில் இருப்ப தோடு பின்வருவனவற்றை உள்ளடக்கியிருக்கும்.

11.1 (அ). ஏதேனும் குறித்த நோக்கங்களுக்காக இலங்கை அரசு வழங்கும் அனைத்து உதவிகளிலிருந்தும் கடன்களிலிருந்தும் கிடைக்கும் பணம் மற்றும் ISGA விற்கு வழங்கப்படும் ஏனைய பிற கடன்களின் மூலம் பெறப்படும் பணம்,

11.1(ஆ). அரசுகளுடனோ, நிறுவனங்களுடனோ ஏனைய அமைப்பு களுடனோ ஏற்படுத்திக்கொள்ளும் ஒப்பந்தங்களின் அடிப்படையில் வடக்கு-கிழக்கிற்கென இலங்கை அரசால் குறித்தொதுக்கப்படும் நிதிகள்,

11.1(இ). கீழே குறிப்பிடப்படும் நிதியங்கள் தவிர்ந்த ISGA-விற்கு கிடைக்கும் ஏனைய வரவுகள்,

11.2. வடக்கு - கிழக்கு மீள்கட்டுமான நிதியம் (NERF)

NERF அமைப்பு, கட்டுப்பாடு ISGA விற்கு மாற்றப்படுவது தவிர, ஏனைய கூறுகளில் அதன் தற்போதைய வடிவத்திலேயே தொடர்ந்தும் இருக்கும்.

வடக்கு-கிழக்கு மீள்கட்டுமானத்திற்காக கொடுக்கப்படும் அனைத்து கொடுப்பனவுகளும் NERF நிதியத்தினூடாகப்பெறப்படும். வடக்கு - கிழக்கு மீள்கட்டுமான நிதியத்திலிருந்து பெறப்படும் வளங்களைப் பயன்படுத்துவது தொடர்பாக ISGA நேரடியாக முடிவுகளை எடுத்துக் கண்காணிக்கும்.

11.3. சிறப்பு நிதியம்

மீள்குடியமர்வு, புனர்வாழ்வு, மீள்கட்டுமானம் மற்றும் அபிவிருத்தி (RRRD) ஆகியவற்றிற்கென்றே வரும் கடன்களும் கொடுப்பனவுகளும் NERF நிதியத்தினூடாக உள்வர முடியாதவிடத்து இந்தச் சிறப்பு நிதியத்தில் உள்வாங்கப்படும். ஏனைய நிதியங்களைப் போலவே இந்த சிறப்பு நிதியமும் ISGAவின் கட்டுப்பாட்டில் இருக்கும்.

12. வணிகம்

கடன்பெறுவதற்கும் உதவிபெறுவதற்கும் வணிகத்துக்குமான அதிகாரங்கள் உள்ளூரிலும் வெளியூரிலும் கடன் பெறுதல், உறுதி மொழிகளையும் இழப்பீடுகளையும் வழங்குதல், நேரடியாக உதவிகளைப் பெறுதல், உள்ளூர் மற்றும் வெளியூர் வணிகத்தில் ஈடுபடுதல் அல்லது அதனை ஒழுங்கமைத்தல் போன்றவற்றிற்கான அதிகாரங்களை ISGA கொண்டிருக்கும்.

13. நிதிக்கணக்கீடும் கணக்காய்வும்

13.1. ISGA அவையானது கணக்காளர்கள் நாயகம் ஒருவரை நியமிக்கும்.

13.2. இந்த ஒப்பந்தத்தில் குறிப்பிட்டுள்ளார் அனைத்து நிதியங்களும் அனைத்துலக வழமைகளுக்கமைந்த கணக்கீடு மற்றும் கணக்காய்வு

களுக்கு அமைவாகச் செயல்பட்டு, பேணிக்கணக்கீடு செய்யப் படும். கணக்காளர் நாயகத்தால் இந்தக் கணக்குகள் ஆய்வுகள் செய்யப்படும்? அனைத்துலக மூலகங்களிலிருந்து பெறப்படும் அனைத்து நிதிகளது கணக்காய்வும் ISGA அவையினால் பணிக்கமர்த்தப்படும் அனைத்துலக புகழ்பெற்ற நிறுவனத்தின் ஒப்புதலை பெறவேண்டும்.

14. மாவட்ட குழுக்கள்

14.1. தனது சட்டவாக்க மற்றும் நிறைவேற்று அதிகாரங்களை காத்திரமாக செயல்படுத்துகையில் மாவட்டங்களின் ஆள்கையை மேற்கொள்வதற்காக ISGA, மாவட்ட குழுக்களை உருவாக்கி இந்த குழுக்களுக்குத்தான் தீர்மானிக்கின்ற அதிகாரங்களை பகிர்ந்தளிக் கலாம்.

ISGA-க்கும் குழுக்களுக்கும் இடையிலான ஒரு இணைப்பாளராகச் சேவையாற்றக்கூடியவாறு ISGA உறுப்பினர்கள் மத்தியிலிருந்து ISGA இந்தக் குழுக்களினது தலைவர்களை பதவியில் அமர்த்தும்.

14.2 குழுவின் ஏனைய உறுப்பினர்கள் ISGA-வினால் நியமிக்கப் படுவதோடு இந்தப் பதவி அமர்த்தல் இடைநிறுத்துவதற்கு அல்லது முடிவுக்குக் கொண்டுவருவதற்கான அதிகாரங்களையும் ISGA கொண்டிருக்கும். இந்த உறுப்பினர்களை பதவி அமர்த்துகையில் அனைத்து சமூகங்களின் பிரதிநிதித்துவத்தை உறுதிசெய்வதற்கு உரிய கவனம் செலுத்தப்படும்.

14.3. இந்தக் குழுக்கள் ISGA வின் கீழ் நேரடியாக செயல்படும்.

14.4. ISGA வின் தலைமை செயலாளர் மாவட்டங்களில் முதன்மை நிறைவேற்று அதிகாரிகளை நியமிப்பதோடு இந்த முதன்மை நிறைவேற்று அதிகாரிகள் அவ்வக்குழுக்களுக்கு செயலாளர் களாகவும் செயல்படுவார்கள். இந்த பதவியமர்தல் எதனையும் இடையில் அல்லது முடிவுக்கு கொண்டுவருவதற்கான அதிகாரங் களை தலைமைச்செயலாளர் தன்னகத்தே கொண்டிருப்பார்.

14.5. குழுக்களினது அனைத்து நடவடிக்கைகளும் செயல்பாடுகளும் அந்தந்தக் குழுக்களின் செயலாளர்களூடாக ஒருங்கிணைக்கப்படும்.

14.6. நிர்வாகத்திற்கு உதவியாக இருப்பதற்காக துணைக் குழுக்களும் அமைக்கப்படலாம்.

15. நிர்வாகம்

தனது நிறைவேற்று அதிகாரங்களை செயல்படுத்தும் ஒரு பகுதியாக இந்த ஒப்பந்தத்தின் 9வது விதியில் குறிப்பிடப்பட்ட அதிகாரங்களுடன் தொடர்புபட்ட வடக்கு-கிழக்கிலுள்ள அனைத்து ஆளுகை அமைப்பு களும் ஆளணியும் ISGA வின் கட்டுப்பாட்டிலும் நெறிப்படுத்தலிலும் அமையும்.

ISGA தன்னிச்சையாக தேவையான துறைகளில் நிபுணர்களினது ஆலோசனை குழுக்களை உருவாக்கலாம். இந்த ஆலோசனை குழுக்கள் பொருளாதார விபகாரங்கள், நீதி விபகாரங்கள், நிதி விபகாரங்கள், மீள்குடியமர்வு மற்றும் புனர்வாழ்வு விபகாரங்கள் அடிப்படை கட்டுமானங்களை வளர்த்தல் மற்றும் கட்டாய சேவைகள் ஆகியவற்றிற்கும் இவற்றிற்கென மட்டுப்படுத்தப்படாமல் மேலும் தேவையான துறைகளுக்கும் அமைக்கப்படலாம்.

16. காணி நிர்வாகம்

9 வது விதியில் குறிப்பிட்டுள்ள அதிகாரங்களை செயல்படுத்துவதற்கு காணி முக்கியம் என்பதால் வடக்கு-கிழக்கிலுள்ள தனியாருக்கு சொந்தமானவை தவிர்ந்த அனைத்து காணிகளையும் பகிர்ந்தளிப் பதற்கும் மற்றும் பொருத்தமான தேவைகளுக்கு பயன்படுத்துவதை தீர்மானிப்பததற்குமான அதிகாரத்தை ISGA கொண்டிருக்கும்.

காணிகளிலிருந்து விரட்டப்பட்ட மக்களினது காணிகளின் உரிமை, அத்துமீறி குடியேறியோர் வசிக்கும் காணிகளின் உரிமை போன்ற வற்றை, காலம் எவ்வளவு கடந்தாலும் விசாரித்து அறிக்கை வழங்கவென காணி ஆள்கை தொடர்பான சிறப்பு ஆணைக்குழு ஒன்றை ISGA நியமிக்கும்.

சிறப்பு ஆணைக்குழு செயல்படுகிற காலவரையறையை ISGA தீர்மானிக்கும்.

17. ஆக்கிரமிக்கப்பட்ட நிலங்களில் மீள்குடியமர்வு

இலங்கை அரசின் ஆயுத படையினர் காணிகளை ஆக்கிரமிக்கப்பட்ட இந்தக் காணிகளுக்கு உரிமையுடைய பொதுமக்கள் தங்களது காணி களுக்கு செல்வதை மறுப்பது அனைத்துலக சட்ட விதிகளை மீறும் செயலாகும். இந்த காணிகள் உடனடியாக மீட்கப்பட்டு உரியவர் களிடம் கையளிக்கப்பட வேண்டும். சொந்தக்காரர் களிடமிருந்து அவர்களது காணிகளை கடந்தகாலங்களில் பறித்து வைத்திருந்தமைக் காக இலங்கை அரசு அவர்களுக்கு கட்டாயம் இழப்பீடு செலுத்த

வேண்டும். இந்த காணிகளில் அங்கிருந்து இடம்பெயர்ந்த மக்களையும் அகதிகளையும் மீள்குடியமர்த்தி புனர்வாழ்வு அளிப்பதற்கு ISGA பொறுப்பாக இருக்கும்.

18. கடல் மற்றும் கரையோர வளங்கள்

வடக்கு-கிழக்கு நிலப்பகுதியை அண்டிய கடல் மற்றும் கரையோர வளங்கள் மீது ISGA கட்டுப்பாட்டைக் கொண்டிருப்பதோடு இந்த வளங்களை பயன்படுத்துவது தொடர்பாக தேவைப்படும் கட்டுப்பாடு களை ஒருங்கமைப்பதற்காக அதிகாரங்களையும் கொண்டிருக்கும்.

19. இயற்கை வளங்கள்

வடக்கு - கிழக்கிலுள்ள இயற்கை வளங்கள்மீது ISGA கட்டுப்பாட்டை கொண்டிருக்கும். அத்தகைய இயற்கை வளங்கள் தொடர்பாக ஏற்கனவே செய்த ஒப்பந்தங்கள் தொடர்ந்தும் நடைமுறையில் இருக்கும். அத்தகைய ஒப்பந்தங்களில் கீழ் வரவேண்டிய பணம் அனைத்தும் ISGA வுக்கு செலுத்தப்படுவதை இலங்கை அரசு உறுதி செய்யும். நடைமுறையில் இருக்கும் அத்தகைய ஒப்பந்தங்களில் எதிர்காலத்தில் ஏற்படக்கூடிய மாற்றங்கள் யாவும் ISGA வின் ஒப்புதலுடனேயே செய்யப்பட வேண்டும். எதிர்காலத்தில் இவற்றுக்கான வேறு புதிய ஒப்பந்தங்களை ISGA வுடன் செய்யவேண்டும்.

20. நீர்ப்பயன்பாடு

ஆறுகளின் கடைமடைப்பகுதிகளில் நீர் பெறுவோருக்கு நீதியாகவும் நியாயமாகவும் சம அளவிலும் நீர் கிடைப்பதை உறுதிசெய்ய வேண்டிய கடப்பாடு ஆறுகளின் தோற்றுவாய் பகுதிகளில் நீர் பெறுவோருக்கு உண்டு. இலங்கை அரசும் ISGA வும் உலகெங்கும் ஏற்று நடைமுறையில் இருக்கும் நீர்வளப்பயனுறுத்து கோட்பாடுகளை பின்பற்றுமாறு உறுதி பூணவேண்டும்.

21. ஒப்பந்தங்களும் குத்தகைகளும்

ISGA வின் ஆட்சி வரைவினுள் வருவன தொடர்பாக எதிர்காலத்தில் எய்தப்படும் ஒப்பந்தங்கள் அனைத்தும் ISGA வுடன் மேற்கொள்ளப்பட வேண்டும்.

22. பிணக்குத்தீர்த்தல்

இந்த ஒப்பந்த விதிகளுக்கு பொருள் காண்பதிலேயோ நடைமுறைப் படுத்துவதிலோ இருதரப்பினரிடையேயும் பிணக்கு ஏதேனும் ஏற்பட்டு, அப்பிணக்கு நோர்வே அரசின் நல்லிணக்கம் உட்பட

இருதரப்பினருக்கும் ஏற்புடையதான வேறு ஏதாவது வழியில் தீர்க்கப்பட முடியாவிட்டால் மூன்று உறுப்பினர்கள் கொண்ட ஓர் இணக்க மன்றத்தில் விசாரிக்கப்படும். இதில் இருவர், தரப்பிற்கு ஒருவராக இரு தரப்பினராலும் பதவியில் அமர்த்தப்படுவர். இருதரப்பினராலும் பதவி அமர்த்தப்பெறும் மூன்றாவது உறுப்பினர் மன்றத்தின் தலைவராகச் செயல்படுவார். தலைவர் நியமனத்தில் ஏதேனும் கருத்து வேறுபாடு ஏற்படுமிடத்து மன்றத்தின் தலைவரை நியமிக்குமாறு அனைத்துலக நீதிமன்றத்தின் தலைவரை (President of the International Court of Justice) இருதரப்பினரும் கோருவர்.

எந்தவொரு பிணக்கு பற்றியும் தீர்மானம் எடுக்கையில், பிணக்கு தீர்ப்பவர்கள் தமிழீழ விடுதலைப் புலிகளினதும் இலங்கை அரசினதும் சமத்துவமான நிலையை உறுதிசெய்வதோடு இந்த உடன்படிக்கையின் ஏற்பாடுகளை மாத்திரமே உசாத்துணையாகக்கொண்டு பிணக்குகளை தீர்ப்பர். பிணக்கு தீர்ப்பவர்களது தீர்மானம் இறுதியானதாகவும் முடிவானதாகவும் இருப்பதோடு, பிணக்கில் தொடர்புடைய இருதரப்பினரையும் கட்டுப்படுத்தும்.

23. செயற்படும் காலம்

பேச்சுவார்த்தை மூலமான நிலையான தீர்வொன்றின் விளைவாக வடக்கு-கிழக்கிற்கென ஓர் புதிதான அரசாங்கம் நிறுவப்படும்வரை இந்த ஒப்பந்தம் தொடர்ந்து நடைமுறையில் இருக்கும். அத்தகைய ஒரு தீர்வை எவ்வளவு விரைவாக அடையமுடியுமோ அவ்வளவு விரைவாக அடைவதற்கு இருதரப்பினரும் நல்லெண்ணத்துடன் பேச்சு வார்த்தையில் ஈடுபடுவர்.

சர்வதேச அழுத்தங்களை அடுத்து இலங்கை அரசு அமைத்த கற்றுக்கொண்ட பாடங்கள் மற்றும் நல்லிணக்க ஆணைக்குழுவின் (LLRC) அறிக்கை

மொழிப்பெயர்ப்பு: மாற்றுக் கொள்கைகளுக்கான நிலையம், இலங்கை.
(முக்கிய அம்சங்கள் மட்டும் இணைக்கப்பட்டுள்ளன.)

அத்தியாயம் நான்கு: **மோதல்களின் இறுதிக் கட்டம் தொடர்பாக சர்வதேச மனிதாபிமான சட்டப் பிரச்சினைகளின் அவதானிப்புகள் மற்றும் பரிந்துரைகள்.**

பொதுமக்களின் பாதுகாப்பு மற்றும் பொதுமக்கள் பாதிப்புக்களைத் தவிர்ப்பதற்கான வழிமுறைகள்.

9.4. சர்வதேச மனிதாபிமான சட்டங்களின் மீறல்கள் தொடர்பான குற்றச்சாட்டுக்களின் சூழ்நிலையில் இலங்கை அனுபவத்தை மதிப்பீடு செய்யும்பொழுது, தமிழீழ விடுதலைப் புலிகளின் கட்டுப்பாட்டு பிரதேசங்களை மீட்பதற்குப் பொதுமக்களின் பாதுகாப்புக்கு உச்சக்கட்ட முன்னுரிமை அளித்த இராணுவத் தந்திரோபாயங்கள் குறித்து ஆணைக்குழு திருப்தியடைகிறது. இது தொடர்பில், மோதல்களின் இறுதிக் கட்டங்களில் தங்களது இராணுவ நடவடிக்கைகளை மேற்கொள்வதில் பாதுகாப்புப் படைகளின் நகர்வுகள் திட்டமிடப்பட்ட மந்தகதியைக் கொண்டிருந்தது. இது பொது மக்கள் பாதிப்பை தவிர்ப்பதற்கு அல்லது அவற்றைக் குறைப்பதற்கு கவனமாகத் திட்டமிடப்பட்ட தந்திரோபாயத்திற்கு அத்தாட்சியாக இருந்ததையும் ஆணைக்குழு கவனத்தில் கொள்கிறது.

9.5. இந்தக் காரணிகள், இராணுவ நடவடிக்கைகளை மேற் கொள்வதற் கான கொள்கை ஒன்றின் உருவாக்கத்தில் பொதுமக்கள்

உயிர்களின் பாதுகாப்பு முக்கியமானதொரு அம்சமாகும் எனும் நிலைப்பாட்டுடன் உறுதியானவையாக இருந்தன. மேற்கூறப்பட்ட அத்தியாயம் 4 இன் பிரிவு 2 இல் பந்திகள் 4.106, 4.107, 4.109, 4.110 மற்றும் 4.111 என்பவற்றினூடாக மேலதிக புலன் விசாரணைகளைத் தேவைப்படுத்தும் பிரத்தியேகமான சம்பவங்கள் இருந்தபோதிலும், அவை திட்டமிட்டே பொதுமக்களை இலக்காகக் கொள்வது எனும் கொள்கையொன்றின் அம்சமாகும் என்ற ஏதேனும் கூற்றுக்கு எதிரான எதிர்நிலையைக் கொண்டிருந்தன.

யுத்த சூன்ய வலயங்கள்

9.6. உண்மையில் மோதல்களின் இடைநடுவில் சிக்கி, பொதுமக்கள் உயிரிழப்புகள் ஏற்பட்ட போதிலும்கூட, யுத்த சூன்ய வலயங்களி லிருந்த பொதுமக்களை பாதுகாப்புப் படைகள் திட்டமிட்டே இலக்கு வைக்கவில்லையென ஆணைக்குழு அதன் முன்னுள்ள அனைத்துக் காரணிகள் மற்றும் நிலைமைகள் என்பவற்றைக் கவனத்தில் கொண்டு தீர்மானிக்கின்றது. மேலும், மோதல் பகுதிகளி லிருந்து பாதுகாப்பான பிரதேசங்களுக்குத் தப்பியோட முயன்ற பொதுமக்களை தமிழீழ விடுதலைப் புலிகள் இலக்கு வைத்தமையும், கொன்றமையும், கண்ணிவெடிகளினால் ஏற்படுத்தப்பட்ட அச்சுறுத்தல்கள் மற்றும் அவற்றின் விளைவாக பொதுமக்களுக்கு ஏற்பட்ட இறப்புக்கள் மற்றும் காயங்கள் மற்றும் நந்திக் கடலைக் கடப்பதில் உள்ளிருந்த அபாயங்கள் ஆகிய அனைத்தும் கூட்டாகப் பொதுமக்கள் பாதிப்புகளுக்குப் பங்களித்தன. அத்தோடு, தமிழீழ விடுதலைப் புலிகளின் துப்பாக்கி நிலைகள் மீதானதொரு தாக்குதல் சம்பந்தப்பட்ட இராணுவத் தாக்குதலின் குறிக்கோளுக்கான தொடர்புபட்டதும் மற்றும் விகிதாசாரப் பங்களிப்பையும் வழங்கும் என்பதில் ஒரு உண்மையான எதிர்பார்ப்பு காணப்படுவதையும் நியாயமானதாகவே முடிவு செய்யலாம்.

9.7. மேற்படி தீர்மானங்களை எட்டியபின், பாதுகாப்புப் படைகளால் திட்டமிட்ட வகையில் பொதுமக்கள் இலக்கு கொள்ளப்படாத விடத்து, யுத்த சூன்ய வலயத்திற்குள் சூட்டு வலுவைத் திருப்பி உபயோகித்த பாதுகாப்புப் படைகளின் நடவடிக்கை சூழ்நிலையின் விகிதாசார அளவிற்கு அதிகமாக இருந்ததா என்ற கேள்வியைக் கவனத்தில் கொள்வதும் ஆணைக்குழுவின் பொறுப்பாகும். மேலே விவரித்தவாறு நிலைமையின் சிக்கலான தன்மைக்கு, தன்னை அர்ப்பணித்துக் கொண்டு, அனைத்து அம்சங்கள்மீதும் மிகவும் கவனமான பரிசீலனைகளைக் கருத்தில் கொண்ட பின்னர், சந்தர்ப்ப சூழ்நிலைகளில் நடைமுறைச் சாத்தியமான அனைத்து 'சாத்திய

மான பாதுகாப்பு முன்னேற்பாடுகளும்' எடுக்கப்பட்டும் மற்றும் வேறொரு சாத்தியமான தெரிவுகளும் சாத்தியமாக இல்லாதபோது பாதுகாப்புப் படைகள் முன்னொருபோதும் இல்லாதவொரு நிலைமையை எதிர் கொண்டதென ஆணைக்குழு அபிப்பிராயம் கொள்கிறது.

9.8. இந்தச் சந்தர்ப்ப சூழ்நிலையில், இராணுவ நடவடிக்கைகளின் போது உயிரிழப்பு, காயம் அல்லது சொத்துக்களுக்கான சேதம் தொடர்பாக அரசின் பொறுப்புக்களைத் தீர்மானிக்கும் கேள்விகளில், அனைத்து சந்தர்ப்ப சூழ்நிலைகளுடனும் இணைந்ததாக போதியள வான அறிக்கைப்படுத்தலுடன் எந்த நிலைமைகளின் கீழ் 'மோதல் நடவடிக்கை' நடைபெற்றதென நியாயசபை ஒன்றின் முன் ஒரு மீளுருவகப்படுத்தலை பெற்றுக்கொள்வதை, கோட்பாட்டு அதிகாரங்களைக் குறிப்பிட்டு சர்வதேச நியாயசபைகள் 'அசாத்தியத்திற்கு அடுத்ததாகும்' என விவரித்ததை இந்தச் சந்தர்ப்ப சூழ்நிலையில் நினைவு கூர்வதும் பொருத்தமானதாகும்.

பொதுமக்களின் உயிரிழப்புகள் அல்லது காயங்களின் குறிப்பிட்ட சந்தர்ப்பங்கள்

9.9. ஆணைக்குழுவின் கவனத்துக்குக் கொண்டு வரப்பட்ட பொது மக்களின் உயிரிழப்புக்கள் சம்பந்தப்பட்ட சில சம்பவங்களின் ஒரு மீளுருவகப்படுத்தலுக்கு முயற்சிப்பதில் இதேபோன்ற சிரமங்களுக்கு ஆணைக்குழு முகங்கொடுத்தது. அத்தகைய சம்பவங்கள் சரியாக எத்தகைய சந்தர்ப்ப சூழ்நிலைகளின் கீழ் நடைபெற்றது (மேலே அத்தியாயம் 4 பிரிவு 2 இல் பந்திகள் 4.106, 4.107, 4.109, 4.110 மற்றும் 4.111 விபரிக்கப்பட்டவாறு) என்பதைத் தீர்மானிப்பதில் ஆணைக்குழு சிரமங்களைக் கொண்டிருந்தது. இருந்த போதிலும், பாதிப்பை ஏற்படுத்த வேண்டும் என்றவொரு உள்நோக்கத்துடனானவையாக இவை இல்லாதிருந்தாலும்கூட, பொதுமக்கள் உயிரிழப்புகள் அல்லது காயங்களை ஏற்படுத்தியதிற்கு பாதுகாப்பு படைகளின் ஈடுபாட்டின் சாத்தியம் குறித்ததாகவே சான்றுகள் சுட்டிக்காட்டுகின்றன. இத்தகைய சந்தர்ப்பங்களில், அத்தகைய சம்பவங்கள் எத்தகைய சந்தர்ப்பங்களின் கீழ் நடைபெற்றிருக்கலாம் என்பதை மேலும் முழுமையாக உறுதிப்படுத்திக் கொள்வதும், மற்றும் அத்தகைய புலன் விசாரணைகள் தவறான நடத்தையை வெளிப்படுத்தின், சட்ட நடவடிக்கையை மேற்கொண்டு தவறு செய்தவர்களைத் தண்டிப்பதும், அரசின் தரப்பிலானதொரு கடமையென ஆணைக்குழு வலியுறுத்துகின்றது. மேலே குறிப்பிட்ட சம்பவங்கள் மற்றும் மேலதிக புலன் விசாரணைகள்

வெளிப்படுத்தக்கூடிய வேறு ஏதேனும் சம்பவங்கள் ஆகிய இரண்டும் தொடர்பாக தனிப்பட்ட இழப்புகளுடன் பாதிக்கப் பட்டவர்கள் சமரசத்திற்கு வருவதற்கு உதவும் ஓர் மனிதாபிமான ரீதியான சமிக்கையாக கொல்லப்பட்டவர்கள் மற்றும் காயமடைந்தவர் களின் நெருங்கிய ரத்த உறவினர்களுக்கு பொருத்தமான பரிகாரத்தை வழங்குவதற்கும் கவனம் அளிக்கப்படல் வேண்டும்.

வைத்தியசாலைகள் / தற்காலிக வைத்தியசாலைகள்

9.10. அனைத்து சந்தர்ப்பங்களிலுமான கவனமானதொரு பரிசீலனை, ஷெல் வீச்சுக்கள், வைத்தியசாலைகள் மீது விழுந்து சேதங்களை ஏற்படுத்தியதையும் மற்றும் உயிரிழப்புகளையும் விளைவித்தது என்பதில் ஆணைக்குழுவைத் திருப்திப்படுத்தியது. எவ்வாறாயினும், ஆணைக்குழுவின் முன் வைக்கப்பட்ட சான்றுகள் சம்பவ நேரம், சரியான இடவமைவு மற்றும் ஷெல் வீசப்பட்ட திசை என்பவற்றிலிருந்து, சம்பவங்களின் சரியான தன்மை பற்றி ஒரு குழப்பமான தோற்றத்தையே சுட்டிக்காட்டுகின்றன.

9.11. இந்தப் பின்னணியில், கேள்விக்குட்படுத்தப்பட்ட நடவடிக்கை களுக்கான பொறுப்பை, உறுதியான சாட்சியத்தின் அடிப்படையில் தீர்மானிப்பதே ஆணைக்குழுவினால் எதிர்கொள்ளப்பட்ட சவாலாகும்.

9.12. அதன் தீர்மானத்தை மேற்கொள்வதில், ஆணைக்குழுவினால் எதிர்நோக்கப்பட்ட சிரமங்கள் இரண்டு வகையாகும்:

அ. சம்பந்தப்பட்ட பகுதிகளில், மோதலின் தீவிரம் என ஊகிக்கக்கூடிய காரணத்தால் ஷெல் வீச்சினால் ஏற்பட்ட நிலக்குழிகளின் தன்மை பற்றிய ஒரு பகுப்பாய்வு மீதான உடனடிப் புலன் விசாரணை இருக்கவில்லையென்பது ஆணைக்குழுவிற்குப் புலப்படுகின்றது.

ஆ. ஆணைக்குழுவிற்கு தங்கள் சாட்சியங்களை அளித்த நபர்கள் எவருமே வைத்தியசாலைகள் மீது வீழ்ந்த ஷெல்கள், தனியே இலங்கை இராணுவ தரப்பிலிருந்து அல்லது தமிழீழ விடுதலைப் புலிகள் தரப்பிலிருந்தே உண்மையில் ஏவப்பட்டது என்பதை நிச்சயமாக உறுதிப்படுத்துவதற்கான ஒரு நிலையில் அவர்கள் இருந்தனர் என்பதை உறுதியாக தெரிவிப்பதற்கு இயலாதிருந்தனர். ஆணைக்குழுவின் முன் தோன்றிய பொதுமக்கள் இருதரப்புகளி லிருந்தும் ஷெல்கள் வீசப்பட்டதாகத் தெரிவித்தனர். ‘ஷெல் ஒன்று வந்து வீழ்ந்ததும், பொதுவான எதிர்பார்ப்பு, அது

இராணுவ தரப்பிலிருந்தானது என்பதாகும் - சரியாக சொல்ல முடியாது', என பொதுமக்களில் ஒருவர் குறிப்பிட்டார். மற்றொரு முன்னாள் தமிழீழ விடுதலைப் புலிப் போராளி தனது சாட்சியத்தில், 'உண்மையில் புதுமாத்தளன் வைத்திய சாலைமீது தமிழீழ விடுதலைப் புலிகளால் தவறுதலாக ஷெல் வீசப்பட்டது' எனவும், அதற்கு பின்னர் அவர்கள் மன்னிப்புக் கோரியதாகவும் தெரிவித்தார்.

9.13. இவ்விதமாக தொழில்நுட்ப ரீதியான ஒரு முதனிலைச் சான்று இல்லாததினாலும், மற்றும் பொதுமக்களின் துணைச் சாட்சியங்களும் உண்மையில் தெளிவற்றவையாகவும் மற்றும் ஷெல் வீசியமைக்கு பொறுப்பாக ஒரு தரப்பா அல்லது மற்றைய தரப்பா என்ற நிச்சய மானதொரு முடிவுக்கு நியாயப் படுத்தாதினாலும் வைத்தியசாலை களுக்கு ஷெல்வீசி உயிரிழப்புகள் சொத்துச் சேதம் என்பவற்றை ஏற்படுத்தியமைக்கு யார் பொறுப் பானவர்கள் என நிச்சயமானதொரு தீர்மானத்தை எட்டும் ஆணைக்குழுவின் பணியை மிகவும் கடினமாக்கியது.

9.14. ஷெல்வீச்சுகளுக்கு பொறுப்பானவர்களாக ஒரு தரப்பையோ அல்லது மறுதரப்பையோ தீர்மானிப்பதில் நிச்சயமானதொரு முடிவுக்கு ஆணைக்குழு வரமுடியாத நிலையில் இருந்தபோதிலும், பொதுமக்களால் அளிக்கப்பட்ட பல சாட்சியங்களின்படி, ஷெல்கள் உண்மையில் வைத்தியசாலைகள்மீது வீழ்ந்து அவற்றிற்கு சேதத்தை ஏற்படுத்தியதுடன் சில சந்தர்ப்பங்களில் பொதுமக்களின் உயிர்களுக்கு இழப்புகள் அல்லது அவர்களுக்குக் காயங்களையும் ஏற்படுத்தியமையால் தகுதியானதொரு விசாரணையின் பின்னர்ஒரு மனிதாபிமான சமிக்ஞையாக பொருத்தமான பரிகாரத்தின் விரைவான உதவிக்கு கவனம் அளிக்கப்படல் வேண்டும். இது நல்லிணக்கச் செயன்முறைகளில் நம்பிக்கையை ஏற்படுத்தும். மோதல் பகுதிகளில் பொதுமக்களுக்கு உணவு மற்றும் மருந்துகள் உட்பட மனிதாபிமான நிவாரணங்களின் விநியோகம்.

9.15. 2009 இன் முற்பகுதிகள் வரை தமிழீழ விடுதலைப் புலிகளால் பிடித்து வைக்கப்பட்டிருந்த பொதுமக்களுக்கான உணவு விநியோகம், அகதிகளுக்கான போசனை உள்ளெடுத்தலுக்கு சர்வதேச ரீதியில் ஏற்றுக் கொள்ளப்பட்ட மட்டங்களுக்கு அண்ணளவாக ஏறத்தாழ ஒரு நியாயமான போதுமான மட்டத்தில் இருந்தன. இவை ஜனவரி 2009 வரை தரைமார்க்கமாக அனுப்பிய உணவுத் தொடரணிகள் மூலம் சாத்தியமானது. எவ்வாறாயினும், இந்த போதுமான கட்டங்கள் 2009 இன் பெப்ரவரி, மார்ச், ஏப்ரல்

மற்றும் மே மாத முதற் பாதியில் மோதல்கள் தீவிரமடையத் தொடங்கியதிலிருந்து குறைவடையக் காணப்பட்டதுடன், நந்திக்கடலுக்கு குறுக்காக ஒடுங்கிய புதுமாத்தளன் நிலப்பகுதியில் தமிழர் விடுதலைப் புலிகள் பிடித்து வைக்கப்பட்ட பெருமளவிலான மக்களுக்கு அத்தியாவசியமான வழங்கல்களை வழங்குவதற்கு கடல்மார்க்க விநியோகப் பாதையை அரசாங்கம் தேடுவதற்கு கட்டாயப்படுத்தியது. ஆணைக்குழுவின் முன்னுள்ள சான்றுகளின் படி, இந்த விநியோகங்கள் தொடரும் மோதல்களின் மத்தியில் மனிதாபிமான விநியோகங்களின் தொடர்ச்சியானதொரு பாய்ச்சலைப் பேணுவதில் கடுமையான ஒருங்கிணைத்தல் ஏற்பாடு களின் சிரமங்களுக்கிடையிலும் மேற்கொள்ளப்பட்டன என்பது புலனாகின்றது.

9.16. முக்கியமாக இலங்கை அரசாங்கத்தின், குறிப்பாக அரசாங்க அதிபர்கள் மற்றும் பாதுகாப்பு படைகள் அதேபோன்று இறுதி யுத்த சூன்ய வலயங்களில் களத்தில் நின்று தன்னலம் கருதாத சேவை களை வழங்கிய சர்வதேச செஞ்சிலுவைச் சங்கம் மற்றும் உலக உணவுத் திட்டம் போன்ற சர்வதேச முகவர் அமைப்புகள் மற்றும் தன்னார்வத் தொண்டர்களின் காரணமாக பாதிக்கப்பட்ட பொது மக்கள் எதிர்நோக்கிய நிலைமைகளைச் சீராக்குவதற்கு அப்போது நிலவிய சந்தர்ப்ப சூழ்நிலைகளின் கீழ் சாத்தியமான உயர்ந்தபட்ச அளவிலான உணவு விநியோகங்கள் கடல்மார்க்கமாக வழங்கப் பட்டமை ஏற்றுக் கொள்ளப்படல் வேண்டும்.

9.17. மோதல்களின் பல்வேறு தீவிரம் மற்றும் அத்தகைய சூழ்நிலை களில் தெளிவாக காணப்படக்கூடிய விநியோகக் குறைபாடுகள் என்பவற்றினால் நிர்ப்பந்திக்கப்பட்ட முன்னொருபோதும் இல்லாத கட்டுப்பாடுகள் இருந்தபோதிலும் தகுந்த உணவு விநியோகங் களுக்கு, விடுதலைப் புலிகளின் நடைமுறைகள் மட்டுப்படுத்தப் பட்ட உணவு வகைகளின் ஒரு நியாயமான மற்றும் ஒப்புரவான விநியோகத்திற்குத் தடையாக இருந்தது. இலங்கை அரசாங்கம் விசேடமாக அத்தியாவசிய வழங்கலுக்கான ஆணையாளர் நாயகம் மேலே குறிப்பிட்டவாறான சர்வதேச முகவர் அமைப்புக்கள் மற்றும் தன்னார்வத் தொண்டர் ஸ்தாபனங்கள் என்பன மோதல்களின் இறுதி வாரங்கள் பலவற்றின் போது பாதிக்கப்பட்ட மக்களுக்கு சாத்தியமான அதிகளவுக்கான வழங்கல்களை உறுதிப்படுத்துவதில் போற்றுதலுக்கான சேவைகள் மற்றும் உதவிகளை வழங்கின.

9.18. எவ்வாறாயினும் இந்த முயற்சிகளோடு ஆனவையாக இல்லாமல், குறிப்பாக தீவிரமடையும் மோதல்களுடன் தங்களது

போசாக்குத் தேவைகளைத் திருப்திப்படுத்துவதற்கு உடன் கிடைக்கக் கூடியதாகவுள்ள போதுமான உணவு வழங்கல்கள் விடயத்தில் பொதுமக்கள் பாதிக்கப்பட்டிருந்தனர் என்பதே உண்மையாகும். பெப்ரவரி 2009 இன் பின்னர் நிலவியதாகக் காணப் பட்ட மிக மோசமான நிலைமைகள் மேலே உள்ள அத்தியாயம் 4ல் விபரமாக தரப்பட்டுள்ளன.

9.19. அதன் முன்னுள்ள விடயங்களை ஆராய்ந்த பின்னர், செயற் படுவதிலான பெரும் ஏற்பாட்டுச் சிரமங்களின் மத்தியிலும் கூட, சர்வதேச ஒத்துழைப்பு மற்றும் ஒருமைப்பாடு என்றொரு உணர்வோடு, சர்வதேச சமூகத்தின் ஒத்துழைப்புடன், குறிப்பாக, மேற்குறிப்பிட்ட முகவர் அமைப்புகள் மற்றும் அதே போன்று சிவில் சமூகக் குழுக்கள் என்பவற்றுடன் இணைந்து இலங்கை அரசாங்கமும் சிக்குண்டிருந்த போது மக்களுக்கு உணவு மருத்துவ வழங்கல்கள் மற்றும் ஏனைய அத்தியாவசிய பொருட்களைப் பெற்றுக்கொள்வதில் அனைத்து சாத்தியமான நடவடிக்கை களையும் எடுத்தது என ஆணைக்குழு காண்கின்றது.

9.20. யுத்த சூனிய வலயங்களில் தமிழீழ விடுதலைப் புலிகளால் பணயக் கைதிகளாக பிடித்து வைக்கப்பட்டிருந்த பொதுமக்களின் வேறுபட்ட எண்ணிக்கையை தொடர்பாக அதன் முன்பாகவுள்ள உண்மையைக் குறிப்பிடுவதற்கும் ஆணைக்குழு விரும்புகின்றது. சம்பந்தப்பட்ட சிவிலியன் அதிகாரிகளிடமிருந்து ஆவணச் சான்றுடனான கணிப்பீடுகளை உறுதிப்படுத்துவதற்கு ஆணைக்குழு தன்னாலான சிறந்த முயற்சிகளை எடுத்த போதிலும் எந்தவொரு மூல ஆவணத்தையும் பெற்றுக்கொள்வது சாத்தியமாக இருக்க வில்லை. எவ்வாறாயினும் அத்தகைய ஆவணம் இல்லாமை, அச்சந்தர்ப்ப சூழ்நிலையின் கீழ் நடைமுறைச் சாத்தியமாக மேற்கொள்ளப்பட்ட வற்றில் ஒரு தீர்மானமிக்க தாக்கத்தைக் கொண்டிருக்கவில்லை. சர்வதேச செஞ்சிலுவைச் சங்கம் மற்றும் உலக உணவுத்திட்டம் போன்ற சர்வதேச ஒத்துழைப்புடன் மேலே விவரிக்கப்பட்டவாறு இலங்கை அரசாங்கத்தால் மேற்கொள்ளப் பட்ட கடுமையான முயற்சிகள், ஒரு போரிடும் முறையாக பொது மக்களை பட்டினி போடும் நோக்கத்திற்காக யுத்த சூனிய வலயங் களிலுள்ள பொதுமக்களின் தொகையை குறைத்துக் காண்பிப்பதற்கு வேண்டுமென்றேயானதொரு உள்நோக்கத்தைக் கொண்டிருந்தது என எந்தவகையிலும் சாத்தியமாக அனுமானிப்பதற்கு தேவைப் படுத்தவில்லை.

மருந்து வழங்கல்கள்

9.21. சாதாரண சூழ்நிலைகளின் கீழ் பொருத்தமாகும் லட்சிய நிலை நியமங்களின் அனைத்துக் காரணிகள் (அத்தியாயம் 4, பிரிவு 2 இல் விவரிக்கப்பட்டவாறு) மீதானதொரு கவனம் கொள்ளுதலின பின் ஆணைக்குழு வரக்கூடியதற்கான ஒரேயொரு சாத்தியமான முடிவு, மருந்துகளுக்கானதொரு பற்றாக்குறை மற்றும் மருத்துவ வசதிகள் போதியதாக இல்லாதிருந்தமை என்பதாகும். எவ்வாறாயினும், இந்தக் காரணி மோதலின் தீவிரத்தின் மத்தியில் நிலவிய அசாதாரண சூழ்நிலையிலும் மற்றும் மோதல்கள் நடைபெற்ற இடங்களுக்கு வைத்தியசாலைகள் அமைந்திருந்த அருகாமை என்பவற்றின் சூழ்நிலையிலும் இட்டு நோக்கப்படல் வேண்டும்.

9.22. அதன் முன்னளிக்கப்பட்ட சான்றுகளின் தீர்மானமற்ற தன்மையால், மோதலின் இறுதி நாட்களின்போது மோதல் பகுதிகளில் பொதுமக்களுக்கான மருத்துவ வழங்கல்களின் விடயம், மனிதாபிமானக் கரிசனைகளைக் கொண்டிருப்பதால் மேலும் ஆராய்தல்களைத் தேவைப்படுத்தும் ஒரு விடயமாக உள்ள தென்பதை ஆணைக்குழுவும் அங்கீகரிக்கின்றது. அத்தகையதொரு ஆராய்தல் காயமடைந்த பொதுமக்கள் எண்ணிக்கை, காயங்களின் வகைகள், காயமடைந்த சிகிச்சையளிக்கப்பட்ட தமிழீழ விடுதலைப் புலிப் போராளிகள் மற்றும் காயமடைந்தவர்களுக்கு சிகிச்சையளிப்பதற்கான தற்காலிக வைத்தியசாலைகளின் செயல் திறன் போன்ற சம்பந்தப்பபடட அனைத்துக் காரணிகளையும் கவனத்தில் கொள்ளுதல் வேண்டுமென்பதுடன் இவற்றுக் கெதிராகவே உண்மையான மருத்துவ வழங்கல்கள் மதிப்பிடப்பட முடியும்.

சரணடைதல் - கைது என்பவற்றின் பின்னர் குற்றஞ்சாட்டப்படும் காணாமற் போதல்கள்.

9.23. அதன் முன் மேற்கொள்ளப்பட்ட சாட்சிகளின் முறையீடுகள் தொடர்பில் (அத்தியாயம் 4 பிரிவு 2 இன் பந்திகள் 4.242 முதல் 4.259 வரை குறிப்பிடப்பட்டவாறு) குறிப்பிட்ட ஆட்கள் இராணுவப் பாதுகாப்பில் சரணடைவதை நேரடியாகக் கண்டதாக பல எண்ணிக்கையிலான மக்கள் தெரிவித்து சாட்சியமளித்ததையும், அத்தகைய குறிப்பிட்ட குற்றச்சாட்டுகளுக்கு அவசியமான புலன் விசாரணையை மேற்கொள்வதுடன் அத்தகைய புலன் விசாரணைகள் இராணுவத்தின் தனிப்பட்ட உறுப்பினர்கள் தரப்பிலான ஏதேனும் சட்டவிரோத நடவடிக்கைக்கான சான்றை அளிக்குமாயின், சட்ட

நடவடிக்கையை மேற்கொண்டு தவறு செய்தவர்களைத் தண்டிப்பது அரசின் தெளிவான கடமையென்பதை ஆணைக்குழு வலியுறுத்துதல் வேண்டும். இது தொடர்பில், உத்தியோகபூர்வ பாதுகாப்பில் சரணடைந்த பின்னர் காணமற்போனதாக ஒரு சம்பவம் நிரூபிக்கப்படுமிடத்து, அது குற்றவியல் விளைவுகளை ஏற்படுத்தும் ஒரு குற்றத்தை உருவாக்கும் என்பதையும் ஆணைக்குழு வலியுறுத்துதல் வேண்டும். இதனால், இந்த சம்பவங்களில் முழுமையானதொரு புலன் விசாரணையை ஆரம்பிப்பதும் மற்றும் தேவையானவிடத்து சட்ட நடவடிக்கைகளை மேற்கொள்வது முக்கியமானதொன்றாவதுடன் அவை சரணடைதல் செயன் முறைகளின் போதும் மற்றும் பொதுமக்கள் இராணுவம் கட்டுப் பாட்டுப் பகுதிகளுக்கு கடந்து வரும்பொழுதும் ஒரு முன்னுதாரண மான விதத்தில் பெருமளவில் நடந்துகொண்ட இராணுவத்தின் நற்பெயரையும் காப்பாற்றும். ஒரு சிலரின் அத்தகைய நடவடிக்கை களினால் அந்நற்பெயர் களங்கப்படுதல் கூடாது.

தமிழீழ விடுதலைப்புலிகளின் நடத்தை

9.24. தமிழீழ விடுதலைப் புலிகளாலான மனித உரிமைகளின் பாரிய மீறல்கள் மனித உரிமைகள் அத்தியாயத்திலும் மற்றும் இணைந்துள்ள பின்னிணைப்புகளிலும் விபரமாகக் கையாளப்பட்டுள்ளன.

9.25. தமிழீழ விடுதலைப் புலிகளால் சர்வதேச மனிதாபிமானச் சட்டங்களின் மூலக்கோட்பாடுகளின் பாரிய மீறல்கள் அத்தியாயம் 4 இன் பிரிவு 2 இல், குறிப்பாக யுத்த சூன்ய வலயங்கள் தொடர்பாகக் குறிப்பிடப்பட்டுள்ளன. எவ்வாறாயினும், தீர்மானிக்கும் அவதானங்களின் மூலம், பின்வருவனவற்றின் மேல் கவனத்தைத் திருப்புவது, ஆணைக்குழு மீதான கடமையாகிறது.

அ. தங்களது இராணுவ உபாயத்தை முன்னேற்றுவதற்கு பொது மக்களை மனிதக் கேடயங்களாக உபயோகித்தமை, அதனுடன் இணைந்ததாக,

ஆ. பொதுமக்கள் நிலைகள் மத்தியில் இராணுவ உபகரணங் களை அமைக்கும் செய்முறையும் மற்றும் உபயோகித்தலும்,

இ. பாதுகாப்பான பகுதிகளுக்கு தப்பிச் செல்வதற்கு எத்தனித்த பொதுமக்கள்மீது துப்பாக்கிப் பிரயோகம் நடாத்தியமை.

ஈ. மோதல்களின் இறுதிக் கட்டங்களில்கூட சண்டையில் ஈடுபடுத்துவதற்காக இளம் சிறுவர்களை கட்டாயமாக படைகளில் சேர்த்தமை,

உ. பொதுமக்கள் ஆபத்துகளுக்கு முகங் கொடுக்க நேரிடும் எனத் தெரிந்தும் மோதல் வலயங்களுக்கு வெளியேயும்கூட கண்ணி வெடிகள் மற்றும் மாற்றியமைக்கப்பட்ட வெடிக்கும் பொருட்களை புதைத்தமை,

ஊ. அவர்களது இராணுவ நடவடிக்கைகளை மேற்கொள்வதற்கான துணைச் சேவைகளை வழங்குவதற்காக பொதுமக்களைப் பலவந்தமாக உபயோகித்தமை, அதன் மூலம் பொதுமக்கள் மற்றும் போராளிகள் என்பவர்களுக்கிடையில் வேறுபடுத்தி அடையாளப் படுத்துவதை குறிப்பாக சனநெருக்கடி மிகுந்த இறுதி யுத்த சூன்ய வலயங்களில் அநேகம் சாத்தியமற்றதாக்கியமை, மற்றும்,

எ. தற்கொலைத் தாக்குதல்கள், மேற்கொள்வதைத் தொடர்ந்து உபயோகித்து அப்பாவிப் பொதுமக்கள் உயிர்களுக்கு இழப்பு ஏற்படுத்தியமை, இவையனைத்தும், சர்வதேச மனிதாபிமானச் சட்டங்களின் கோட்பாடுகளுக்கு தமிழீழ விடுதலைப் புலிகளாலான அப்பட்டமான கரிசனையின்மையைக்கு ஆதாரமாக உள்ளது மட்டுமன்றி, பொதுமக்கள் உயிர்களுக்கு மதிப்பளிக்காத ஒரு எதிரியுடன் போராடுகையில் ஒரு இராணுவ முன்னேற்றத்தை ஏற்படுத்துவதில் இராணுவம் முகங்கொடுத்த சவால்களையும்கூட சுட்டிக்காட்டுகிறது.

9.26. வழக்கு தொடர்வதற்கான முதல் தோற்றச் சான்றுகளை புலன் விசாரணைகள் வெளிப்படுத்தும் தமிழீழ விடுதலைப் புலிகள் அமைப்பின் உறுப்பினர்களுக்கு எதிராக குற்றங்களைச் சாட்டுவதில் முக்கியமான மனித உரிமைகள் மற்றும் சர்வதேச மனிதாபிமானச் சட்டக் கோட்பாடுகளின் மீறல்களின் முறையான விபரங்கள் கவனத்திற்கு எடுக்கப்படல் வேண்டும். அதன் மூலம் அத்தகைய பாரிய தன்மையிலான குற்றங்களுக்கு ஈடான தண்டனை வழங்கப் பட முடியும். உள்நாட்டு மோதல்களுக்கு சர்வதேச மனிதாபிமானச் சட்டங்களின் பிரயோகங்கள் மீதான அவதானிப்புகள்.

9.27. அரசு தரப்பல்லாத ஆயுதக் குழுக்கள் ஈடுபடுகின்ற உள்நாட்டு மோதல்களைக் கட்டுப்படுத்தும் சட்டக் கட்டமைப்பின் முதிர்ச்சியடையாத தன்மையினால், பொதுமக்களுக்கு வழமையாக அளிக்கப்பட்ட பாதுகாப்புக்கு, அரச தரப்பல்லாத ஆயுதக் குழுக்களினால் சுயநலத்துடனான உதாசீனப்படுத்தல், உதாரணத்துக்கு போர் உபாயங்களுக்குள் ‘பாதுகாப்பு வலயங்களை’ ஒருங்கிணைத்தல் மற்றும் பொதுமக்களை மனிதக் கேடயங்களாக

உபயோகித்தல் போன்ற அத்தகைய நிலைமைகளில் தொடர்ச்சியாக எழுகின்ற பிரச்சினைகள், அரசுகள் மற்றும் அரசு தரப்பில்லாத ஆயுதக்குழுக்கள் ஈடுபடுகின்ற உள்நாட்டு மோதல்களுக்கு பிரயோக மாகின்ற நடைமுறையிலுள்ள சட்டக் கட்டமைப்பில் தெளிவற்ற பகுதிகளை விட்டு வைக்கின்றன. இதன் விளைவாக, 'பாதுகாப்பு வலயங்களிற்குள்' அரசு தரப்பல்லாத ஆயுதக் குழுக்களினால் ஸ்தாபிக்கப்பட்ட இராணுவ நிலைகள் போன்ற போர் உத்திகளை இல்லாமல் செய்வதைத் தேவைப்படுத்தும் நிலைமைகளைக் கையாள்வதற்கான எதிர் நடவடிக்கைகளை அரசு எடுப்பதற்கு நிர்ப்பந்திக்கப்படும்பொழுது பொதுமக்களே ஆபத்திலிடப் படுகின்றனர்.

9.28. இலங்கையின் முன்னொருபோதும் இல்லாத அனுபவம் வெளிக்காட்டியவாறு, பொதுமக்களுக்கான பாதுகாப்பை வழங்கு வதற்காக பேச்சுவார்த்தை மூலமாக யுத்த சூன்ய வலயங்களின் அறிவித்தலுக்கு, எவ்விதத்திலும் இணங்கிக்கொள்வதற்கு உத்தேசம் கொண்டிராததும் மற்றும் ஒரு தலைப்பட்சமாக அரசினால் அவை பிரகடனப்படுத்தப்பட்ட பின் அவற்றை தமது போர்த் தந்திரத்தையும், செயற்பாடுகளையும் முன்னெடுப்பதற்கு அரச தரப்பல்லாத ஆயுதக் குழுக்கள் உபயோகிக்குமிடத்து (உதாரணத்திற்கு, யுத்த சூன்ய வலயத்தினுள், பொதுமக்களை மனிதக் கேடயங்களாக உபயோகித்தல்) அரச மற்றும் களத்திலான கட்டளை அதிகாரிகள் ஒரு புறத்தே பொதுமக்களைப் பாதுகாப் பதற்கும், மறுபுறத்தே யுத்த சூன்ய வலயத்திலிருந்து எழும் எதிரியின் சூட்டு வலுவை நிறுத்துவதற்குமான இக்கட்டை எதிர்நோக்கினர்.

9.29. ஒரு தலைப்பட்சமான ஒரு யுத்த சூன்ய வலய பிரகடனத்தின் மூலம், தந்திரோபாய நோக்கங்களுக்காக பொதுமக்கள் சூழ்ந்துள்ள பகுதியின் மத்தியில் ஸ்திரப்படுத்திக் கொள்வதற்கானதொரு வாய்ப்பை இலங்கை அரசாங்கம் அறியாமல் தமிழீழ விடுதலைப் புலிகளுக்கு வழங்கியதா, என்றொரு விவாதத்திற்கு இலங்கை அனுபவம் உண்மையில் இட்டுச் சென்றது.

9.33. பாதிக்கப்பட்ட பொதுமக்கள் மற்றும் தடுத்து வைக்கப்பட்டவர் கள் ஆகியோர்களினால் ஆணைக்குழுவின் முன் சமர்ப்பிக்கப்பட்ட நேரடிச் சாட்சியங்கள் மற்றும் ஏனைய சான்றுகளின் அடிப்படையில், மக்களுக்குத் துன்பம் ஏற்படுவதைத் தவிர்ப்பதற்கு பாதுகாப்பு படைகளால் முயற்சிகள் மேற்கொள்ளப்பட்ட போதிலும் யுத்த சூன்ய வலயங்கள் உட்பட பொதுமக்கள் பகுதிகளில் பொது

மக்களுக்கு இறப்பு மற்றும் காயங்களை ஏற்படுத்திய துப்பாக்கிப் பிரயோகச் சம்பவங்கள் நிகழ்ந்துள்ளமை தெளிவாகின்றது.

9.34. ஒரு மனிதக் கேடயத்தின் பின்னால் பாதுகாப்பைத் தேடும் தற்கொலைக் கலாச்சார அடிப்படையைக் கொண்ட ஓர் பயங்கரவாதக் குழுவை ஈடுகட்டுவதில் பாதுகாப்புப் படைகளால் முகங்கொடுக்கப் பட்ட சிக்கலான சவால்களை ஆணைக்குழு கண்டுணர்ந்து கொள்கின்றது. 'உடலங்களைக் கணக்கெடுப்பதை விட உயிர்களைக் காப்பாற்றுவதே' பாதுகாப்புப் படைகள் மற்றும் ஏனைய அதிகாரிகளினதும் முன்னுரிமை மற்றும் இயல்புணர்வாக இருந்தது என்பதையும் ஆணைக்குழு பாராட்டுகிறது. எவ்வாறாயினும், பிரதேசத்திலுள்ள சிவில் நிர்வாக அதிகாரி களினாலோ அல்லது பாதுகாப்பு அதிகாரிகளினாலோ உத்தியோக பூர்வப் பதிவுகளோ அல்லது போரின் பின் பொதுமக்கள் பாதிப்புகள் பற்றிய ஒரு மதிப்பீடோ காணப்படவில்லை என்பதை ஆணைக்குழு கவலையுடன் கவனத்தில் கொள்கிறது. பாதுகாப்புப் படைகள் தங்களது சொந்தத் தரப்பில் பாதிப்படைந்தவர்களின் எண்ணிக்கையும் தமிழீழ விடுதலைப் புலிகள் தரப்பில் பாதிப்படைந்தவர்களது ஒரு மதிப்பீட்டையும் கொண்டிருந்த வேளையில், சுகாதார அமைச்சிட மிருந்தான தரவுகள் தவிர்ந்த பாதிப்படைந்த பல்வேறுபட்ட அமைப்புகள், ஊடக ஸ்தாபனங்கள் மற்றும் அதிகாரங்களினால் வெளியிடப்பட்டவை பாதிப்படைந்த பொதுமக்களின் பெரிதும் மாறுபட்ட எண்ணிக்கைக்கு வழிவகுத்தது.

9.35. சிவில் நிர்வாகம் அல்லது இராணுவம் ஆகிய இரண்டினதும் முறையான உறுதிப்படுத்தும் செயன்முறைகள் இல்லாத யதார்த்தம், பாதிக்கப்பட்டவர்கள் எண்ணிக்கையாக மிகவும் அதிகரித்த தன்மையிலானதொரு ஊகத்தின் உறுதிப்படுத்தாத மேலோட்டமான பொதுப்படுத்தலுக்கு பங்களித்தது.

9.36. எவ்வாறாயினும், மோதல்களின் இறுதிக் கட்டத்தின்போது கணிசமான பொதுமக்கள் பாதிப்பு உண்மையில் ஏற்பட்டது என்பதைச் சுட்டிக்காட்டுவதற்கு நேரில் கண்ட சாட்சிகளின் சாட்சியங்கள் மற்றும் அதற்கு முன்னாலுள்ள சான்றுகள் உள்ளன என்பது ஆணைக்குழுவின் கவனத்திற்குரிய கருத்தாகும். இது சூடுகளுக்கு இடையில் அகப்பட்டுக் கொண்டமை, தமிழீழ விடுதலைப் புலிகள் பொதுமக்களை இலக்கு வைத்து வேண்டு மென்றே துப்பாக்கி பிரயோகம் செய்தமை, அதேபோன்று மோதல் நிலைமையின் தீவிரங்கள், புவியியல் நிலப்பரப்பின் ஆபத்து, தமிழீழ விடுதலைப் புலிகள் பொதுமக்களை மனிதக்கேடயங்களாக உபயோகித்தமை மற்றும் பயணக் கைதிகளை ஆபத்துக்களிலிருந்து

வெளியேறுவதற்கு அனுமதியளிக்காமை என்பனவற்றின் காரணங்களினால் ஏற்பட்டவையாக காணப்படுகின்றன.

9.37. ஆகையால், பின்வரும் நடவடிக்கைகளை ஆணைக்குழு பரிந்துரைக்கிறது:

அ. அவதானிப்பு 4.359 6 (அ) மற்றும் (ஆ) இல் குறிப்பிடப்பட்ட குறித்த சம்பவங்கள் மற்றும் பொதுமக்கள் மீதான வேண்டு மென்றேயான தாக்குதல்கள் என்பவற்றை புலன் விசாரித்தல். புலன் விசாரணைகள் ஏதேனும் குற்றங்கள் புரியப்பட்டதாக வெளிப்படுமிடத்து, குற்றமிழைத்தவர்கள்மீது வழக்கு தொடருவதற்கு - தண்டனை வழங்குவதற்கு பொருத்தமான சட்டநடவடிக்கைகள் எடுக்கப்படல் வேண்டும்.

ஆ. பொதுமக்களுக்கான உயிரிழப்பு மற்றும் காயங்கள், அதே போன்று மோதல் காலத்தின் போதான சொத்துக்களின் சேதம் என்பவை பற்றிய தன்மை மற்றும் சந்தர்ப்பங்களை உறுதிப் படுத்துவதற்கு நாட்டின் அனைத்துப் பகுதிகளிலும் உள்ள பாதிக்கப்பட்ட குடும்பங்களை உள்ளடக்கிய ஒரு தொழில்சார் முறையில் வடிவமைக்கப்பட்ட குடித்தன மதிப்பாய்வொன்றை நடாத்தல் வேண்டும்.

சிறிலங்கா தொடர்பான மக்கள் தீர்ப்பாயம்
ஜெர்மனி 07–10 டிசம்பர் 2013

பரிந்துரைகள்

1

ஈழத்தமிழர்களுக்கு எதிரான இனஒழிப்புச் செயல்முறையை தடுப்பதிலும் அவற்றுக்கு எதிரான சட்டங்களை ஆக்குவதிலும் தவறி விட்டதிலே முடிவேற்படுத்தக் கூடியவிதமாக வகிபாத்திரத்தை வகித்த ஐக்கிய நாடுகள் சபைக்கு:

- சமாதான செயல்முறை தடைப்பட்டது மற்றும் ஐ.நா. அதிகாரிகள் மற்றும் ஆளணியினரை மீளப்பெறுவதற்கு விடுக்கப் பட்ட கட்டளை முதலியவற்றுக்கு வழிவகுத்த முடிவுகளை எடுக்க காலாயிருந்த விடயங்கள் பற்றிய நம்பத் தகுந்த விளக்கத்தை ஆகக்குறைந்த தாமதத்துடன் அளித்தல்.

- தற்போதும் நிகழ்ந்து கொண்டிருக்கிற இனப்படுகொலையை தடுப்பதை முக்கிய நோக்கமாகக்கொண்ட மூலோபாயம் ஒன்றை உருவாக்குவதற்கும் ஈழத்தமிழர்கள், சமாதானத்துக்கும் சுய நிர்ணயத்துக்குமான தங்கள் உரிமைகளை அப்பியாசிக்கும் விதத்தில் காத்திரமான சூழளமைவுகளை உருவாக்குவதற்கும் அதிகபட்ச முன்னுரிமை கொடுத்தல்.

- இனஒழிப்புச் செயல் முறையுடன் நேரடியாகவோ அல்லது மறைமுகமாகவோ அல்லது இரு விதத்திலும் தொடர்புடைய அரசுகளைத் தவிர்க்கும், சர்வதேச விசாரணை ஆணைக்குழு ஒன்றை உருவாக்குதல் என்பது மேற்குறித்த வகையிலான முதலாவது படி முறையாக இருக்கும்.

2

சமாதான செயல்முறையை முன்னெடுப்பதில் ஆக்க பூர்வமான வகிபாகத்தை மேற்கொண்டதும், பின்னர் ஈழத்தமிழர் தொடர்பாக அமெரிக்க அரசு கொண்டிருந்த 'பயங்கரவாதத் தன்மையான' என்ற நிலைப்பாட்டை ஏற்றுக்கொண்டதன் மூலம் இனஒழிப்பு செயல் முறையை நடைமுறைப்படுத்துவதற்கு பங்களிப்பு செய்ததுமான ஐரோப்பிய யூனியனுக்கு:

- சமாதான செயல் முறையை தோல்விக்கு இட்டுச் சென்ற காரணங்கள் தொடர்பான வெளிப்படையான அறிக்கை ஒன்றை வெளியிடுவதற்கான பொறுப்பை ஏற்றல்.

- சிறிலங்கா அரசினால் உருவாக்கப்பட்ட மறுப்புகள் அடக்கு முறைகள் என்ற கடினமான சூழ்நிலைகள்மீது குறிப்பான கவனம் செலுத்தப்படும் அதேசமயம் ஈழத்தமிழர்களுடைய அரசியல், பொருண்மிய மற்றும் கலாச்சார உரிமைகள் மதிக்கப்பட்டு வளர்ச்சி பெற ஊக்கப்படுத்துவதை உறுதிப்படுத்தும் விதத்தில் அதனது வெளிவிவகாரக் கொள்கையை மீளாய்வு செய்தல்.

- முறையான செய்முறைகள் தொடர்பாக கவனத்தில் எடுக்காமலும் விடுதலை மற்றும் எதிர்ப்பு இயக்கங்களின் கூர்ப்படையும் தன்மை எப்படியானது என கருத்தில் எடுக்காமலும் அமெரிக்க அரசினால் விதிக்கப்படும் வகைப்படுத்தல் மீது கண்டிப் பான முறையில் தங்கியிருக்கும் அதனது பாதுகாப்பு கொள்கையை உயர் முன்னுரிமை கொடுத்து மீள கருத்திலெடுத்தல்.

3

இந்த அமர்வுகள் நடத்துவது சாத்தியமானதாக இருந்ததும் சிறிலங்கா சமாதான செயல்முறையின் ஆரம்ப கட்டங்களிலும் அது இடம் பெறும் போதும், படைய ரீதியான தீர்வைவிட பேச்சுவார்த்தை மூலமான தீர்வை செயல்முனைப்பாக ஊக்குவித்ததுமான ஜெர்மனிக்கும் ஏனைய நல்லெண்ணம் கொண்ட நாடுகளுக்கும்:

- ஆகக் குறைந்த தாமதத்துடன் சிறிலங்காவினுடைய மக்கள் தொடர்பான மனித மற்றும் மக்கள் உரிமைகளால் அகத்தூண்டு தலளிக்கப்பட்ட ஐரோப்பிய கொள்கை ஒன்றை செயற்படுத்தக் கூடிய விதத்தில் ஐரோப்பிய யூனியனை நோக்கி நெறிப்படுத்தப் படுகின்ற பரிந்துரைகளை உடனடியாக ஒன்றை மேற்கொள்ளுதல்.

- ஈழத்தமிழ் புலம்பெயர்ந்தோரை பாதுகாப்பது என்பது,

சிறிலங்காவில் உள்ள ஈழத்தமிழர்களின் பாதுகாப்பு மற்றும் நல்வாழ்வு முதலியவற்றை ஆதரித்துப் பேணுவதற்கான வழிமுறை களில் பாரிய முக்கியத்துவம் பெற்றதாக இருப்பதால் குறிப்பாக ஐரோப்பிய யூனியன் உறுப்பு நாடுகளிலே ஈழத்தமிழ் புலம் பெயர்ந்தோரின் உரிமைகளை குறிப்பாக புகலிடம், வேலை செய்தல் மற்றும் இணைந்து கொள்ளுதல் தொடர்பான உரிமைகளை பாதுகாத்து வளர்ச்சி பெற ஊக்கப்படுத்துவதற்கான வழிமுறைகளை கைக்கொள்ளும்படி ஐரோப்பிய யூனியன் கவுண்சில், ஐரோப்பிய ஆணைக்குழு மற்றும் ஐரோப்பிய நாடாளுமன்றம் உள்ளிட்ட பொருத்தமான ஐரோப்பிய நிறுவகங்களை ஊக்கப்படுத்தி வேண்டுகோள் விடுத்தல்.

- சிறிலங்காவில் நிலவுகின்ற உண்மையான நிலைமைகள் தொடர்பான தகவல்களை பரவச் செய்வதற்கான வளமூலமாக ஈழத்தமிழ் புலம்பெயர்ந்தோரை அடையாலம் காணுதல்.

4

சிறிலங்கா அரசுக்கு:

- தற்போது இடம் பெற்றுக்கொண்டிருக்கிற, ஈழத்தமிழர் களுடைய அடையாளம் மற்றும் இருப்பு முதலியவற்றை அழிக்கும் செயல் முறையானது, மனித மற்றும் மக்கள் உரிமைகள் மறுக்கப்பட்டிருப்பதால் எடுத்துக் காட்டப்படும் ஒரு சமூகத்தின் மீது வடுவாக பதிந்துவிடாத விதத்தில் சனநாயக ரீதியான நம்பகத்தன்மை என்ற வகை செயற்பாடாக இந்த சுயாதீனமான தீர்ப்பாயம் கண்டு கொண்டிருப்பவற்றை அங்கீகரித்து பகிரங்கமாக அவைபற்றி கலந்துரையாடுதல்.

- தேசிய, சர்வதேசிய, பொது, தனியார் மூலவளங்களை முதலீடு செய்யப்படும் அபிவிருத்தித் திட்டங்கள் என்ற போர்வையில் பொருண்மிய கட்டமைப்பு மற்றும் கலாச்சார கொள்கைகள் ஊடாக நடைமுறைப்படுத்தப்படும், ஈழத்தமிழர்களுடைய அடிப்படை உரிமை களை மறுக்கும் ஒழுங்கமைக்கப்பட்ட செயல்முறையை அதனுடைய உத்தியோக பூர்வ விளக்கங்கள் மற்றும் செயல்பாடுகள் மூலம் உருமறைக்க முயற்சி செய்வதை நிறுத்தல்.

5

இந்தப் பகுதியிலே ஒத்துழைப்பான செயற்பாடுகளில் ஈடுபடும் அரச, அரச சார்பற்ற சர்வதேச அமைப்புகளுக்கு:

- சிறிலங்காவின் சூழ்நிலைகளை எடுத்து காட்டுவதாக இருக்கும் இனஒழிப்பு செயல்முறையைப் பற்றி உணர்ந்தும், தகவலறிந்தும் இருத்தல்.

- அவர்களுடைய பிரசன்னம் முதலீடுகள் மற்றும் தலையீடுகள் நேரடியாக அல்லது கருத்தியல் ரீதியாக அல்லது இரண்டுமாகவோ, சிறிலங்கா அரசின் பாகுபாடான நடைமுறைகளுக்கு ஆதரவளிப் பவையாக இல்லாமலிருப்பதை உறுதி செய்தல்.

- குடிசார் எதிர்ப்பியக்கங்களின் அமைதிவழி செயல் முறைகள் மற்றும் ஈழத்தமிழர்களின் அடையாளத்தை மீட்டளித்தல், அதன் வளர்ச்சியை ஊக்கப்படுத்துதல் முதலியவை சிறிலங்காவிலுள்ள அவர்களது தாயகத்திலும் அவர்களுடைய புலம் பெயர்ந்தோர் மத்தியிலும் இடம்பெறும் விதத்திலே சாத்தியமான அளவுக்கு அவர்களுடைய செயற்பாடுகளை ஒருங்கிணைப்பு செய்தல்.

- உலகின் அனைத்துப் பகுதிகளிலும் இடம்பெறும் சட்டரீதியான பாதுகாப்பு மற்றும் உரிமைகளை அங்கீகரித்தல், அது போலவே இனஒழிப்பால் பாதிக்கப்பட்டவர்களுக்கு புனர்வாழ்வு அளித்தல் போன்ற அனைத்து முன்முயல்வுகளுக்கு அவசரமாகவும் முன்னுரிமைகளுடனும் பயன் விளைவான ஒருங்கிணைப்பு மற்றும் ஒன்றிணைத்தல் நோக்கங்களுடனும் ஆதரவு வழங்குதல்.

- நீதிமன்றம் சார்ந்த செயல்முறைகளை சர்வதேச நீதிச் செயலாட்சியின் ஊடாக அதனை வழங்குகின்ற மூன்றாவது நாடொன்றில், தண்டனை விலக்குக்கு எதிராக போராட்டம் என்ற பெயரில் ஆரம்பித்து வைப்பது பற்றி கருத்திலெடுத்தல்.

இறுதியாக இந்த தீர்ப்பாயமானது, உலகளாவிய சிவில் சமூகத்தினரையும் அரசுகளையும் சிறிலங்காவில் நிகழ்ந்த இனப்படு கொலைக்கு பலியானவர்களை நினைவு கூரும்படியும் மே 18ம் திகதியை ‘முள்ளிவாய்க்கால் நினைவேந்தல் நாள்’ ஆக ஆக்குவதன் மூலம் பலியானவர்கள் மற்றும் அவர்களுடைய குடும்பத்தினரது கடும்துயரம் மற்றும் மனவடுக்களையும் உண்மை என ஏற்றுக்கொள்ளும்படி அழைப்பு விடுக்கிறது. இந்த குறியீட்டு ரீதியான படிமுறையானது பலியாகிப் போய்விட்டவர்களின் நினைவுகளை பேணிப் பாதுகாக்க உலகளாவிய சமூகத்தினர் எடுக்க வேண்டிய கழுவாய் செய்கிற செயல்முறையை சமிக்கை காட்டுவதாக இருக்கும்.

நன்றி: நிரந்தர மக்கள் தீர்ப்பாயம் -
சர்வதேச மனித உரிமைகள் அமைப்பு - பிறெம்மன்

இலங்கை: அய்க்கிய நாடுகள் அவையின் வல்லுநர் குழு அறிக்கை

பரிந்துரை 1: விசாரணைகள்

அ) குழு நம்பத்தகுந்தது எனக் கண்டறிந்த குற்றச்சாட்டுகளின் அடிப்படையில் இலங்கை அரசு தனது உலகளாவிய கடப்பாடுகளோடு பொருந்தக்கூடிய வகையிலும், உள்நாட்டில் திறனானப் பொறுப் பேற்கும் நடைமுறையை முன்னெடுக்கும் நோக்கத்துடனும், இந்தக் குற்றச்சாட்டுகள் மற்றும் போரின் இருதரப்பினரும் புரிந்த உலகளாவிய மனிதநேய மற்றும் மனித உரிமைச் சட்ட மீறல்கள் குறித்த பிற குற்றச்சாட்டுகள் ஆகியவற்றின்மீது உடனடியான நேர்மையான விசாரணையைத் தொடங்க வேண்டும்.

ஆ) கீழ்காணும் செயல்பாடுகளை உள்ளடக்கிய பணி வரையறையைக் கொண்ட ஒரு சுதந்திரமான பன்னாட்டு அமைப்பை நிறுவச் செயலாளர் நாயகம் உடனடியாக செயல்பட வேண்டும்.

(1) மீறல் குற்றச்சாட்டுகள் மீது நேர்மையான விசாரணைகள் நடத்தப் படுவது உள்ளிட்ட திறனான உள்நாட்டுப் பொறுப்பேற்கும் நடைமுறையை இலங்கை அரசு எந்தளவிற்கு செயல்படுத்துவது என்பதைக் கண்காணித்துக் கணித்து, தனது கண்டுபிடிப்புகளை செயலாளர் நாயகத்திற்கு அவ்வப்போது அறிவிக்கவும் வேண்டும்.

(2) உள்நாட்டில் நடைபெறக்கூடிய நேர்மையான மற்றும் திறனான விசாரணைகளைக் கவனத்தில் கொண்டு, அதே வேளையில் இந்த மீறல் குற்றச்சாட்டுகள் குறித்த சுதந்திரமான விசாரணையை நடத்தவேண்டும்.

(3) குழு மற்றும் அய்.நா. அமைப்பின் பிற அமைப்புகள் சேகரித்த தகவல்கள் உட்பட, போரின் இறுதிக் கட்டங்களுக்குப்

பொறுப்பேற்பதோடு தொடர்புடைய தகவல்கள் அனைத்தையும் சேகரித்து வருங்காலப் பயன்பாட்டிற்கு முறையாக பாதுகாக்க வேண்டும்.

●

பரிந்துரை 2: பொறுப்பேற்பதை முன்னெடுக்க பிற உடனடி நடவடிக்கைகள்

எவருடைய உரிமைகள் மீறப்பட்டனவோ, தொடர்ந்தும் மீறப்பட்டுக் கொண்டிருக்கின்றனவோ, அவர்களின் உடனடி நிலையைக் கவனத்தில் கொள்வதற்கும் பொறுப்பேற்பது குறித்த அரசின் கடப் பாட்டை வெளிப்படுத்தவும் கீழ்க்காணும் நடவடிக்கைகள் உடனடி யாக எடுக்கப்பட வேண்டும்.

அ) வன்னியில் பாதிக்கப்பட்ட மற்றும் உயிர்பிழைத்த அனைவரின் உரிமைகள் மற்றும் மதிப்பினை ஏற்றுக்கொள்வதை நோக்கமாகக் கொண்ட கீழ்க்காணும் குறைந்தகால நடவடிக்கைகளை இலங்கை அரசு உடனடியாக நடைமுறைப்படுத்த வேண்டும்.

(1) அரசு, அதன் உறுப்புகள் மற்றும் அரசினால் ஆதரிக்கப்படுகின்ற அல்லது சகித்துக்கொள்ளப்படுகின்ற அனைத்து இராணுவ ஒட்டுக் குழுக்கள் மற்றும் பிற குழுக்களின் அனைத்து வன்முறைகளையும் முடிவுக்குக் கொண்டுவர வேண்டும்.

(2) இறந்துபோனவர்களின் உடல் மிச்சங்களை மீட்டு அவர்களின் குடும்பத்தினரிடம் ஒப்படைக்கவும், அவர்களுக்கான பண்பாட்டுச் சடங்குகளை நடத்தவும் வழிவகை செய்யவேண்டும்.

(3) இறந்தவர்கள் மற்றும் காணாமல் போனவர்களுக்கு இறப்புச் சான்றிதழ்களை அவர்கள் குடும்பத்தினர் கேட்கும்பொழுது, வேகமாகவும், மதிப்புடனும், எவ்வித கட்டணமும் இன்றியும், வருங்காலத்தில் அது தொடர்பான விசாரணை அல்லது குடிமை உரிமைகளுக்குப் பங்கம் வராத வகையில் அளிக்க வேண்டும்.

(4) உயிர்பிழைத்த அனைவருக்கும் அவர்களின் பண்பாட்டு மதிப்பீடுகள் மற்றும் மரபு வழக்கங்கள் ஆகியவற்றை மதித்து, தேவையான சமூக-உளவியல் ஆதரவை அளிக்கவேண்டும்.

(5) இடம்பெயர்ந்த மக்கள் அனைவரையும் விடுவித்து, அவர்கள் தாங்கள் முன்பு இருந்த வீடுகளுக்குச் செல்லவோ அல்லது மறு

குடியமரவோ அவர்களின் விருப்பத்திற்கு ஏற்ப வசதிகளைச் செய்து தரவேண்டும்.

(6) உயிர்பிழைத்த அனைவரும் இயல்பான வாழ்விற்குத் திரும்பத் தேவையான இடைக்கால நிவாரணங்களை தொடர்ந்து அளிக்க வேண்டும்.

ஆ) வலுக்கட்டாயமாக காணாமல் போக்கப்பட்டதாகப் புகார் அளிக்கப்பட்ட நபர்களின் நிலை மற்றும் அவர்கள் இருக்கும் இடத்தை கண்டறியத் தேவையான விசாரணையை இலங்கை அரசு நடத்த வேண்டும். இந்த விஷயத்தில் வலுக்கட்டாயமாக மற்றும் விருப்பமற்று காணாமல் போனவர்கள் குறித்த செயல் பாட்டுக் குழுவினை இலங்கைக்கு வருமாறு இலங்கை அழைக்க வேண்டும்.

இ) நாட்டில் நிலவக்கூடிய அரசியல் சூழலின் அடிப்படையில் அவசர கால நிலை விதிகளை உடனடியாக திரும்பப்பெறவும், இலங்கையின் உலகளாவிய கடப்பாடுகளோடு பொருந்தாத பயங்கரவாத தடுப்புச் சட்டத்தின் பிரிவுகள் அனைத்தையும் மாற்றவும், தேவையான நடவடிக்கைகளை இலங்கை அரசு எடுக்கவேண்டும். அத்துடன், விடுதலைப்புலிகள் இயக்க உறுப்பினர்கள் எனச் சந்தேகிக்கப்படு வார்கள் மற்றும் மேற்குறிப் பிட்ட அனைவரையும் பொருத்த வரையில், கீழ்க்காணும் நடவடிக்கைகள் இலங்கை அரசு எடுக்க வேண்டும்.

(1) தடுத்து வைக்கப்பட்டவர்கள், அவர்கள் எங்கு வைக்கப்பட்டிருந் தாலும் அவர்கள் அனைவரின் பெயர்களையும் வெளியிட்டு, அவர்கள் தடுத்து வைக்கப்பட்டதன் சட்ட அடிப்படையை அவர்களுக்கு அறிவிக்க வேண்டும்.

(2) குடும்ப உறுப்பினர்கள் மற்றும் வழக்கறிஞர்கள் ஆகியோர் அணுக, தடுத்து வைக்கப்பட அனைவரையும் தொடர்ச்சியாக அனுமதிக்க வேண்டும்.

(3) தடுத்து வைக்கப்பட்ட அனைவரும், தாங்கள் தடுத்து வைக்கப் பட்டதற்குத் தேவையான நியாயத்தை நீதிமன்றத்தில் கேள்விக் குள்ளாக்க அனுமதிக்க வேண்டும்.

(4) மோசமான குற்றங்களுக்கான போதுமான சான்றுகள் உள்ளவர்கள் மீது வழக்குகளைப் பதிவு செய்து மற்ற அனை வரையும் விடுவித்து அவர்கள் சமூகத்துடன் மீண்டும் இணைய எவ்விதத் தடையும் இன்றி அனுமதிக்க வேண்டும்.

ஈ) நடமாடுவதற்கும் ஒன்று கூடுவதற்கும் கருத்து வெளியிடுவதற் குமான சுதந்திரத்தைக் கட்டுப்படுத்தக்கூடிய அல்லது பிறவகைகளில் அச்சமான சூழலை ஏற்படுத்தக்கூடிய அரசு வன்முறை மற்றும் பிற நடவடிக்கைகளை இலங்கை அரசு முடிவுக்கு கொண்டுவர வேண்டும்.

•

பரிந்துரை 3: நீண்டகாலப் பொறுப்பேற்கும் நடவடிக்கைள்

கடந்தகாலம் குறித்து ஒரு நேர்மையான ஆய்வை மேற்கொள்ள தற்போது நிலவுகின்ற வெற்றி மனப்பான்மை மற்றும் மறுக்கும் மனப்பான்மை யோடு கூடிய சூழல் இணக்கமாக இல்லை என்ற நிலையில், நீண்டகால அடிப்படையில் அதற்கான அரசியல் வெளிகள் ஏற்பட அனுமதிக்கப் படும் சூழலில், போரின்போது நடந்த செயல்களுக்கு முழுமையாகப் பொறுப்பேற்பதை நோக்கி நகர தொடர்ச்சியாக கீழ்க்காணும் நடவடிக்கைகள் தேவை.

அ) க.பா. இ. ஆ. வின் பணியைக் கருத்தில் கொண்டு, ஆனால் அதற்கு அப்பால் குடிமைச் சமூகத்தின் வலுவான பங்களிப்புடன் கீழ்க்காண்பனவற்றை விமர்சனப்பார்வையுடன் ஆராய இலங்கை ஒரு நடைமுறையை முன்னெடுக்க வேண்டும். இருதரப்பிலும் நிலவிய தேசிய இனத் தீவிரவாதம் உள்ளிட்ட சிக்கலுக்கான வேர்க்காரணங்கள், போர் நடத்தப்பட்ட விதம் மற்றும் மீறல் வடிவங்கள், மற்றும் அதனோடு தொடர்புடைய அமைப்பு ரீதியிலானப் பொறுப்புகள்.

ஆ) போரின் இறுதிக் கட்டங்களில் நடந்த மோசமான அத்துமீறல்களில் பாதிக்கப்பட்டவர்கள் அனைவருக்குமான, குறிப்பாக, பெண்கள், குழந்தைகள் மற்றும் குறிப்பிடத் தகுந்த வகையிலான எளிதில் பாதிப்புக்குள்ளாக்கக்கூடியக் குழுக்கள் ஆகியோர் மீது சிறப்புக் கவனம் கொண்ட உலகளாவிய வரையறைகளோடு பொருந்தக்கூடிய ஒரு நிவாரணத் திட்டத்தை இலங்கை அரசு நிறுவ வேண்டும்.

•

பரிந்துரை 4: அய்க்கிய நாடுகள்

இலங்கையில் நடைபெற்ற போரின் இறுதிக் கட்டங்களிலும் அதற்குப் பிறகும் வன்னியில் பொதுமக்களின் நிலை குறித்து அய்.நா. ஆற்றிய எதிர்வினையை கருத்தில் கொண்டு -

அ) கடந்த மே 2009இல் மனித உரிமை அவை இலங்கை குறித்து நிறை வேற்றிய சிறப்புத் தீர்மானத்தினை, இந்த அறிக்கையின் அடிப் படையில் மறுஆய்வு செய்ய அழைக்கப்பட வேண்டும்.

ஆ) இலங்கையின் நடைபெற்ற போரின்போது அதற்குப்பின்பும் அய்.நா. அமைப்பின் நடவடிக்கைகள் குறித்தும், அதன் மனிதநேய மற்றும் பாதுகாப்புப் பணி வரையறைகளை அது நடைமுறைப் படுத்திய விதங்கள் குறித்தும் விரிவான ஓர் ஆய்வினை செயலாளர் நாயகம் நடத்த வேண்டும்.

New York, 31 March 2011

Marzuki Darusman,
Steven R. Ratner,
Yasmin Sooka

தமிழாக்கம்: பூங்குழலி

நன்றி: புதுமலர், தலித்முரசு பதிப்பகம்

எப்போது அவர்களுக்கு நீதி கிடைக்கும்? இலங்கையின் படிப்பினைக்கும் நல்லிணக்கத் துக்குமான ஆணைக்குழுவின் தோல்விகள்

(முக்கிய பகுதிகள் மட்டும்)

இலங்கையில் பலகாலமாக விசாரணை ஆணையங்கள் பலன் அளித்திருக்கவில்லை என்பதையும், LLRC இதுநாள்வரை செய்திருக் கின்ற பணிகளும் திருப்திகரமாக இல்லை என்பதையும் வைத்துப் பார்க்கையில், அதனால் ஒரு நாளும் ஒரு நீதி வழங்கவோ, உண்மையை வெளிக்கொண்டுவரவோ, இலங்கையில் மனித உரிமை மீறல்களை எதிர்கொண்டிருந்தவர்களுக்கு முழுமையான நிவாரணம் வழங்க முடியும் என்றோ சர்வதேச பொதுமன்னிப்பு சபை கருதவில்லை.

நடந்த அட்டூழியங்களை வெளியில் சொல்வதென்பது முக்கியம். அந்நோக்கில் ஐ.நா. நிபுணர் குழு முக்கியக் கருவி ஆவர். 'அந்த அறிக்கையை நான் உலகிற்கு, பொதுப்படையாக பிரசுரித்து விட்டேன்... ஆகவே இலங்கையில் என்ன நடந்தது என்பது அனைவருக்கும் தெரியும்' என்று பிபிசிக்கு கடந்த ஜூனில் அளித்த பேட்டி ஒன்றில் நிபுணர் குழு அறிக்கை பற்றிப் பேசுகையில் தலைமைச் செயலர் பான் கீ மூன் குறிப்பிட்டிருந்தார். 'ஆனால் தகவல்கள் வெளியிட்டால் மட்டும் போதாது. ஒருங்கிணைந்த அணுகுமுறையைக் கடைப்பிடிக்கும்போதுதான் சர்வதேச கவனத்தின் விளைவாக மாறுதல்களைக் கொண்டுவர முடியும். கூடவே காத்திரமான நடவடிக்கைகளும் மேற்கொள்ளப்பட வேண்டும். இலங்கையில் சர்வ தேச விசாரணைகள் வேண்டும் என்று அழுத்தம் தருவதில் சர்வதேச சமூகம் கண்டுள்ள தோல்வி, இலங்கையில் குற்றவாளிகளை சட்டத்தின் முன் நிறுத்துகின்ற நோக்கிலான அனைத்து முயற்சிகளையும்-

உள்நாட்டளவிலும் சர்வதேச அளவிலும் ஆன அனைத்து முயற்சிகளையும் பலவீனப்படுத்தியுள்ளது.

LLRC ஒரு பலன் தரும் வழிமுறைதான் என்று இலங்கை கூறுவதை சர்வதேச நாடுகள் தொடர்ந்தும் ஏற்றுக்கொள்ளுமானால், இலங்கையில் நீதி மறுக்கப்படுவதற்கும், உண்மை நிராகரிக்கப்படு வதற்கும், சர்வதேச சட்டங்களின் மீறல்களால் பாதிக்கப்பட்ட மக்களுக்கு நிவாரணம் மறுக்கப்படுவதற்கும் மிகவும் ஆபத்தான ஒரு முன்னுதாரணத்தை ஏற்படுத்திவிடும். அதுவும் தனது இந்த சர்வதேச கடப்பாடுகளை நிறைவேற்ற இலங்கை அரசாங்கத்துக்கு விருப்பமும் இல்லை, வழியும் இல்லை என்று காட்டும் தெளிவான ஆதாரங்கள் நிறைய இருந்தும் சர்வதேச சமூகம் அலட்சியமாக இருக்கிறது.

இலங்கை உள்நாட்டளவில் முயற்சி எடுக்கிறதோ இல்லையோ, சர்வதேச சட்டங்களின் கீழான குற்றங்கள் பற்றிய புகார்களை தாமதமின்றி விசாரிக்கின்ற பொறுப்பு ஐ.நா. மன்றத்துக்கு உள்ளது. இந்த விசாரணைகள் சுயாதீனமாகவும், சர்வதேச தர அளவு கோல்களுக்கு ஏற்பவும் முன்னெடுக்கப்பட வேண்டும். சந்தேக நபர்கள் சர்வதேச தரத்தில் நியாயமாக விசாரிக்கப்பட்டு குற்றவாளிகள் என அடையாளம் காணப்படுவோருக்கு உரிய தண்டனை வழங்கப்படல் வேண்டும்.

நன்றி: சர்வதேச பொதுமன்னிப்பு சபை

எந்த நாட்டுக்கு எதிரான விசாரணையையும் இந்தியா ஆதரித்தது இல்லை!

இலங்கைக்கு எதிரான அமெரிக்கத் தீர்மானம் ஐ.நா. சபையில் மீண்டும் வெற்றிபெற்றுள்ளது. இந்தத் தீர்மானத்தைப் புறக்கணித்து ஒதுங்கிக் கொண்டது இந்தியா.

ஜெனிவா ஐ.நா. சபைக் கூட்டத்தில் கொண்டுவரப்பட்ட தீர்மானத்தின் மீது கருத்து தெரிவித்த இந்தியப் பிரதிநிதி திலீப் சின்கா, இலங்கை மீது சர்வதேச சுதந்திர விசாரணை இப்போது வேண்டாம் என்பதால், இந்தியா இந்த வாக்களிப்பில் இருந்து ஒதுங்கிக்கொள்கிறது' என்று அறிவித்தார்.

இந்த அறிவிப்பு, அனைத்து நாட்டு பிரதிநிதிகளுக்கும் அதிர்ச்சியை ஏற்படுத்தியது. கூட்டம் முடிந்ததும் இலங்கையின் பிரதிநிதி ரவிநாத ஆரிய சின்கா வெளிப்படையாக இந்தியப் பிரதிநிதி திலீப் சின்காவுக்குக் கைகுலுக்கி நன்றியினை வெளிப்படுத்தினார்.

இந்த சூழலில் இந்தியப் பிரதிநிதி திலீப் சின்காவைச் சந்தித்து சில கேள்விகளை எழுப்பினோம்.

இலங்கையில் நடந்த போரில் இலங்கையோடு இந்தியாவும் பங்கு பெற்றதனால் தான், ஐ.நா-வில் இலங்கை மீது கொண்டு வரப்பட்ட 'சர்வதேச சுதந்திர விசாரணை'யை இந்தியா ஆதரிக்கவில்லை என்று சொல்லப்படுகிறதே?

மற்ற பிரச்னைகளோடு இதனை ஒப்பிடக் கூடாது. குறிப்பிட்ட இந்த முடிவு ஐ.நா. மனித உரிமைகள் சபையில் கொண்டுவரப்பட்ட தீர்மானம் தொடர்பான இந்தியாவின் முடிவு. சர்வதேச சுதந்திர விசாரணையைத் தள்ளிப்போட வேண்டும் என்பதுதான் இந்தியாவின் கருத்து. மற்றபடி எதனையும் நான் சொல்ல விரும்பவில்லை.

அப்படி எனில், கடந்த 30 ஆண்டுகளாக இலங்கை இராணுவத்தால் படுகொலை செய்யப்பட்ட லட்சக்கணக்கான மக்களுக்கு என்ன நீதியை இந்திய அரசு கொடுக்கப் போகிறது?

அதை இந்தியா கவனித்துக்கொண்டுதான் இருக்கிறது. அவை எங்கு, எப்படி கவனிக்க வேண்டும் என்பதை இந்தியா சிந்தித்து முடிவுகள் எடுக்கும். ஐ.நா. ஆணையாளர் அவருக்குக் கிடைத்த தகவலின்படி செயல்படுகிறார். அப்படித்தான் இந்தியாவும்.

அண்மையில் ஜெர்மனியில் நடைபெற்ற மக்கள் தீர்ப்பாயக் கூட்டத்தில், ஈழப்போரில் இந்தியாவின் இராணுவப் பங்களிப்பை விசாரிக்க வேண்டும் என்று சொல்லப்பட்டுள்ளதே?

அதற்குள் வர நான் விரும்பவில்லை. அது இந்த மனித உரிமைகள் சபையில் விவாதிக்கப்படவும் இல்லை.

இந்தியா இந்தப் போரில் பங்குப் பெற்றதாலயே குறிப்பாக ‘சர்வதேச விசாரணை’யை மட்டும் வேண்டாம் என்கிறதா?

அப்படியில்லை. நீங்கள் கடந்த காலங்களில் ஐ.நா-வில் நிறைவேற்றப் பட்ட தீர்மானங்களைப் பார்த்தீர்கள் என்றால் புரியும். இந்தியா எந்த நாட்டுக்கு எதிரான சர்வதேச விசாரணையையும் ஆதரித்தது இல்லை. இதுதான் பல ஆண்டுகளாக இந்தியாவின் வெளியுறவுக் கொள்கை. அதே கொள்கைதான் இலங்கை விஷயத்திலும் உள்ளது.

அப்படி எனில் இலங்கையுடனான வெளியுறவுக் கொள்கை, இந்திய மீனவர்கள் இலங்கைக் கடற்படையினரால் கொல்லப்படும் நிலையிலும் மாறாதா?

இதைப் பற்றிய முடிவு எடுக்க வேண்டியது நான் அல்ல.

ஜெனிவாவிலிருந்து மகா. தமிழ்ப் பிரபாகரன்

நன்றி: ஜூனியர் விகடன் (06 ஏப்ரல் 2014)

தகவலிணைப்புகள்

1. Women clearing mines at frontline
reliefweb.int/report/sri-lanka women-front-line-clearing-sri-lanka-mines
2. DASH
www.slnmac.gov.lk/services/de-mining/current-demining/dash
3. Sri Lanka Mine action: Contamination and Impact
www.the-monitor.org/en-gb/reports/2012/sri-lanka/mine-action.aspx
4. Army refuses to budge
www.thesundayleader.lk/2012/12/29/army-refuses-to-budge/
5. LLRC: Submission by the Catholic Diocese of Mannar
http://www.srilankaguardian.org/2011/01/llrc-submission -by-catholic-diocese-of.html
http://www.srilankaguardian.org/2011/01/llrc-submission-by-catholic-diocese-of.html
6. Former Sri Lankan President urges Nigeria to dialogue with Boko Haram
www.channelstv.com/2013/01/03/former-sri-lankan- president-urges-nigeria-to-dialogue-with-boko-haram/
www.channelstv.com/tag/former-president-and-prime-minister-of-sri-lanka/
7. SLA obliterates Tiger Heroes' Cemeteries, erects military bases
www.tamilnet.com/art.html?catid=13-artid=32113
8. Sri Lanka: Rape of Tamil Detainees
www.hrw.org/news/2013/02/26/sri-lanka-rape-tamil-detainees
9. East Timoresse Women - Raping the Future - Depo-Provera
www.easttimor.org.uk/easttimoresewomen.htm
10. The hardline Buddhists targeting Sri Lanka's Muslims
www.bbc.com/news/world-asia-21840600
11. Australia is playing a dangerous game with Sri Lanka: Stewart Motha
www.theguardian.com/commentisfree/2013/feb/21/australia-playing-dangerous-game-sri-lanka
12. Remembering Sri Lanka's Black July
www.bbc.co.uk/news/world&asia&23402727

13. Sri Lanka Muslims decry radical Buddhist mosque attack
www.bbc.com/news/world-asia-17816285
14. Marie Colvin and Sri Lanka war crimes: Chandana Keerthi Bandara
www.bbc.com/sinhala/news/story/2012/02/
120223_bandara_marie_colvin.shtml
15. White flag incident
white-flags.org/
16. Monks' protest leads to suspension of Temple reconstruction
https://www.tamilnet.com/art.html?catid=13-artid=6922
17. Sri Lanka: When will they get justice? Failures of Sri Lanka's Lessons Learnt and Reconciliation commission
www.amnesty.org/en/documents/asa37/008/2011/si/
18. Salt on Old Wounds: The Systematic Sinhalization of Sri Lanka's North, East and Hill country
intpolicydigest.org/2012/03/20/salt-on-old-wounds-post-war-sri-lanka/
19. Prevalence of War-Related Mental Health Conditions and Association With Displacement Status in Postwar Jaffna District, Sri Lanka
jamanetwork.com/journals/jama/fullarticle/1104178
20. Peoples' Tribunal on Sri Lanka
www.ptsrilanka.org/images/documents/ppt_final_report_web_ta.pdf
21. Report of the Secretary General's Panel of Experts on Accountability in Sri Lanka
www.un.org/News/dh/infocus/Sri_Lanka/POE_Report_Full.pdf
22. Report of the Secretary General's Internal Review Panel on United Nations action in Sri Lanka
www.un.org/News/dh/infocus/Sri_Lanka/
The_Internal_Review_Panel_report_on_Sri_Lanka.pdf
23. Report of the Commission of Inquiry on Lessons Learnt and Reconciliation
www.priu.gov.lk/news_update/Current_Affairs/ca201112/
FINAL%20LLRC%20REPORT.pdf
24. Agreement on a Ceasefire between the Government of the Democratic Socialist Republic of Sri Lanka and the Liberation Tigers of Tamil Eelam.
http://www.norway.lk/News_and_events/Relations-between-Norway-and- Sri-Lanka/Peace- Process/Role-of-Norway/#.WDZhyIN_e1s

உதவிய நூல்கள்

1. போரும் சமாதானமும் - ஆண்டன் பாலசிங்கம்
2. ஈழத்தமிழரின் போராட்ட வரலாறு - பாவை சந்திரன் - பதிப்பாளர்: கண்மணி கிரியேட்டிவ் வேவ்ஸ்
3. மகாவம்சம் - தமிழாக்கம்: எஸ்.சங்கரன் - பதிப்பாளர்: மல்லிகை வெளியீடு
4. The Evolution of Ethnic Identity: K. Indrapala
5. தமிழ் ஈழ விடுதலைப் போராட்டம் - அரச பயங்கரவாதமும் இன அழிப்பும்(1948-2009) - கலாநிதி முருகர் குணசிங்கம் - பதிப்பகம்: எம்.வி.வெளியீடு, தென் ஆசியவியல் மையம், சிட்னி
6. தமிழினப் படுகொலைகள் 1956- 2008 - வடகிழக்கு மனித உரிமைகள் செயலகம் (NESOHR) பதிப்பகம்: மனிதம் வெளியீட்டாளர்.

இலங்கை அரசிடம் 78 மணி நேரம் சிறைபட்டுக் கிடந்த
தனது அனுபவத்தையும் அங்கிருந்து விடுவிக்கப்பட்ட
தருணத்தையும் கண்முன் நிறுத்துகிறார் தமிழ்ப் பிரபாகரன்.

“

தமிழ்ப் பிரபாகரன் ஓர் ஊடகவியலாளராக இருப்பதால்தான் இந்நூல் உருவாகியிருக்கிறது. ஊடக முதலாளிகளின் சுய தணிக்கை, இழுப்புகள், அழுத்தங்கள் கொண்ட கார்ப்பரேட் ஊடகச் செய்தி அறைகளுக்கு இன்பம் அளிப்பவராக அவரை ஒருபோதும் நான் கண்டதில்லை. தமிழ்ப் பிரபாகரன் அடிப்படையில் சுதந்தரமானவராக இருந்திருக்கிறார். அதனால்தான் அவர் அதிகாரத்தைக் கேள்வி கேட்பவராக இருக்கிறார். மைய நீரோட்ட ஊடகங்களின் அழுத்தத் துக்கும் நிகழ்ச்சி நிரலுக்கும் எதிராக அவர் நீச்சலடிப்பதைப் பார்க்கிறேன்.

இலங்கையில் மட்டுமல்லாமல் இந்தியா நிர்வகிக்கின்ற காஷ்மீர், அமைதியிழந்த வடகிழக்கு போன்ற அபாயகரமான மண்டலங் களிலிருந்தும் அவர் தீரத்துடன் செய்திகள் வழங்கிவருவதைப் பார்க்கிறேன். மற்றவர்கள் எழுப்பாத பொருத்தமான கேள்விகளை அவர் எழுப்புகிறார். மற்றவர்கள் பயணம் செய்ய அஞ்சும் இடங் களுக்குச் செல்கிறார். அந்த வகையில், தீரமிக்க இளம் ஊடகவியலாள ராக இவர் திகழ்கிறார்.

- ராஜேஷ் சுந்தரம்

”

தமிழ்ப் பிரபாகரன் ஊடகவியலாளர்.
அல் ஜசீரா, இந்தியா டுடே, என்டிடிவி, நியூஸ்7 தமிழ்
போன்றவற்றில் முன்னணி பொறுப்புக்களை வகித்தவர்.

www.ingramcontent.com/pod-product-compliance
Lightning Source LLC
LaVergne TN
LVHW090330051026
849518LV00005B/1926
9788184935066